ഡോ. പി. എം. മധു

കണ്ണൂർ ജില്ലയിലെ ചെറുതാഴം സ്വദേശി. ഇപ്പോൾ കണ്ണൂർ ഗവ. ആയുർവേദ കോളേജിൽ അസിസ്റ്റന്റ് പ്രൊഫസർ.

മറ്റ് കൃതികൾ : A working model for Diagnosis in ayurveda, Consultations in Ayurvedic dermatology, Gulmam, Rakthamoksham, Agni in clinical practice, കുടുംബ ഡോക്ടർ, ചർമ്മ രോഗങ്ങളും ആയുർവേദ ചികിത്സയും, സൗഖ്യം ആയുർവേദത്തിലൂടെ (ആരോഗ്യ വിദ്യാഭ്യാസ പുസ്തകങ്ങൾ) ഉയിരറിവ്, വേജ്ജരായ ചരിതം, The vaidya (നോവൽ)

അച്ഛൻ : ശ്രീ. പി.എം.കൃഷ്ണൻ നമ്പൂതിരി
അമ്മ : ശ്രീമതി. എൽ.പി.ശാന്തകുമാരി
ഭാര്യ : ഡോ. അഞ്ജലി ശിവറാം
മക്കൾ : ശ്രീലക്ഷ്മി, ബാലാംബിക

drpmmadhu@gmail.com
Ph : 9447706756

Malayalam Language
Aathmavath
(Essays)
by
Dr. P. M. Madhu

Published in November 2022
by Kairali Books Private Limited
Thalikkavu Road, Kannur-670 001
Ph : 0497-2761200
E-Mail : kairalibooksknr@gmail.com

Cover Design
Prasanth Mangad

Printed at
Papyrus Printers, Kozhikode

Price ₹ : 260.00
82/22-23/Sl.No.1390/200/NS 18.6
ISBN 978-93-94472-38-9

ആത്മവത്

വൈദ്യ മാനവികതയ്ക്ക് ഒരു ആമുഖം

ഡോ. പി.എം. മധു

കൈരളി ബുക്സ്

സമർപ്പണം

പനിച്ചു വിറയ്ക്കുന്ന എന്നെ മടിയിൽ ചേർത്തിരുത്തിയാണ് അമ്മമ്മ മന്ത്രിച്ചൂതാറുള്ളത്. മന്ത്രത്തിന്റെ ഇടവേളകളിൽ എന്റെ ചെവിയിലേക്ക് താരാട്ടു പോലെ താളത്തിലൂതും.

അതിന്റെ ശാസ്ത്രമോ ഔഷധഗുണമോ ഒന്നും എനിക്കറിയുമായിരുന്നില്ല. എന്തായാലും അത് തന്ന ആശ്വാസം ചെറുതൊന്നുമായിരുന്നില്ല. അയൽപക്കത്തുള്ള കുട്ടികൾക്കും രോഗം വരുമ്പോൾ അമ്മമ്മയെക്കൊണ്ട് ഊതിക്കുമായിരുന്നു. അമ്മമ്മ മന്ത്രിച്ചൂതിയ വെള്ളം കൊണ്ട് കഴുകിയാൽ തൊലിയിലെ രോഗങ്ങളും കുറയാറുണ്ടത്രേ. ചുണ്ട് അനക്കുന്നത് കാണാമെന്നല്ലാതെ ജപിക്കുന്നതെന്താണെന്ന് എത്ര ശ്രമിച്ചിട്ടും എനിക്ക് കേൾക്കാനായിട്ടില്ല. ഞാനത് ചോദിച്ചപ്പോൾ അമ്മമ്മ പറഞ്ഞു തന്നതുമില്ല. 'പിന്നെ പറഞ്ഞു തരാ' മെന്നും പറഞ്ഞ് ഒരു ചിരി ചിരിക്കും... അത്ര തന്നെ.

അത് പറഞ്ഞു തരാതെ അമ്മമ്മ യാത്രയാവുകയും ചെയ്തു.

അമ്മമ്മ എന്നിലേക്ക് ഊതിയ സാന്ത്വനത്തിന്റെ ആ ജീവവായുവാണ് ഞാനറിഞ്ഞ ആദ്യത്തെ വൈദ്യം. സ്നേഹമയിയായ ആ അമ്മമ്മയുടെ ദീപ്തസ്മരണയ്ക്കു മുന്നിൽ ഈ പുസ്തകം സമർപ്പിക്കുന്നു.

അവനവനെന്നതു പോൽ സദാ ഗണിക്ക നീ
യതു വെറും കീടമൊരു കുഞ്ഞുറുമ്പാണെങ്കിലും
-അഷ്ടാംഗഹൃദയം

ആത്മവത് സതതം പശ്യേദപി കീടപിപീലികം

ഉള്ളടക്കം

സാഹിതീയമാവട്ടെ ചികിത്സ

ഡോ. ഖദീജാ മുംതാസ്

ആരോഗ്യത്തെപ്പറ്റി പ്രസിദ്ധനായ ഒരു ആയുർവേദാചാര്യന്റെ വാചകം വായിച്ചതോർക്കുന്നു - സ്വാഭാവികമായ പരിതസ്ഥിതിയിൽ സ്വാഭാവികമായി ജീവിക്കുന്ന മനുഷ്യന് സ്വാഭാവികമായിത്തന്നെ കൈവരുന്ന ഒന്നാണ് ആരോഗ്യം. പൊതുവേ കരുതപ്പെടുന്നതു പോലെ, അത് രോഗം മാറിയ, അല്ലെങ്കിൽ ഏതെങ്കിലും ചികിത്സകന്റെ മിടുക്കു കൊണ്ട് രോഗം മാററിക്കിട്ടിയ അവസ്ഥയല്ല. മനുഷ്യന്റെ ജീവിതരീതി, പരിസ്ഥിതിയോട് അവൻ പുലർത്തുന്ന മനോഭാവം, ജീവന്റെ വലയിലെ ഒരു കണ്ണി മാത്രമാണ് താനെന്ന തിരിച്ചറിവ്, പ്രകൃതിയുടെ താളവും മനുഷ്യന്റെ ആന്തരിക ജൈവ താളവും ഇണങ്ങി നിൽക്കുന്നു എന്ന അറിവ് ഇവയൊക്കെ ആരോഗ്യ സംരക്ഷണത്തിലും, ചികിത്സയിലും എത്ര അനുപേക്ഷണീയമാണെന്ന് തിരിച്ചറിഞ്ഞവരാണ് പരമ്പരാഗത ചികിത്സാരംഗത്തുണ്ടായിരുന്ന ആചാര്യന്മാർ.യോഗ്യരായ പിൻമുറക്കാരെ കണ്ടെത്തി ഈ സമഗ്രമായ അറിവിനെ അവർ തലമുറകളിലൂടെ പകർന്നു പോരികയും ചെയ്തു. ഒരു രോഗത്തിന് ചികിത്സ നിശ്ചയിക്കുന്നത് അയാളുടെ രോഗമോ രോഗലക്ഷണങ്ങളോ മാത്രം നോക്കിയല്ല, അയാളുടെ സമഗ്രമായ മാനസികനിലയെക്കൂടി കണക്കിലെടുത്തു കൊണ്ടാകണമെന്ന ഹോമിയോപ്പതിയുടെ ആശയവും ഇതിനോടു ഇണങ്ങി നിൽക്കുന്നു. ഈ ചികിത്സാ ശാഖകളിലുള്ളവരെല്ലാം ഏറെ അവധാനതയോടെ ഇവയെയെല്ലാം പിൻതുടരുന്നുണ്ട് എന്നൊന്നും ഇതിനർത്ഥമില്ല. കമ്പോളത്തിന്റെ ലാഭ ചിന്തകളും പ്രയോഗങ്ങളും അവയിലും ഇന്ന് വ്യാപകമാണ് താനും.

ശാസ്ത്ര-സാങ്കേതികക്കുതിപ്പിന്റെ എല്ലാ സദ്ഗുണങ്ങളും ചികിത്സയിൽ സമർത്ഥമായി ഉൾപ്പെടുത്താനായ, അതു കൊണ്ടു തന്നെ ഏറ്റവും കൂടുതൽ ആളുകൾ ആശ്രയിക്കുന്ന മോഡേൺ മെഡിസിൻ ചികിത്സാരംഗത്തു നിന്ന് ഈ സമഗ്രത, മാനവികത, മനസ്സിനെക്കൂടി കരുതുന്ന സൂക്ഷ്മപരത, ഇവ കൂടുതൽ വേഗത്തിൽ അപ്രത്യക്ഷമാകുന്നതായി നാം കാണുന്നു. പകരം മാനസിക ശാസ്ത്രശാഖ മനുഷ്യ ശരീരത്തെ ഖണ്ഡങ്ങളാക്കി വിഭജിച്ച് വിശകലനം ചെയ്യുന്ന മറ്റെല്ലാ സ്പെഷ്യലൈസേഷൻ ശാഖകളെയും പോലെ മറ്റൊന്നായി വിഘടിച്ചു നിൽ

ക്കുകയും ചെയ്യുന്നു. കേടായ ഒരു യന്ത്രം റിപ്പയർ ചെയ്തെടുക്കുന്ന സാങ്കേതിക വിദഗ്ദ്ധന്റ കൈമിടുക്കോടെ, പ്രായോഗിക പരതയിലും സുഖ പരതയിലും വേഗതയിലും അഭിരമിക്കുന്ന ആധുനിക മനുഷ്യന്റെ അത്യാധുനിക ചികിത്സകരാവാനുള്ള വ്യഗ്രതയിലാണ് മോഡേൺ മെഡിസിൻ ഡോക്ടർമാരിന്ന്.

ഇത്തരുണത്തിലാണ് നിരന്തരമായുണ്ടാവുന്ന പാൻഡമിക്കു കളുടെ പശ്ചാത്തലത്തിൽ, മെഡിക്കൽ ചരിത്രകാരനും ഹാർവാർഡ് യൂണിവേഴ്സിറ്റി പ്രൊഫസറുമായ മാർക്ക് ഹോണിക്സ് ബാം (Mark Honigsbaum) ന്റെ The Pandemic Century എന്ന പുസ്തകം പ്രസക്തമാവുന്നത്. ശക്തമായ ചില മുന്നറിയിപ്പുകൾ മനുഷ്യകുലത്തിനും, ആധുനിക വൈദ്യശാസ്ത്രത്തിനും നേരെ ഉയർത്തുന്നുണ്ട് 2019 ൽ പ്രസിദ്ധീകൃതമായ, കോവിഡ് 19 പാൻഡമിക്ക് അനുഭവത്തെക്കൂടി ഉൾക്കൊള്ളുന്ന ഈ ഗ്രന്ഥം. മെഡിക്കൽ ചരിത്ര രചനയിൽ തന്റെ മുൻഗാമിയായ ചാൾസ് റോസൻബർഗി (Charles.E.Rosen-berg) ന്റേതായി ഗ്രന്ഥകാരൻ എടുത്തുദ്ധരിക്കുന്ന ഒരു വാചകം ഇങ്ങനെ -'ആരോഗ്യമെന്നത് മനുഷ്യ സമൂഹവും പ്രകൃതിയുമായുള്ള സന്തുലിതവും, പരസ്പര ബന്ധിതവും മൂല്യബദ്ധവുമായ ബന്ധത്തിലൂടെ മാത്രം ഉണ്ടാവുന്നതാണ്' വൈകിയെത്തിയ ഒരു തിരിച്ചറിവാണോ മോഡേൺ മെഡിസിൻ രംഗത്തുള്ളവർക്ക് ഇത്? അല്ലെങ്കിൽ, ചിന്തകളിലും സമീപനങ്ങളിലും ഒരു മടങ്ങിപ്പോക്ക്, തിരുത്തൽ, ആധുനിക ശാസ്ത്രത്തിന്റെ വേഗതയ്ക്കൊക്കൊപ്പം കുതിക്കുമ്പോഴും പുതുകാലചികിത്സകർക്കും വിദ്യാർത്ഥികൾക്കും ഉണ്ടാവേണ്ടതുണ്ട് എന്ന ഉണർത്തലാവാം.

ഒരു സാഹിത്യ കൃതി പോലെ ഉദ്വേഗം നിലനിർത്തി വായിപ്പിക്കുകയും ചിന്തിപ്പിക്കുകയും ചെയ്യുന്ന ഗ്രന്ഥമാണ് The Pandemic Century. മെഡിക്കൽ സിലബസിൽ ഇനിയെങ്കിലും ഉൾപ്പെടുത്തേണ്ട വിധം ശ്രേഷ്ഠമായ പുസ്തകം. സാഹിത്യം മെഡിക്കൽ സിലബസിന്റെ ഭാഗമാകേണ്ടതുണ്ട് എന്ന് എം.ടിയേയും തകഴിയേയും പോലുള്ള മലയാളത്തിലെ വലിയ എഴുത്തുകാർ കുറേ മുമ്പേ തന്നെ പറഞ്ഞിട്ടുള്ളതും ഓർക്കുക. പാശ്ചാത്യ സർവ്വകലാശാലകളിൽ പലവയും ഇത് പ്രാവർത്തികമാക്കിയവയുമാണ്. ചരിത്രമറിയാൻ മാത്രമല്ല, ചികിത്സിക്കപ്പെടുന്നവന്റെ മനസ്സും സാമൂഹ്യ പശ്ചാത്തലവും രോഗം അയാളിലുണ്ടാക്കിയ ആഘാതങ്ങളും തിരിച്ചറിഞ്ഞ് ആർദ്രതയോടെ, തന്മയീഭാവത്തോടെ ചികിത്സയിൽ സർഗാത്മകമായി ഇടപെടാൻ അത് അവരെ പ്രാപ്തരാക്കും.

എഴുത്തുകാരായ ഡോക്ടർമാരുടെ സാഹിത്യകൃതികൾ രോഗ ചികിത്സാനുഭവങ്ങളും വൈദ്യജ്ഞാനവും നൽകുന്ന ഉൾക്കാഴ്ചകളാൽ കൂടുതൽ മിഴിവു ള്ളവയാകാം. എഴുത്തുകാരനായ ഡോക്ടർ രോഗിയാവുമ്പോൾ ഒരു പക്ഷേ കുറേക്കൂടി വ്യത്യസ്തവും വിശാലവുമായ തലത്തിലേക്ക് അയാളുടെ കൃതികൾ വളരാം. സർഗധനനായ ഒരെഴുത്തുകാരന് തന്റെ ഭാവനയുടെയും ലോകാനുഭവങ്ങളുടെയും വെളിച്ചത്തിൽ ഏതു വൈദ്യനേക്കാൾ നന്നായി ഇത്തരം വിഷയങ്ങൾ കൈകാര്യം ചെയ്യാനായെന്നുമിരിക്കാം. വൈദ്യശാഖയുമായി അന്യഥാ ബന്ധമില്ലാത്ത ഒരാൾ തന്റെ രോഗാനുഭവങ്ങൾ പകർത്തിവെച്ചത് (Pathography) ഇവയേക്കാളൊക്കെ ഉപരിയായി വായനക്കാരാൽ സ്വീകരിക്കപ്പെട്ടെന്നുമിരിക്കാം.

എന്തുകൊണ്ടാണ് രോഗം വിഷയമായ സാഹിത്യ കൃതികൾ ഇത്ര മാത്രം വായനക്കാരുടെ ശ്രദ്ധയാകർഷിക്കുന്നത് എന്നതിന്റെ ഉത്തരം അത്ര ലളിതമല്ല. അവനവന് അനുഭവിക്കേണ്ടി വരാത്തത് മറ്റുള്ളവരിലൂടെ വായിച്ച് ആശ്വാസം കൊള്ളുന്നു എന്നത് ആ സാഹിത്യ കൃതിയുടെ, എഴുത്തുകാരൻ പോലും പൂർണമായി തിരിച്ചറിയാത്ത നിയോഗങ്ങളെ ചുരുക്കി കെട്ടുന്നതാണ്. വാസ്തവത്തിൽ അവ ഇത്ര മാത്രം ആകർഷകമാവുന്നത്, മനുഷ്യമനസ്സിന് ചുരുളഴിക്കാൻ കഴിയാത്ത മരണമെന്ന സമസ്യയെ സാഹിത്യകൃതി വായനക്കാരന്റെ മനസ്സിന് അഭിമുഖമാക്കി നിർത്തുകയും തത്വചിന്താപരമായ വിശകലനങ്ങളിലേയ്ക്ക് അവനെ സ്വാഭാവികമായി നയിക്കുകയും ചെയ്യുന്നു എന്നതിനാലാകാം. രോഗഭീതി എപ്പോഴും മരണഭീതിയുമായി കലർന്നു കിടക്കുന്നു. ആശുപത്രിക്കിടക്കകൾക്കരികിൽ ആ ‘മഞ്ഞത്തലമുടിക്കാരി’ തെളിഞ്ഞും മറഞ്ഞും നിരന്തരം ഭ്രമാത്മകത സൃഷ്ടിക്കുന്നുണ്ടാവും. അത് എഴുത്തുകാരന്റെ സർഗാത്മകതയെ കൂടുതൽ ദീപ്തമാക്കുന്നു.

വായനയുടെ ആത്യന്തികമായ നിയോഗം ഒരുപക്ഷേ, രോഗികളായ സഹജീവികളോട് തന്മയീഭാവത്തോടെ ഇടപെടാൻ ഒരാളെ പ്രാപ്തനാക്കുന്നു എന്നതു തന്നെയാകണം. അങ്ങനെ സ്വാധീനിക്കപ്പെടുന്നത് വായനക്കാരനായ ചികിത്സകൻ തന്നെയാകാം. അല്ലെങ്കിൽ സമൂഹജീവിയായ സാധാരണ മനുഷ്യനുമാകാം.

രോഗത്തിന്റെയും ചികിത്സയുടെയും പശ്ചാത്തലത്തിൽ രണ്ടു നോവലുകൾ രചിച്ച പി.എം. മധുവിനെ ലോക സാഹിത്യചരിത്രത്തിൽ തുടങ്ങി ഇങ്ങേയറ്റത്തെ മലയാള കൃതികളെ വരെ ഈ വെളിച്ചത്തിൽ വായിക്കാനും വിശകലനം ചെയ്യാനും പ്രേരിപ്പിച്ചത് ഈ ഉള്ളറിവ് തന്നെ

യാകണം. വൈദ്യ നൈതികതയെപ്പറ്റി നേരിട്ട് ഉദ്ബോധിപ്പിക്കുന്ന പ്രാചീന ആയുർവേദ കൃതികൾ അവയുടെ സാഹിത്യമൂല്യം കൊണ്ടു തന്നെ ഗ്രന്ഥകർത്താവ് ഈ ശ്രേണിയിൽ പെടുത്തുന്നു. ലോകമെമ്പാടുമുള്ള വൈദ്യശാസ്ത്ര മുന്നേറ്റ ചരിത്രത്തെ വളരെ വിശാലമായിട്ടല്ലാതെ പരാമർശവിധേയമാക്കിയ ശേഷം ഡോക്ടർ കടക്കുന്നത് ഫ്രോയിഡ് മുതൽ ലിയോ ടോൾസ്റ്റോയ്, ആക്സൽ മുൻതേ, കാഫ്ക, ആൽബർട് കാമു, തോമസ് മാൻ, ആൻറണി ചെക്കോവ്, ആർതർ കോനൻ ഡോയിൽ തുടങ്ങി ഡോക്ടർമാരും അല്ലാത്തവരുമായ സർഗാത്മക എഴുത്തുകാരുടെ ജീവിത സന്ദർഭങ്ങളിലേക്കും കൃതികളിലേക്കുമാണ്. ഡോക്ടർമാരിലെ മികച്ച എഴുത്തുകാരൻ ആരെന്നതിന് ഗ്രന്ഥകാരന് ഒരൊറ്റ ഉത്തരമേയുള്ളു, 'വാർഡ് നമ്പർ 6' ന്റെ കർത്താവായ ആൻറൺ ചെക്കോവ്. രോഗപീഡയനുഭവിക്കുന്നവന് പ്രതീക്ഷ നൽകുക എന്നത് എത്ര വലിയ ആവശ്യമാണ് എന്നതിന് നാസി മരണക്യാമ്പിലെ അനുഭവങ്ങളിലൂടെ പ്രതീക്ഷയുടെ കച്ചിത്തുരുമ്പിൽ പിടിച്ച് സ്വയം കടന്നു വന്ന വിക്ടർ ഫ്രാങ്കിൾ എന്ന ഡോക്ടറുടെ പിൽക്കാല ചികിത്സാ രീതിയിലൂടെയും എഴുത്തിലൂടെയും കടന്നു പോയിക്കൊണ്ടാണ് ഗ്രന്ഥകാരൻ സാർത്ഥകയായി പറഞ്ഞു വെക്കുന്നത്. ഇന്ത്യയിലെ മെഡിക്കൽ സാഹിത്യശാഖയിലെ അതുല്യ കൃതിയായ 'ആരോഗ്യനികേതന'ത്തെയും ഡോക്ടറും നോവലിസ്റ്റുമായ തസ്ലീമ നസ്രീന്റെ എഴുത്തിനെയും മോഡേൺ മെഡിസിൻ വിഭാഗത്തിലെ അമാനവികതകളുടെയും അശാസ്ത്രീയ ചികിത്സകളുടെയും നിശിതവിമർശകനായ ഡോ. ഹെഗ്ഡെയുടെ നിലപാടുകളെയും വിശകലനം ചെയ്യുന്നുണ്ട് പിന്നീടദ്ദേഹം. മലയാളഭാഷാ സാഹിത്യത്തിലേക്ക് തിരിഞ്ഞ്, ആയുർവേദാചാര്യന്മാരായ രാഘവൻ തിരുമുൽപ്പാടിന്റെയും പി.കെ.വാരിയരുടെയും സംഭാവനകളെപ്പറ്റി ഉണർത്തിക്കുന്നു. ഒപ്പം മോഡേൺ മെഡിസിൻ രംഗത്തു നിന്നുള്ളവരുടെ കൃതികളെയും.

ഒരു പക്ഷേ, ഇന്ത്യൻ വേരുകളുള്ള അമേരിക്കൻ ന്യൂറോ സർജൻ പോൾ കലാനിധിയുടെ When Breath Becomes Air തന്നെയായിരിക്കണം മരണമെന്ന സത്യത്തെ ഏറെ ഉൾക്കാഴ്ചയോടെ അവതരിപ്പിച്ച സമീപകാലത്തെ ഏറ്റവും പ്രസക്ത കൃതി. മരണമെന്ന അനിവാര്യതയെ ഏറെ ധീരമായും ദാർശനികമായും സമീപിച്ച ആ യുവ ഡോക്ടറുടെ ജീവിത കഥ വായിക്കുന്ന ഒരാളുടെ മനസ്സിൽ ഉണരുന്ന ഉള്ളുണർവുകൾ, മരണം തന്നെ സുന്ദരമായി തീരുന്ന ആത്മീയാനുഭവം ആ കൃതിയുടെ മറ്റെല്ലാ പ്രസക്തികളെയും കവച്ചുവെക്കുന്നുണ്ട്. ടോൾ

സ്റ്റോയിയുടെ ഇവാൻ ഇല്ലിച്ചിന്റെ മരണം പോലുള്ള ഫിക്ഷനുകളുടെ വായന നൽകുന്ന ഇത്തരം അനുഭവം തികഞ്ഞ ഭൗതിക ജീവിയായി കഴിഞ്ഞിരുന്ന ഒരു ചെറുപ്പക്കാരൻ ഡോക്ടറുടെ ആത്മാനുഭവക്കുറിപ്പിലൂടെ ഏറെ ദീപ്തമായി നമ്മെ അനുഭവിപ്പിക്കുന്നു ഈ കൃതി. ഇത്തരം രചനകളിലൂടെയും അനുഭവങ്ങളിലൂടെയും നടത്തിയ മാനസിക സഞ്ചാരം 'ആത്മവത്' എന്ന പി.എം. മധുവിന്റെ ഗ്രന്ഥരചനയെ സാർത്ഥകമാക്കുന്നു.

വൈദ്യ ചരിത്രം
സാഹിത്യ കൃതികളിലൂടെ

ഏറ്റവും കൂടുതൽ കൂലി പറ്റുന്ന യന്ത്രങ്ങൾ എന്നും മാനവികതയും നൈതികതയും നഷ്ടപ്പെട്ട മരുന്ന് കമ്പനിക്കാരുടെ കൂലിയെഴുത്തുകാർ എന്നും മറ്റുമുള്ള പരാതികൾ ഡോക്ടർമാരെക്കുറിച്ച് വളരെ കൂടുതലായി പൊതു സമൂഹത്തിൽ ഉയർന്നു വരുന്ന പശ്ചാത്തലത്തിൽ വൈദ്യ ചരിത്രത്തെക്കുറിച്ചുള്ള ഒരു പുനർ വായനയിൽ വൈദ്യശാസ്ത്ര നേട്ടങ്ങളുടെ നാൾവഴിപ്പേജുകൾ മറിച്ചുവിടുക എന്നതിൽക്കവിഞ്ഞ് വൈദ്യം ഉരുത്തിരിഞ്ഞുവന്ന നാനാവിധമായ പശ്ചാത്തലങ്ങൾ തിരിച്ചറിയാൻ കൂടി ശ്രമിക്കേണ്ടതുണ്ട്. ഈ പശ്ചാത്തലങ്ങൾ യഥാർത്ഥത്തിൽ വൈദ്യം എന്ന തൊഴിലിന്റെ ഔന്നത്യവും ഉൾപ്രേരണകളും മനസ്സിലാക്കാൻ സഹായിക്കുമെങ്കിൽ തീർച്ചയായും യാന്ത്രികമായി ഒരു മരുന്നു കുറിപ്പടിയെഴുതുന്നതിനും വളരെ യാന്ത്രികമായ ഒരു സർജറി ചെയ്തു വിടുന്നതിനുമപ്പുറം ഒരു ഡോക്ടറുടെ ഉൾക്കാഴ്ചകൾ വിശാലമാക്കുമെന്നതിൽ സംശയമില്ല. താരതമ്യേന സങ്കുചിതമായ കാഴ്ചപ്പാടുകൾ വെച്ചുപുലർത്തുന്ന വൈദ്യലോകത്ത്, രോഗി-രോഗം-സമൂഹം തുടങ്ങിയവയെക്കുറിച്ചുള്ള ധാരണകൾക്ക് നാം കടന്നുവന്ന വഴികളിലെ മാനവിക ദർശനങ്ങളുടെ നിറം പകരാൻ കഴിയുമ്പോൾ മാത്രമേ സമൂഹത്തിന് മുതൽക്കൂട്ടാകുന്ന ഒരു ഡോക്ടർ ജനിക്കുകയുള്ളൂ.

വൈദ്യ ചരിത്രത്തിന്റെ ഉപാദാനങ്ങൾ

പൊതുവേ എല്ലാ തരം ചരിത്രങ്ങളുടെയും പുനർവായനയെ സഹായിക്കുന്ന ഉപാദാന (resources) ങ്ങളിൽ ചരിത്ര ഗ്രന്ഥങ്ങളോളമോ അതേക്കാളുപരിയോ പ്രാധാന്യമുള്ളതാണ് പുരാതനകാലത്തെ ശിലാലിഖിതങ്ങളും താളിയോലകളും നാടൻപാട്ടുകളും ഐതീഹ്യങ്ങളും ഇതിഹാസങ്ങളും മിത്തുകളുമൊക്കെ. ചരിത്ര ഗ്രന്ഥങ്ങളുടെ ഒരു പ്രധാന പരിമിതി, അത് എഴുതിയ ആളുടെ രാഷ്ട്രീയവും സ്ഥാപിത താല്പര്യങ്ങളുമൊക്കെ അതിൽ പ്രതിഫലിക്കുമെന്നതാകുമ്പോൾ ഫിക്ഷൻ ആ

ണെങ്കിൽ അതിഭാവുകത്വത്തിന്റെ അതിപ്രസരവും വരാം. ഇതുരണ്ടും യഥാതഥമായ ചരിത്രത്തെ അറിയാൻ സഹായിക്കില്ല എന്നതുകൊണ്ടു തന്നെ പുരാലിഖിതങ്ങളടക്കമുള്ള ശാസ്ത്രീയ തെളിവുകളുടെ അടിസ്ഥാനത്തിലുള്ള കൃത്യമായ നിരീക്ഷണങ്ങളും പഠനങ്ങളും നടന്നാൽ മാത്രമേ ശരിയായ ചരിത്രരേഖകൾ നിർമ്മിച്ചെടുക്കാൻ കഴിയൂ. ഈ അർത്ഥത്തിൽ വൈദ്യശാസ്ത്രത്തിന്റ ചരിത്രം കൃത്യമായി അടയാളപ്പെടുത്തുക ഏറെ ദുഷ്കരമാണ്. തെളിവുകളുടെ അലഭ്യത തന്നെയാണ് മുഖ്യ പ്രശ്നം. എങ്കിലും ലഭ്യമായ സാമഗ്രികളുടെ സഹായത്താൽ വൈദ്യശാസ്ത്രത്തിലെ ചരിത്രം ഏറെക്കുറെ സമഗ്രമായി തന്നെ മനസ്സിലാക്കാൻ പ്രയാസമില്ല. അതിനു കൂടുതലും സഹായിക്കുന്നതാകട്ടെ, വൈദ്യശാസ്ത്ര സിദ്ധാന്തങ്ങളും പ്രയോഗവും വിവരിക്കുന്ന വൈജ്ഞാനിക ഗ്രന്ഥവരികളും വരികൾക്കിടയിൽ നിന്ന് നമുക്ക് അനുമാനിച്ചെടുക്കാവുന്ന വസ്തുതകളും തന്നെയാണ്.

വൈദ്യത്തിന്റെ ആദിമ കാലങ്ങൾ

ബ്രഹ്മാവ് പ്രജാപതിയ്ക്കും അദ്ദേഹമത് അശ്വിനീ ദേവന്മാർക്കും ഇന്ദ്രനും നൽകിയെന്നും ഭൂമിയിലെ രോഗങ്ങൾക്ക് പരിഹാരം അന്വേഷിച്ചു ചെന്ന ഭരദ്വാജന് ഇന്ദ്രൻ അത് പകർന്നു നൽകിയെന്നും ഭാരതീയ വൈദ്യത്തിന്റെ ഉൽപ്പത്തി പറയുമ്പോൾ അപ്പോളോ ദേവന്റെ മകനായ അസ്ക്ലെപ്പിയസ്സിനെയാണ് ഗ്രീക്ക് വൈദ്യം അതിന്റെ സ്രഷ്ടാവായി കണക്കാക്കുന്നത്. ഇന്ത്യയിലെ ആദ്യ കാല ശാസ്ത്രഗ്രന്ഥങ്ങളായ സുശ്രുതസംഹിത, ചരകസംഹിത, അഷ്ടാംഗഹൃദയം തുടങ്ങിയ ഗ്രന്ഥങ്ങൾക്ക് ഏതാണ്ട് അയ്യായിരത്തോളം വർഷങ്ങൾ പഴക്കമുണ്ടെന്നു കണക്കാക്കുമ്പോൾ പ്രമുഖ ഗ്രീക്ക് ഗ്രന്ഥങ്ങൾക്ക് മൂവായിരത്തോളം വർഷമാണ് പഴക്കം പറയുന്നത്. ഇക്കാലത്തും എഡി ആദ്യ നൂറ്റാണ്ടുകളിലുമൊക്കെ ഏതാണ്ട് എല്ലാ സാഹിത്യ സൃഷ്ടികളുടെയും പൊതുസ്വഭാവം അതിന്റെ ദൈവികമായ ഉല്പത്തി സ്ഥാപിച്ചെടുക്കുന്നു എന്നതാണ്.

അക്കാലത്തെ സാമൂഹ്യ സാംസ്കാരിക പശ്ചാത്തലത്തിൽ നിന്നു വേണം ഇതൊക്കെ വായിച്ചെടുക്കാൻ. കാടുകളിൽ ജീവിച്ച ആദിമമനുഷ്യന്റെ നിരന്തരമായ പ്രകൃതി നിരീക്ഷണങ്ങളാണ് ഓരോ കണ്ടുപിടുത്തങ്ങളിലേക്കും നയിച്ചിട്ടുണ്ടാവുക. വയറുവേദനയെടുത്ത് ഞെരിപൊരി കൊള്ളുന്ന മുയൽക്കുട്ടി മുത്തങ്ങാപ്പുല്ല് ചവച്ചുതിന്നുന്നത് പോലുള്ള പ്രകൃതിയിലെ ദൃശ്യങ്ങളാവണം യഥാർത്ഥത്തിൽ മനുഷ്യന്റെ ജിജ്ഞാസയെ ജ്വലിപ്പിച്ചിട്ടുണ്ടാവുക. ഇത്തരം ഒറ്റപ്പെട്ട അനുഭവങ്ങൾ പ

ലരും ചേർന്നിരുന്ന് ചർച്ച ചെയ്തശേഷമാവണം അതിന് ഒരു ഏകീകൃത സ്വഭാവം വന്നിരിക്കുക. വാമൊഴിയറിവുകൾ കാലാന്തരത്തിൽ കൈമോശം വന്നു പോകാമെന്ന ആശങ്കയിലാകണം അതിന് ലിഖിത രൂപം വേണമെന്ന ആലോചനകൾ നടന്നത്. പാറക്കല്ലുകളിൽ കൊത്തിയിട്ട ചിഹ്നങ്ങളും രൂപങ്ങളുമൊക്കെയാണ് ആദ്യത്തെ രേഖകൾ. ഭൂർജ്ജ പത്രങ്ങളിലും താളിയോലകളിലും ഒക്കെയാണ് ആദ്യകാല രചനകൾ ഉണ്ടായിട്ടുള്ളത്. അറിവുകൾ തുടർന്നു പോകണം എന്നുള്ള തീവ്രമായ ആഗ്രഹം തന്നെയാണ് ഈ രചനകളുടെ യെല്ലാം ഉൾപ്രേരണയെന്നത് പ്രത്യേകം ശ്രദ്ധേയമാണ്. അക്കാലത്തെ ശ്രുതികളും സ്മൃതികളും ഇതിഹാസ പുരാണങ്ങളുമൊക്കെ പരിശോധിച്ചാൽ ഇക്കാര്യം ബോധ്യപ്പെടും. സഹജീവികളോടുള്ള അങ്ങേയറ്റത്തെ കാരുണ്യമാണ് ആർഷ ഭാരത രചനകളുടെയെല്ലാം തായ് വേര്.

ലോകാ: സമസ്താ: സുഖിനോ ഭവന്തു, വസുധൈവ കുടുംബകം, ആത്മവത് സതതം പശ്യേത് അപി കീട പിപീലികം, അനാഥാൻ രോഗിണോ യശ്ച പുത്രവത് സമുപാചരേത് തുടങ്ങിയ പ്രശസ്ത വരികളിലെല്ലാം തുളുമ്പുന്നത് ഭാരതീയ സംസ്കാരത്തിന്റെ ഉദാത്തമായ സഹാനുഭൂതിയാണ്. ഇതു തന്നെയാണ് അക്കാലത്തുണ്ടായ വൈദ്യശാസ്ത്ര സിദ്ധാന്തങ്ങളുടെയെല്ലാം അടിസ്ഥാന പശ്ചാത്തലമെന്നും കാണാം.

ആദിവാസികളുടെ നിരന്തരമായ പരീക്ഷണനിരീക്ഷണങ്ങൾ എന്ന് വെറുതെ പറഞ്ഞു വിട്ടാൽ ഇതിനുപിന്നിൽ അവർ അനുഭവിച്ച ദുരിതങ്ങളും സഹനങ്ങളുമൊന്നും നമുക്ക് മനസ്സിലായെന്നു വരില്ല. ശവഛേദം പോലുള്ള നിരീക്ഷണങ്ങൾ നിഷിദ്ധമായ ഒരു കാലത്താണ് ഭാരതത്തിൽ സുശ്രുതനും ഗ്രീസിൽ ഗാലനുമൊക്കെ രഹസ്യമായി ഡിസെക്ഷൻ ചെയ്ത് അതിലെ നിരീക്ഷണങ്ങൾ രേഖപ്പെടുത്തി വെച്ചത്. കൂമ്പിയ ഒരു താമരമൊട്ട് തല തിരിച്ചു വെച്ചതു പോലെയാണ് ഹൃദയത്തിന്റെ ഘടനയെന്നും അതിൽ നിന്ന് ധമനി വഴി രക്തം പുറത്തേക്കൊഴുകുന്നുണ്ടെന്നും തുടങ്ങി ശരീരത്തെക്കുറിച്ചും ആന്തരികാവയവങ്ങളെക്കുറിച്ചും അയ്യായിരം വർഷങ്ങൾക്കു മുമ്പ് സുശ്രുതസംഹിതയിൽ അദ്ദേഹം എഴുതിവെച്ചത് അങ്ങനെയാണ്. ഇതിന്റെ പേരിൽ അന്നത്തെ ആചാര്യന്മാരും വൈദ്യ ശാസ്ത്രജ്ഞന്മാരും അനുഭവിച്ച ദുരിതങ്ങളും ദുരന്തങ്ങളും എത്രയെന്ന് പറഞ്ഞറിയിക്കാനാവില്ല. അവർ അന്ന് നേരിട്ട ശിക്ഷാനടപടികളുടെ ഭാഗമായിട്ടാണ്, മനുസ്മൃതിയിൽ വൈദ്യനെ കണ്ടാൽ രക്തവും ചലവും തിന്നുന്നതിന് സമാനമാണ് എന്നു തുടങ്ങി

യുള്ള പ്രസ്താവനകൾ കാണുന്നത്.

സമൂഹത്തിൽ അത്രയും നിഷ്കാസിതനായ ഒരാളായിട്ടാണ് വൈദ്യനെ കണ്ടിരുന്നത്. അത്തരം വെല്ലുവിളികൾ എല്ലാം നേരിട്ടുകൊണ്ടാണ് ദുരിതമനുഭവിക്കുന്ന സഹജീവികൾക്ക് വേണ്ടി വൈദ്യൻ സാഹിത്യരചന നടത്തിയത്. അതിൽ വിവരിക്കപ്പെടുന്ന രോഗകാരണങ്ങൾ, രോഗങ്ങൾ, ചികിത്സാരീതികൾ തുടങ്ങിയവയിൽനിന്ന് അക്കാലത്തെ സാമൂഹ്യ വ്യവസ്ഥ, ആളുകളുടെ ഭക്ഷണശീലങ്ങൾ, ദുശ്ശീലങ്ങൾ തുടങ്ങിയ കാര്യങ്ങളെല്ലാം മനസ്സിലാക്കാം. അന്നത്തെ വൈദ്യ സാഹിത്യത്തിന്റെ മറ്റൊരു പ്രത്യേകത, അത് പണ്ഡിതന്മാർ നിർദ്ദേശിച്ച മാനദണ്ഡങ്ങളിലൂടെ വൃത്തവും അലങ്കാരവും ഒക്കെ കണക്കാക്കിയാണ് എഴുതപ്പെട്ടിട്ടുള്ളത് എന്നതാണ്. കേരളത്തിൽ സംസ്കൃത സാഹിത്യ പഠനത്തിന് ഒരു കാലത്ത് അഷ്ടാംഗഹൃദയവും ഉൾപ്പെടുത്തിയിരുന്നു. അനുഭവങ്ങൾ വെറുതേ എഴുതി വെക്കുക എന്നതിൽ കവിഞ്ഞ് വൈദ്യത്തിനു തന്നെ ഏകീകൃതമായ ഒരു ഗവേഷണ പദ്ധതിയും രചനാരീതിയും ഒക്കെ ഉണ്ടായിരുന്നു എന്നു കാണാം. ചർച്ചകൾക്കും സംവാദങ്ങൾക്കും സിദ്ധാന്തങ്ങൾസ്ഥാപിക്കുന്നതിനും ഒക്കെ ഭാരതത്തിലെ തനതായ സാംഖ്യ - ന്യായ വൈശേഷിക ദർശനങ്ങളിൽ നിന്നും കടംകൊണ്ട ശൈലികൾ വൈദ്യ സാഹിത്യത്തിലും ഉണ്ടായിരുന്നു.

ഇതിൽ നിന്ന് വളരെയൊന്നും വ്യത്യസ്തമല്ല ഗ്രീക്കിൽ ഉണ്ടായ ഹിപ്പോക്രാറ്റിക് കോർപ്പസിന്റെയും പാപ്പിറസ്സിന്റെയും മറ്റും സ്ഥിതി. സോക്രട്ടീസിന്റെയും പ്ലേറ്റോയും ഒക്കെ ദാർശനിക മേഖലകളിലാണ് ഇതൊക്കെ വളർന്നുവന്നത്. ഇന്ന് വൈദ്യ ബിരുദം നേടുമ്പോൾ എടുക്കുന്ന ഹിപ്പോക്രാറ്റസിന്റെ പ്രതിജ്ഞ വായിച്ചാൽത്തന്നെ ഈ ദാർശനിക ഭൂമികയ്ക്ക് മനുഷ്യനോടും സമൂഹത്തോടുമുള്ള അങ്ങേയറ്റത്തെ നീതിബോധവും കാരുണ്യവും ബോധ്യമാകും.

പിൽക്കാല വൈദ്യ സാഹിത്യം

ഭാരതീയ വൈദ്യ സാഹിത്യത്തിൽ ചരകസംഹിത ,സുശ്രുത സംഹിത, അഷ്ടാംഗഹൃദയം എന്നീ പ്രമുഖ ഗ്രന്ഥങ്ങളെ പിൻപറ്റി വളർന്നു വന്ന വ്യാഖ്യാനങ്ങളും അതിന്റെ തന്നെ വിശദീകരണങ്ങളായി വികസിച്ച പ്രാദേശിക ഗ്രന്ഥങ്ങളും ഒക്കെയാണ് പിന്നീടുണ്ടായത്. മിഡീവൽ പിരീഡിൽ യൂറോപ്പിലും അറബ് നാടുകളിലും ഒക്കെ വികസിച്ച വൈദ്യശാസ്ത്രം അവിടെ ഉണ്ടായ ചില ഗ്രന്ഥങ്ങളിൽ എഴുതി വെക്കപ്പെട്ടിട്ടുണ്ട്. മുഹമ്മദ് ഇബിൻ സക്കറിയയുടെ അൽഹവി സുപ്രധാനമായ ഒ

രു അറബി ഗ്രന്ഥമാണ്. ഇഷിമ്പോ എന്ന ജപ്പാനീസ് വൈദ്യഗ്രന്ഥവും ഇക്കാലത്തുണ്ടായതാണ്.അവിസെന്നയുടെ 'ദ കാനൻ ഓഫ് മെഡിസിൻ' അൽസരാവിയുടെ 'അൽ തസ്രിഫ്' തുടങ്ങിയ ഗ്രന്ഥങ്ങൾ പ്രത്യേക ശ്രദ്ധയർഹിക്കുന്നവയാണ്.

പൂർണ്ണമായും അക്കാദമിക്ക് എന്നു തന്നെ പറയാവുന്ന വൈദ്യ ശാസ്ത്ര ഗ്രന്ഥങ്ങളിലൂടെ ഉള്ള വൈദ്യ ചരിത്രാന്വേഷണം മാത്രമേ പതിനാറാം നൂറ്റാണ്ടുവരെയൊക്കെ ലഭ്യമായിരുന്നുള്ളൂ എങ്കിൽ പിന്നീട് രോഗത്തെയും രോഗിയെയും മരുന്നിനെയും കേന്ദ്രീകരിച്ചുള്ള കഥകളും നോവലുകളും നാടകങ്ങളും പ്രബന്ധങ്ങളും ഒക്കെ വന്നു തുടങ്ങി. വൈദ്യ രംഗത്തുണ്ടായ ഓരോ കണ്ടുപിടുത്തങ്ങളും പുരോഗതികളും വരച്ചും എഴുതിയും വിശദീകരിക്കുന്ന ഗ്രന്ഥങ്ങളും നിരവധിയാണ്. ലിയാനാഡോ ഡാവിഞ്ചി അനാട്ടമി വരയ്ക്കുകയാണ് ചെയ്തെങ്കിൽ ആൻഡ്രൂസ് വസേലിയസ് അതൊക്കെ എഴുതിവെക്കാനാണ് ശ്രമിച്ചത്. ഇങ്ങനെയുണ്ടായി വന്ന ഓരോന്നും വിശദമായ പഠനം നടത്താനൊന്നും ഈ ലേഖനത്തിൽ ഉദ്ദേശമില്ല എങ്കിലും അത്തരം സാഹിത്യസൃഷ്ടികളുടെ സ്വഭാവവും പ്രതിപാദ്യവും സാമാന്യമായി ഒന്നു സ്പർശിച്ചു പോകാം.

ഡോക്ടർമാരുടെ രചനകൾ എന്നും ഡോക്ടർമാരല്ലാത്തവരുടെ രചനകളെന്നും പൊതുവേ വൈദ്യ സാഹിത്യത്തെ രണ്ടായി തരം തിരിച്ചു പറയാറുണ്ട്. ചിലർ ഫിക്ഷൻ എന്നും നോൺ ഫിക്ഷൻ എന്നും. ഫിക്ഷൻ വൈദ്യ സാഹിത്യത്തിൽ വായനക്കാരെ ആകാംക്ഷാഭരിതരാക്കാനും ഉദ്വേഗം നിറയ്ക്കാനുമൊക്കെയുള്ള ഭാവനകൾക്ക് പലപ്പോഴും ശാസ്ത്രീയ അടിത്തറയൊന്നും കാണാറില്ല. ഒരു നാടു മുഴുവൻ പടർന്നു പിടിക്കുന്ന പകർച്ചവ്യാധികൾ വരുമ്പോൾ ഡോക്ടർമാരുടെയും ജനങ്ങളുടെയും മറ്റും പ്രതികരണങ്ങൾ, നിരാശകൾ, പ്രതീക്ഷകൾ, വെല്ലുവിളികളെ അതിജീവിക്കാനുള്ള കൂട്ടായ പരിശ്രമങ്ങൾ, പുതിയ കണ്ടുപിടുത്തങ്ങൾ... ഇതൊക്കെയാണ് പല നോവലുകളിലും പ്രതിപാദ്യമായിട്ടുള്ളത്. ഇതിൽ പലതും പിന്നീട് ചലച്ചിത്ര രൂപത്തിൽ വന്നിട്ടുണ്ട്.ഈ വിഭാഗത്തിലെ ആദ്യ പുസ്തകം എന്നു പറയാവുന്നത് ഇറ്റാലിയൻ കഥാകാരൻ ജിയോവാനി ബൊക്കേഷ്യോവിന്റെ 'ദ ഡക്കാമെറോൺ' എന്ന കഥയാണ്.ബ്ലാക്ക് ഡത്ത് പടർന്നുപിടിച്ച് നാട്ടിലെങ്ങും നടമാടിയ മരണങ്ങളാണ് ഇതിലെ ഇതിവൃത്തം. ബർഗ്മാൻ, തന്റെ സെവൻത് സീൽ എന്ന പ്രശസ്ത ചലച്ചിത്ര കാവ്യമെഴുതിയത് ഈ രോഗത്തിന്റെ പശ്ചാത്തലത്തിലാണ്.

ജോൺ എംബാരിയുടെ ദ ഗ്രേറ്റ് ഇൻഫ്ലുവൻസ, മൈക്കിൾ ക്രിക്ടന്റെ ദ ആൻഡ്രോമിഡാസ്റ്റെയിൻ, റിച്ചാർഡ് പ്രിസ്റ്റന്റെ 'ദ ഹോട്ട് സോൺ' തുടങ്ങിയവ ഈ ഗണത്തിൽ പെടുന്ന കൃതികളാണ്. ഡാനിയൽ ഡെഫോവിന്റെ 'എ ജേർണൽ ഓഫ് പ്ലേഗ് ഇയർ' എന്ന കൃതിയിൽ നിന്ന് പ്രചോദനമുൾക്കൊണ്ടാണ് ആൽബർട്ട് കാമു, ദ പ്ലേഗ് എഴുതിയത്. ഇതിൽ രോഗം എന്നത് ഒരു രൂപകമായി (Metaphor) അവതരിപ്പിക്കുന്നുവെന്നതാണ് ഒരു പ്രത്യേകത.

ജോൺ കെല്ലിയുടെ ദ ഗ്രേറ്റ് മോർട്ടാലിറ്റി, യൂറോപ്യൻ ചരിത്രത്തിലുണ്ടായ ഏറ്റവും വലിയ പ്രകൃതി ദുരന്തവും അതേ തുടർന്നുണ്ടാകുന്ന രോഗങ്ങളും ആ വെല്ലുവിളിയെ നേരിടാൻ ഡോക്ടർമാർ സ്വീകരിക്കുന്ന തീരുമാനങ്ങളും ഒക്കെയാണ് വിഷയമാക്കുന്നത്. ഈ പുസ്തകം ഏറെ വായിക്കപ്പെട്ടതിനെത്തുടർന്ന് ഇതുപോലുള്ള നിരവധി പുസ്തകങ്ങളുണ്ടായി. യുദ്ധങ്ങളും അതിൽ മുറിവേൽക്കപ്പെടുന്നവരെ ചികിത്സിക്കുന്നതും വിഷയമാകുന്ന ഫിക്ഷൻസും കുറെയേറെയുണ്ടായിട്ടുണ്ട്. ദരിദ്ര രാഷ്ട്രങ്ങളിലെ കീഴാളരിൽ മരുന്നു കുത്തകകൾ നടത്തുന്ന പരീക്ഷണങ്ങൾ വിവരിക്കുന്ന 'മെഡിക്കൽ അപ്പാർത്തീഡ്' 'ദ ഇമ്മോർട്ടൽ ലൈഫ് ഓഫ് ഹെന്റിയറ്റ ലാക്സ' തുടങ്ങിയ പുസ്തകങ്ങളും ബെസ്റ്റ് സെല്ലേർസ് ആയിരുന്നു. സാമൂഹ്യാരോഗ്യ രംഗത്ത് ഏറെ ചർച്ച ചെയ്യപ്പെട്ട നതാലിയ മൊലീനയുടെ 'ഫിറ്റ് ടു ബീ എ സിറ്റിസൺ', പെൻസിലിൻ കണ്ടുപിടുത്തത്തിലേക്ക് നയിച്ച സംഭവങ്ങൾ വിവരിക്കുന്ന എറിക് ലാക്സിന്റെ 'ദ മോൾഡ് ഇൻ ഡോ.ഫോറീസ് കോ, മാർത്താ ബല്ലാർഡ് എന്ന മിഡ്വൈഫിന്റെ 1785 മുതൽ 1812 വരെയുള്ള ഡയറിയെ ആസ്പദമാക്കി പുറത്തുവന്ന 'എ മിഡ് വൈഫ്സ് ഡയറി' തുടങ്ങിയ രചനകളും വൈദ്യ ചരിത്രത്തിൽ നിന്നും ഒഴിവാക്കാൻ പറ്റാത്തവയാണ്. പത്തൊമ്പതാം നൂറ്റാണ്ടിലുദയം ചെയ്ത സമാന്തര വൈദ്യശാസ്ത്രങ്ങളായ നാച്ചുറോപ്പതി ഹോമിയോപ്പതി തുടങ്ങിയവയെ കേന്ദ്രീകരിച്ചും വൈജ്ഞാനിക സാഹിത്യ കൃതികൾ ഇക്കാലത്ത് ഉണ്ടായിട്ടുണ്ട്.

പുതിയ കാലത്തെ വൈദ്യ സാഹിത്യം

ഇന്ത്യൻ സാഹിത്യത്തിലെ ക്ലാസിക് എന്നു തന്നെ വിശേഷിപ്പിക്കുന്ന താരാ ശങ്കർ ബന്ദോപാധ്യായയുടെ 'ആരോഗ്യനികേനം' 1957-ലാണ് പുറത്തുവന്നത് നാഡി പിടിച്ച് രോഗവും മരണവും കണ്ടെത്താനും പച്ച മരുന്നുകൾ കൊണ്ട് ചികിത്സിക്കാനുമറിയുന്ന ജീവൻ മശായി എ

ന്ന മഹാവൈദ്യന്റെ ആരോഗ്യനികേതനം എന്ന വൈദ്യശാല കേന്ദ്രമാക്കി, അക്കാലത്ത് ഇന്ത്യയിൽ വേരിറക്കിയ ആധുനിക വൈദ്യവും ഇവിടുത്തെ പാരമ്പര്യവും തമ്മിലുള്ള സംഘർഷങ്ങളും അതിജീവനവുമൊക്കെയാണ് ഇത് ചർച്ച ചെയ്തത്. മെഡിക്കൽ ടെക്സ്റ്റ് ബുക്ക് എന്നതിൽ കവിഞ്ഞ് പലതരത്തിലുള്ള മെഡിക്കൽ ജേർണലുകൾ ഇംഗ്ലണ്ടിലും അമേരിക്കയിലുമൊക്കെയായി ഉണ്ടായി വന്നതും ഈ കാലഘട്ടത്തിലാണ്. വൈദ്യശാസ്ത്രത്തിലെ നിരവധി വിഷയങ്ങളെ കേന്ദ്രമാക്കി കൊണ്ട് നോവലുകളും തിരക്കഥകളും ഒക്കെ എഴുതിയ റോബിൻ കുക്കിനെ രചനകൾ ലോകത്തെമ്പാടുമുള്ള വായനക്കാരെ പിടിച്ചിരുത്തി. അദ്ദേഹത്തിന്റെ കോമ, ബ്രെയിൻ, സ്ഫിൻക്സ്, വൈറ്റൽ സൈൻസ്, ഫിവർ തുടങ്ങിയവ വൈദ്യസാഹിത്യത്തിലെ നാഴികക്കല്ലുകൾ തന്നെയാണ്.

ആക്സെൽ മുംതേയുടെ ആത്മകഥാപരമായ - സാൻ മിഷേലിന്റെ കഥ വൈദ്യസാഹിത്യ രംഗത്ത് മാതൃകാപരമായ ഒരു ശൈലിക്കാണ് തുടക്കമിട്ടത്. രോഗനിർണയത്തിലും ചികിത്സയിലും ഒക്കെ അസാധാരണ നൈപുണ്യമുണ്ടായിരുന്ന മുംതേയെത്തേടി പ്രഭു കുടുംബക്കാർ കാത്തുനിന്നപ്പോൾ സാധാരണക്കാരെയും ചാവാലിപ്പട്ടികളെയും മറ്റും ചികിത്സിക്കാനാണ് അദ്ദേഹം സമയം ചെലവിട്ടത്. സുപ്രധാന തീരുമാനങ്ങളെടുക്കുമ്പോൾ ഒരു ഡോക്ടറെ സ്വാധീനിക്കേണ്ട ധാർമ്മിക ബോധങ്ങളെക്കുറിച്ചും വൈദ്യജീവനത്തിൽ ആത്മസമർപ്പണത്തിന്റെ അർത്ഥതലങ്ങളെക്കുറിച്ചുമൊക്കെ ചർച്ച ചെയ്ത ഈ പുസ്തകം വൈദ്യസമൂഹം ഒരു ബൈബിളായി കൊണ്ടു നടക്കേണ്ടതുണ്ട്.

ഡോക്ടർമാർ സർഗസൃഷ്ടിയിലേക്ക് വന്നപ്പോൾ സാഹിത്യ മേഖലയ്ക്ക് ലഭിച്ച മികച്ച വരദാനങ്ങളാണ് സർ ആർതർ കോനൻ ഡോയൽ, ജോൺ മൈക്കിൾ ക്രിക് ടൺ, തസ്ലിമ നസ്റീൻ, ഖാലിദ് ഹൊസൈനി തുടങ്ങിയവർ. വൈദ്യജീവനത്തിനിടയിൽ തിരിച്ചറിഞ്ഞ ജീവിതങ്ങളുടെ സൂക്ഷ്മവും അതി വൈകാരികവുമായ അവതരണങ്ങൾ ആണ് ഇവരുടെ കൃതികളുടെ പ്രത്യേകതയായി തോന്നിയിട്ടുള്ളത്. എഴുത്ത് എന്ന മാധ്യമത്തെ താൻ വ്യാപരിക്കുന്ന വൈദ്യമേഖലയുടെ ജനകീയ വ്യാപനത്തിന് ഉപയോഗപ്പെടുത്തിയ എഴുത്തുകാരുണ്ട്. ഡോ. വി.എസ്. രാമചന്ദ്രന്റെ ഫാന്റംസ് ഇൻ ദ ബ്രെയിൻ, എ ബ്രീഫ് ടൂർ ഓഫ് ഹ്യൂമൻ കോൺഷ്യസ്നെസ്സ്, ദ ടെൽ ടെലി ബ്രെയിൻ എന്നിവ ഏറെ വായിക്കപ്പെട്ട ഗ്രന്ഥങ്ങളാണ്. ഇന്ത്യൻ അമേരിക്കൻ എഴുത്തുകാരനായ സിദ്ധാർത്ഥ മുഖർജിയുടെ ദ എംപറർ ഓഫ് ഓൾ മെലഡീസ് കാൻസറിനെ

ക്കുറിച്ചും. ദ ജീൻ -ആൻ ഇന്റിമേറ്റ് ഹിസ്റ്ററി, ജനറ്റിക്സിനെക്കുറിച്ചും ഉള്ള ജനകീയ ബോധം വളർത്താൻ ഉപകരിക്കുന്ന മികച്ച രചനകളാണ്.

വൈദ്യ സാഹിത്യത്തിൽ പുതുതായി വളർന്നുകൊണ്ടിരിക്കുന്ന Apocalyptic ശൈലി അഥവാ 'മഹാ ദുരന്തത്തിന്റെ പ്രവചനങ്ങൾ' പ്രോത്സാഹിപ്പിക്കപ്പെടേണ്ടതുണ്ടോ എന്നുകൂടി നാം ചിന്തിക്കണം. ലോകത്തെത്തന്നെ നശിപ്പിക്കാൻ തക്ക പ്രഹരശേഷിയുള്ള വൈറസുകളും പ്രകൃതിദുരന്തങ്ങളും പൊട്ടിപ്പുറപ്പെടുന്നതും അതുയർത്തുന്ന വെല്ലുവിളികളും മനുഷ്യരുടെ പലതരം പ്രതികരണങ്ങളും അതിനെതിരെയുള്ള കൂട്ടായ പ്രവർത്തനങ്ങളും ഒക്കെ അതിഭാവുകത്വം നിറച്ച് വായനക്കാരെ ഉദ്വേഗത്തിന്റെ കുന്തമുനയിൽ നിർത്തുന്നവയാണ് രണ്ടായിരത്തിനും രണ്ടായിരത്തിപ്പത്തിനുമിടയിലുണ്ടായ പല മെഡിക്കൽ ത്രില്ലേർസും. ദൃശ്യസാധ്യതകൾക്കായുള്ള ചേരുവകളൊരുക്കിയുള്ള സാഹിത്യസൃഷ്ടികൾ. മറ്റൊരു തരത്തിൽ പറഞ്ഞാൽ ആൽബർട്ട് കാമു തുടങ്ങിവെച്ച രചനാ ശൈലിയിൽ അതിഭാവുകത്വം കലർത്തി അവതരിപ്പിക്കുന്ന ശൈലി. പലതും ഒരു ഹോളിവുഡ് സിനിമയ്ക്കുള്ള കഥാതന്തു എന്ന നിലയ്ക്കാണ് അവതരിക്കപ്പെട്ടിട്ടുള്ളത്.

ഇതിനെയും കവച്ചുവെക്കുന്ന post apocalyptic വിഭാഗമാണ് അടുത്തകാലത്തായി കൂടുതലായി ഇറങ്ങുന്നത്. അത് കൂടുതൽ വായിക്കപ്പെടുന്നു എന്നതുകൊണ്ടുമാത്രം പുതിയ എഴുത്തുകാരും ഇതിനെ പിൻപറ്റിയാണ് എഴുതുന്നതും.ഡോളറുകൾ സമ്പാദിക്കാനും പെട്ടെന്ന് പ്രശസ്തിയുണ്ടാക്കാനും പറ്റുന്ന തരത്തിലുള്ള ബെസ്റ്റ് സെല്ലറുകൾക്കുവേണ്ട ചേരുവകളാണ് പലതിലും കാണുന്നത്. അന്യഗ്രഹ ജീവികൾ പരത്തുന്ന രോഗങ്ങളും അതിനെ കീഴടക്കാൻ മറ്റൊരു ഗ്രഹത്തിലെത്തി മരുന്ന് കണ്ടു പിടിക്കുന്നതും പോലുള്ള ഉത്തരമഹാ ദുരന്തങ്ങളിൽ നിന്ന് വൈദ്യ സാഹിത്യത്തിന് ഒരു മോചനം ആവശ്യമാണ്. രോഗത്തിന്റെയും രോഗിയുടെയും പ്രത്യേകതകളും സൂക്ഷ്മതലങ്ങളും അവലോകനം ചെയ്യാനും മാനവികതയും ധാർമികതയും ഉയർത്തിപ്പിടിക്കാനും കഴിയുന്ന തരം കാമ്പുള്ള രചനകൾ ഇനിയും വൈദ്യ സാഹിത്യരംഗത്ത് ഉണ്ടാകേണ്ടതുണ്ട്.

ഡോക്ടർ എന്തിന് സാഹിത്യം വായിക്കണം? എഴുതണം?

"Literature can enthuse medicine and medicine can inspire literature. They are complimentary treatments for being human"

- Gavin Francis

ഒരു കാലത്ത് നമുക്കിടയിൽ ദൈവത്തിന്റെ പ്രതിരൂപങ്ങളായി അറിയപ്പെട്ടിരുന്ന ഡോക്ടർമാർ രോഗികളോടുള്ള പെരുമാറ്റ ദൂഷ്യത്തിന്റെയും അശ്രദ്ധയുടെയും മരുന്ന് കമ്പനികളുമായും അവയവ കച്ചവടക്കാരുമായുള്ള രഹസ്യ ഇടപാടുകളുടെയുമൊക്കെ പേരി പഴി കേൾക്കുന്ന കാലമാണിത്. ഡോക്ടർമാർക്കും മരുന്ന് കമ്പനികൾക്കും ലാബുകൾക്കും ആശുപത്രികൾക്കുമെതിരെയുള്ള കേസുകൾ ഉപഭോക്തൃ കോടതികളി കുന്നു കൂടുന്നു. സമൂഹത്തിന്റെ പ്രതികരണ ശേഷിയി വന്ന ജാഗ്രതയെക്കാളുപരി ഡോക്ടർമാരുടെ ഉൾപ്രേരണയിലും അടിസ്ഥാന സ്വഭാവത്തിലും വന്നിട്ടുള്ള തകർച്ച സഗൗരവം ചർച്ച ചെയ്യപ്പെടുകയാണ്. വൈദ്യ നൈതികതയും മാനവിക മൂല്യങ്ങളും പടിയിറങ്ങിയ മെഡിക്കൽ കോളേജുകളും ആശുപത്രികളും തിരിച്ചു പിടിക്കാൻ എന്തൊക്കെ ചെയ്യാമെന്ന് പല തലങ്ങളിലായി ആലോചന നടക്കുന്നു. ഇതേ ആലോചനകളുടെ ഭാഗമായാണ് പത്തിരുപത് വർഷങ്ങൾക്ക് മുമ്പ് ചില പ്രശസ്ത വിദേശ യൂണിവേഴ്സിറ്റികളിൽ ഡോക്ടർമാരെ സർഗ്ഗാത്മക സാഹിത്യത്തിൽ തല്പരരാക്കുവാനുള്ള ചുവടുകളെടുത്തത്. ഫലം ആശാവഹമായിരുന്നു.

ഇതിനർത്ഥം സാഹിത്യം വായിക്കാത്തതുകൊണ്ടാണ് ഡോക്ടർമാർ മോശക്കാരാകുന്നതെന്നോ സാഹിത്യം വായിക്കുന്ന ഡോക്ടർമാരെല്ലാം നല്ലവരാണെന്നോ അല്ല. ദീനാനുകമ്പയും അന്യന്റെ വേദന തന്റേതായി ഉൾക്കൊണ്ട് സഹായിക്കാനുള്ള സന്നദ്ധതയുമൊക്കെ ജന്മസിദ്ധമായുള്ളവരാണ് ഈ തൊഴിലിലേക്ക് വരേണ്ടത്. അത്തരക്കാർ ബാഹ്യ പ്രേരണകളില്ലാതെ തന്നെ അങ്ങനെ പ്രവർത്തിക്കും. അങ്ങനെയല്ലാ

ത്ത ബഹുഭൂരിപക്ഷം വരുന്ന ഡോക്ടർമാരുടെ കാര്യത്തിൽ വൈദ്യ നൈതികതയുടെ സന്ദേശങ്ങൾ കൃത്യമായി ബോധവൽക്കരിച്ചേ മതിയാകൂ. അതിന് പല മാർഗ്ഗങ്ങളുള്ളതിൽ പ്രധാനപ്പെട്ട ഒന്ന് സാഹിത്യമാണ്.

ഏറിയ കൂറും ധാർമ്മികതയുടെ പക്ഷത്താണ് സാഹിത്യം എന്നു പറയാം. ആത്യന്തികമായി മനുഷ്യന്റെ ചെയ്തികളും അങ്ങനെയായിരിക്കണം. ഒരേ വഴിയിൽ സഞ്ചരിക്കുന്നവർ തമ്മിൽ അപരിചിതരായി തുടരേണ്ട കാര്യമില്ലല്ലോ. കവിതയായും, നോവലായും, കഥയായും, ആത്മകഥയായും അനുഭവക്കുറിപ്പായുമൊക്കെ അവതരിപ്പിക്കപ്പെടുന്ന സാഹിത്യ സൃഷ്ടികൾ പല മാതിരിയായ ജനങ്ങളുടെ ജീവിത സത്യങ്ങൾ തുറന്നു കാട്ടുന്നതുവഴി പലപ്പോഴും മഹത്തായ ജീവിത ദർശനങ്ങളും സാമൂഹ്യ യാഥാർത്ഥ്യങ്ങളും പങ്കുവെയ്ക്കാറുണ്ട്.

തീരെ ഇടുങ്ങിയ ഒരു ലോകത്ത് അതിലേറെ ഇടുങ്ങിയ ജീവിത ലക്ഷ്യങ്ങൾ വെച്ചു പുലർത്തുന്നവർക്ക് വിശാലമായ ലോകത്തേക്ക് സഞ്ചരിക്കാനും പല പല ജീവിതങ്ങൾ അനുഭവിക്കാനുമുള്ള സാഹചര്യം സൃഷ്ടിക്കാറുണ്ട് വായന. മനുഷ്യ സങ്കടങ്ങളുമായി ഏറെ അടുത്തു നിൽക്കേണ്ടവരെന്ന നിലയിൽ ഡോക്ടർമാർക്ക് ഇത്തരം സാഹചര്യങ്ങളിലൂടെ കടന്നു പോകാനുള്ള പരിശീലനമാണ് വായന നൽകുന്നത്.

രോഗികൾ പല തരക്കാരാണ്. അവരുടെ ചെറിയ രോഗത്തെക്കുറിച്ച് വലുതായി വിവരിക്കുന്നവരും വലിയ രോഗത്തെക്കുറിച്ച് നിസ്സാരമായി പറയുന്നവരുമുണ്ടാകാം. വാക്കുകൾ, ശരീരഭാഷ ഓർമ്മിച്ചെടുക്കാനുള്ള കഴിവ്, ഇതിലെല്ലാമുള്ള കൃത്യതയിലും സമഗ്രതയിലും വ്യത്യാസമുണ്ടായിരിക്കാം. എങ്കിലും രോഗി പറയുന്നത് മുഴുവനായും കേൾക്കാനുള്ള ക്ഷമയാണ് ഒരു ഡോക്ടർക്ക് ആദ്യം വേണ്ടത്. രോഗിയിൽ നിന്നും ചികഞ്ഞെടുത്ത വിവരങ്ങളെ കൃത്യമായ ചട്ടക്കൂടിലൊതുക്കുന്നത് അടുത്ത പടിയേ ആകുന്നുള്ളു. വൈവിദ്ധ്യമാർന്ന കഥകൾ കേൾക്കാൻ തയ്യാറാകുന്ന ഡോക്ടർക്ക് മുന്നിലേ സത്യത്തിന്റെ വാതിൽ തുറക്കപ്പെടുന്നുള്ളു. അതുകൊണ്ടാണ് വിവരണം (Narration) വൈദ്യമാനവികതയുടെ അടിസ്ഥാന സംജ്ഞകളിലൊന്നാകുന്നത്.

സർഗ്ഗാത്മക സാഹിത്യത്തിന്റെ ഏടുകളിൽ നിന്ന് വൈദ്യശാസ്ത്രത്തിലേക്ക് കടംകൊണ്ട വിവരണാത്മക പഠന (Narrative study) ങ്ങളാണ് യഥാർത്ഥത്തിൽ വിവരണാത്മക വിജ്ഞാന (Narrative Knowledge) ത്തിനുള്ള സ്രോതസ്സാകുന്നതും പിന്നീട് അത് വിവരണാത്മക നൈതികതയ്ക്കും (Narrative ethics) വൈദ്യ നൈതികതയ്ക്കും

(Medical Ethics) ചൂണ്ടുപലകയാകുന്നതും. ഡോക്ടർമാർ ഈ ദിശയിനിന്ന് മാറി യാത്ര ചെയ്യുമ്പോഴാണ് മൾട്ടി സ്പെഷ്യാലിറ്റി ഹോസ്പിറ്റലുകളുടെയും കുത്തക മരുന്ന് കമ്പനികളുടെയും പ്രലോഭനങ്ങളിൽ വീണു പോകുന്നത്.

കൺസൾട്ടേഷൻ റൂമിലോ, ആശുപത്രി കിടക്കയിലോ കണ്ടുമുട്ടുന്ന ഒരു രോഗിയോട് ഏതാനും നിമിഷത്തെ യാന്ത്രികമായ ആശയവിനിമയത്തിനപ്പുറം വൈദ്യശാസ്ത്രം ആവശ്യപ്പെടുംവിധം ഉള്ളറിഞ്ഞ് ഇഴുകിച്ചേരാനും അവന്റെ യഥാർത്ഥ പ്രശ്നങ്ങളെ സൂക്ഷ്മമായും കൃത്യമായും തിരിച്ചറിയാനുമുള്ള സംസ്കാരം വൈവിധ്യമാർന്ന ജീവിതാനുഭവങ്ങൾ കോറി വരച്ച രചനകൾ വായിക്കുന്നതു വഴി ഒരു ഡോക്ടർക്ക് ലഭിയ്ക്കും. ഇതു സംഭവിക്കുന്നതാകട്ടെ പല മാനങ്ങളിലൂടെയാണ്.

രോഗികൾ അവരവരുടെ രോഗാവസ്ഥകളെക്കുറിച്ച് എഴുതുന്ന വിവരണങ്ങൾ പാത്തോഗ്രാഫി എന്നാണ് അറിയപ്പെടുന്നത്. രോഗ നിർണ്ണയത്തിന്റെയും ചികിത്സയുടെയും വ്യത്യസ്തഘട്ടങ്ങളിൽ ശാരീരികമായും മാനസികമായും അവർക്കുണ്ടാകുന്ന വിഷമതകൾ, കുടുംബത്തിനിന്നും സമൂഹത്തിൽ നിന്നുമുള്ള പ്രതീകരണങ്ങൾ, ആശങ്കകൾ, പ്രത്യാശകൾ... എല്ലാം ഇതിൽ വരാം. രോഗിയുടെ ഭാഗത്തുനിന്ന് ആ അവസ്ഥ തിരിച്ചറിയുകയെന്ന തന്മയീഭാവ (EMPATHY) ത്തിലേക്ക് വായനക്കാരനെ ഉയർത്തുന്നവയാണ് ഇത്തരം രചനകൾ. മെഡിക്കൽ ടെക്സറ്റ് ബുക്കിൽ വിവരിച്ചതും കോളേജ് വാർഡിൽ പരിചയപ്പെട്ടതുമായ പരിമിത രോഗങ്ങൾക്കപ്പുറം പല നാടുകളിലുമുള്ള പല തരക്കാരായ ജനങ്ങൾക്കുണ്ടാകുന്ന വൈവിദ്ധ്യമാർന്ന രോഗചിത്രങ്ങൾ വിവരിക്കുന്ന പുസ്തകങ്ങളുമുണ്ട്. രോഗനിർണ്ണയത്തെ കൂടുതൽ സൂക്ഷ്മമാക്കാനും അതേസമയം രോഗത്തെക്കുറിച്ചുള്ള കാഴ്ചപ്പാടുകൾ കൂടുതൽ വിശാലമാക്കാനും ഡോക്ടറെ സഹായിക്കുന്നവ.

ചില കൃതികൾ വൈദ്യശാസ്ത്രത്തിന്റെ സാങ്കേതികത്തികവുകൾ ഉപയോഗപ്പെടുത്തിയ മികച്ച ജീവൻ രക്ഷാ ദൗത്യങ്ങളും സാമൂഹ്യ സേവന പ്രവർത്തനങ്ങളും വിവരിക്കുന്നവയാണ്. വൈദ്യത്തിന്റെ സാധ്യതകളും പുരോഗതിയും ബോധ്യപ്പെടുത്തുന്നതോടൊപ്പം ഡോക്ടർമാർക്ക് തങ്ങൾ ചെയ്യുന്ന ജോലിയുടെ മഹത്വം തിരിച്ചറിയിക്കാൻ കൂടി ഇത്തരം കൃതികൾ സഹായിക്കുന്നുണ്ട്. വൈദ്യ നൈതികതയെക്കുറിച്ചുള്ള ഉള്ളറിവുകളെ ഊട്ടിയുറപ്പിക്കാനും വൈദ്യശാസ്ത്ര രംഗത്തെ പുത്തൻ പ്രവണതകളെ വേറിട്ട കാഴ്ചപ്പാടിൽ കാണാനും പ്രേരണയേകുന്ന രചനകളുമുണ്ട്.

പ്രശസ്തമായ ചില മെഡിക്കൽ യൂണിവേഴ്സിറ്റികളുടെ സിലബസ്സിൽ മെഡിക്കൽ ഹ്യുമാനിറ്റീസും അതിൽ സാഹിത്യ പുസ്തകങ്ങളും പഠന വിഷയങ്ങളായത് ആയിരത്തി തൊള്ളായിരത്തി എഴുപതുകളിലാണ്. കാലിഫോർണിയ, വേക്ക് ഫോറസ്റ്റ്, എമറി, കൊളംബിയ, ജോൺഹോപ്കിൻസ് തുടങ്ങിയ മെഡിക്കൽ യൂണിവേഴ്സിറ്റികളിൽ വളരെ കാര്യക്ഷമമായിത്തന്നെ ഇതിൽ പഠനങ്ങൾ നടക്കുന്നു. റിറ്റ ഷേൻ, ആൻ ഹഡ്സൺ ജോൺസ്, ജെയിംസ് ഷീ ഡ്രസ് തുടങ്ങിയ പ്രശസ്തരായ നിരവധി ഡോക്ടർമാർ ഗവേഷണങ്ങൾക്ക് നേതൃത്വം കൊടുക്കുന്നു. ജോൺഹോപ്കിൻസ് മികച്ച രീതിയിൽ പ്രസിദ്ധീകരിച്ചു വരുന്ന ലിറ്ററേച്ചർ ഏന്റ് മെഡിസിൻ എന്ന പീർ റിവ്യൂവ്ഡ് ജേർണലിന് ലോകമെമ്പാടും വായനക്കാരുണ്ട്. വൈദ്യത്തിന്റെ ആത്മാവായ മാനവികത മെഡിക്കൽ സ്കൂളുകളിലും അതുവഴി വൈദ്യ സമൂഹത്തിലും പുനഃസ്ഥാപിക്കുകയെന്നതുതന്നെയാണ് ഇതിന്റെയെല്ലാം ആത്യന്തിക ലക്ഷ്യം.

വൈദ്യ നൈതികതയുടെ നെടുന്തൂണുകളായി പ്രതിഷ്ഠിച്ച ചരകന്റെയും സുശ്രുതന്റെയും ഹിപ്പോക്രാറ്റസിന്റെയുമൊക്കെ ഗ്രന്ഥങ്ങൾ കഴിഞ്ഞാൽ വിശ്വസാഹിത്യ ലോകത്തു തന്നെ സ്ഥിരപ്രതിഷ്ഠ നേടിയ നിരവധി ക്ലാസിക് രചനകൾ ഈ പാതയിൽ വഴിവിളക്കായുണ്ട്. രോഗം, പ്രായമാകൽ, അവശതകൾ, മരണം തുടങ്ങി ജീവിതാവസ്ഥകളെ വളരെ സൂക്ഷ്മമായി നിരീക്ഷിച്ചുകൊണ്ട് നിരവധി ബിംബകല്പനകളിലൂടെ അവതരിപ്പിച്ച ദാന്തെയുടെ ഡിവൈൻ കോമഡി മുതൽ മാർക്വേസിന്റെ കോളറാ കാലത്തെ പ്രണയം വരെ മഹത്തായ ജീവിത ദർശനങ്ങളിലേക്ക് വായനക്കാരെ കൂട്ടിക്കൊണ്ടു പോകുന്നു. രോഗിയാകുന്നവന് സംഭവിക്കുന്ന നിസ്സഹായതയും ഏകാന്തതയും വാക്കുകളിലൂടെ വരച്ചു കാണിക്കുന്ന ലിയോടോൾസ്റ്റോയിയുടെ 'ഇവാൻ ഇല്ലിച്ചിന്റെ മരണം' വൈദ്യസാഹിത്യ ചർച്ചകളുടെ മുൻ നിരയിൽ വെക്കേണ്ടതാണ്.

ആയിരത്തി എണ്ണൂറ്റി എൺപതുകളിൽ എഴുതപ്പെട്ട ഈ ലഘുനോവൽ കാലങ്ങൾക്കിപ്പുറത്തും പുതുമയോടെ ചർച്ച ചെയ്യപ്പെടുന്നത്, അതു കൈകാര്യം ചെയ്ത ജീവിത മുഹൂർത്തങ്ങൾ എക്കാലത്തും പ്രസക്തമായതുകൊണ്ടാണ്. നന്നായി ജീവിച്ചുവെന്ന് ഉറച്ചു വിശ്വസിച്ചിരുന്ന ഇല്ലിച്ച്, തനിക്ക് മാരകമായ കാൻസർ ബാധിച്ചുവെന്ന് തിരിച്ചറിയുന്ന നിമിഷം തകർന്നു പോകുന്നു. കൊലയ്ക്കു വിധിക്കപ്പെട്ടവൻ ആരാച്ചാരുമായി മൽപ്പിടിത്തം നടത്തുന്നതുപോലെ അലറിക്കരഞ്ഞുകൊണ്ടി

രിക്കുന്ന അയാളുടെ മരണത്തിലേക്കുള്ള സങ്കടകരമായ ചുവടുകൾ ഒരു ഡോക്ടറുടെ വായനയിലൂടെ തിരിച്ചറിയപ്പെടുമ്പോൾ തന്റെ മുന്നിൽ വന്ന ആസന്ന മരണനായ ഒരു രോഗിയുടെ ഹൃദയത്തോട് ചേർന്നിരിക്കാൻ അയാൾ ശ്രമിക്കുമെന്നതിൽ സംശയമില്ല.

കാഫ്ക്ക, മെറ്റമോർഫോസിസിലൂടെ വായനക്കാരെ കൂട്ടിക്കൊണ്ടുപോകുന്നത് ഭാവനാത്മകമായ ഒരു ലോകത്തേക്കാണെങ്കിലും ഓരോരുത്തരും തങ്ങളുടെ സ്വകാര്യ ജീവിതത്തിൽ സ്വാഭാവികമായും അസ്വാഭാവികമായും അനുഭവിക്കുന്ന പരിണാമങ്ങളെ എങ്ങനെയൊക്കെ ഉൾക്കൊള്ളാൻ ശ്രമിക്കുന്നുവെന്ന് കാണിച്ചുതരുന്നുണ്ട്. ഗ്രിഗർസാംസ പുലർച്ചെ ഉണർന്നെഴുന്നേൽക്കുന്നതു മുതൽ അയാളുടെ ശരീരത്തിനു സംഭവിച്ച, രൂപപരിണാമങ്ങൾ സൂക്ഷ്മമായി അനുഭവിക്കപ്പെടുന്നത്, രോഗം ഒരാളുടെ ശരീരത്തിൽ പതിയെ പിടിമുറുക്കുന്നതിനനുസരിച്ച് അയാളിൽ സംഭവിച്ചുകൊണ്ടിരിക്കുന്ന പരിണാമങ്ങളുടെ രൂപകമായി കൂടിയാണ്. രോഗാവസ്ഥ ക്രമേണ വർദ്ധിച്ച് വർദ്ധിച്ച് ഭയാനകമായ രൂപത്തിലേക്ക് വളരുമ്പോൾ രോഗിയുടെ ഭാഗത്തുനിന്ന് അതിനെ കാണാൻ 'മെറ്റമോർഫോസിസി' ന്റെ വായന സഹായിക്കും.

രോഗം എന്ന ബിംബത്തെ, രാഷ്ട്രത്തെത്തന്നെ ഗ്രസിച്ച ദുഷ് പ്രവണതകളുടെ മെറ്റഫെറാക്കിയ ആർബർട്ട് കാമുവിന്റെ 'ദ പ്ലേഗ്' ബർഗ്മാന്റെ സെവൻത് സീലിന് പശ്ചാത്തലമായ ബ്ലാക്ക് ഡത്തിന്റെ ചുവടുപിടിച്ചാണ് പുറത്തു വന്നത്. രോഗത്തെ ഒരു രൂപകമാക്കി രചിക്കപ്പെട്ട കഥകളുടെ മികച്ച മാതൃകയാണിത്. പക്ഷെ, വൈദ്യവായനയിൽ അതിന്റെ യഥാതഥമായ ചിത്രം തന്നെയാണ് മനസ്സിൽ ഇടംനേടുക. അതിതീവ്രമായി ആളിപ്പടരുന്ന ഒരു പകർച്ചവ്യാധി മനുഷ്യനെയും സമൂഹത്തെയും എന്തൊക്കെ തരത്തിൽ മാറ്റി മറിക്കുമെന്ന് വൈദ്യസമൂഹം അറിഞ്ഞിരിക്കേണ്ടത് അത്യാവശ്യമാണ്. അക്കാലത്ത് പകർച്ച വ്യാധികൾക്കെതിരെ ജാഗ്രത പാലിക്കാനും മുൻകരുതലെടുക്കാനുമൊക്കെ ആരോഗ്യ പ്രവർത്തകർക്ക് 'ദ പ്ലേഗ്' പ്രേരണയായിട്ടുണ്ട്.

വൈദ്യത്തിന്റെ ചട്ടക്കൂടിന് പുറത്ത് ഡോക്ടർമാരുടെ വ്യക്തിപരവും തൊഴിൽ പരവും രാഷ്ട്രീയപരവുമായ ലോകങ്ങളെക്കുറിച്ച് ജോർജ്ജ് ഇലിയട്ടിന്റെ 'മിഡിൽ മാർച്ചും' തോമസ്മാന്റെ 'മാജിക് മൗണ്ടനും' വ്യക്തമാക്കുന്നുണ്ട്. കാലത്തിന് ഏറെ മുമ്പേ കുതിച്ച സർഗ്ഗാത്മകത കൊണ്ടാണ് ഈ രചനകൾ വിശ്വസാഹിത്യലോകത്ത് അടയാളപ്പെടുത്തിയിട്ടുള്ളത്.

ലോക നാടക രംഗത്ത് ഇബ്സണ് തൊട്ടുപിന്നിൽ ഇടം നേടിയ

ആന്റൺ ചെക്കോവ് ബിരുദം കൊണ്ട് ഒരു ഡോക്ടറായിരുന്നു. അദ്ദേഹത്തിന്റെ രചനകളിൽ കടന്നുവരാറുള്ള ഡോക്ടർമാർക്കും രോഗികൾക്കുമൊക്കെ മിഴിവ് കൂടുതലാണെന്ന് വായനക്കാർ നിരീക്ഷിച്ചിട്ടുണ്ട്. എല്ലാം തന്നെ മാനവിക മൂല്യങ്ങളെ ഉയർത്തിക്കാട്ടുന്നവയുമാണ്. ചെക്കോവിന്റെ രചനകളിൽ 'വാർഡ് നമ്പർ സിക്സ്' ആണ് ശ്രേണിയിൽ ആദ്യം ഇടം നേടിയിട്ടുള്ളത്. ഡോ. റാഗിൻ എന്ന കേന്ദ്ര കഥാപാത്രത്തെ മുൻനിർത്തി മനോരോഗ ചികിത്സയിലെ ധാർമ്മിക പ്രതിസന്ധികളാണ് ചെക്കോവ് വരച്ചു കാട്ടുന്നതെങ്കിലും ആതുര ശുശ്രൂഷാരംഗത്ത് ഡോക്ടർമാരുടെ പങ്കിനെക്കുറിച്ചുള്ള സമൂഹത്തിന്റെ പ്രതീക്ഷകൾ മുഴുവൻ ഇതിൽ ചർച്ച ചെയ്യപ്പെടുന്നുണ്ട്. മറ്റൊരു തലത്തിൽ, രോഗവും മരണവുമായി ബന്ധപ്പെട്ട നൈതിക പ്രശ്നങ്ങളുടെ വിചാരണ കൂടി കഥാപാത്രങ്ങളുടെ സംഭാഷണത്തിലൂടെ നടത്തപ്പെടുന്നു.

ഷെർലക് ഹോംസിലൂടെ ആർതർ കോനൻ ഡോയൽ അവതരിപ്പിച്ച കുറ്റാന്വേഷണ കഥകൾ ഒരു കാലത്ത് ക്ലിനിക്കൽ മെഡിസിൻ വിദ്യാർത്ഥികളുടെ ഹരമായിരുന്നു. ഹോംസ് കഥകളുടെ ചുവടുപിടിച്ച് കൃത്യമായ രോഗനിർണ്ണയത്തെ സഹായിക്കുന്ന വ്യത്യസ്ത ഘട്ടങ്ങളും, സാധ്യതകളും കാര്യകാരണ സഹിതം ആശുപത്രി വാർഡുകളിൽ ചർച്ച ചെയ്യപ്പെട്ടു. സൂക്ഷ്മ നിരീക്ഷണ പാടവം, വിശകലനം, തീരുമാനമെടുക്കൽ തുടങ്ങിയ വൈദ്യഗുണങ്ങൾ രൂപപ്പെടുത്തുന്നതിൽ ഡിക്ടറ്റീവ് കഥകളും ഏറെ പ്രാധാനമാണെന്ന് ഹോംസ് തെളിയിച്ചു.

വൈദ്യ വായനയ്ക്ക് നിർദ്ദേശിക്കപ്പെടാറുള്ള പ്രധാനപ്പെട്ട ഇന്ത്യൻ സാഹിത്യ ക്ലാസിക്, താരാശങ്കർ ബാനർജിയുടെ ആരോഗ്യനികേതനമാണ്. നാഡി പിടിച്ച് മരണം പ്രവചിക്കാൻ കഴിവുള്ള മശായിയുടെ കഥയിലൂടെ പാശ്ചാത്യ അധിനിവേശകാലത്ത് ഇന്ത്യയുടെ തനത് വൈദ്യത്തിന് മീതെ അലോപ്പതി അധികാരം സ്ഥാപിക്കുന്നതിന്റെ സാമൂഹികവും രാഷ്ട്രീയവുമായ ചിത്രങ്ങളാണ് ഇത് അവതരിപ്പിക്കുന്നത്. തനത് വൈദ്യം ക്ഷയിച്ചു വരുന്ന കാഴ്ചകളാണുള്ളതെങ്കിലും ദീർഘകാലത്തെ അനുഭവങ്ങളുടെ പിൻബലമുള്ള അതിലെ പല പ്രായോഗിക രീതികൾക്കും മുന്നിൽ പലപ്പോഴും പാശ്ചാത്യ വൈദ്യത്തിന്റെ പ്രചാരകർ അതിശയിക്കുന്നുണ്ട്. അവരുടെ ശാസ്ത്ര യുക്തികൾകൊണ്ട് വിശദീകരിക്കാനാകാത്ത എന്തൊക്കെയോ ഭാരതീയ വൈദ്യത്തിലുണ്ടെന്ന് അവർക്ക് സമ്മതിക്കേണ്ടതായും വരുന്നു. വ്യത്യസ്ത വൈദ്യ സംസ്കാരങ്ങൾ ഇടപഴകുമ്പോൾ ഉള്ള അന്ത:സംഘർഷങ്ങൾ ആരോഗ്യനികേതനത്തിന്റെ വായനയിലൂടെ തെളിയുന്നു.

മനുഷ്യമനസ്സിന്റെ കുടുസ്സു മുറികൾ പോലും തുറന്നു കാട്ടുന്ന സാഹിത്യകൃതികൾ വായനക്കാരന്റെ ജീവിതത്തെ ഭാവനയിലെങ്കിലും അത്രത്തോളം കൂട്ടിക്കൊണ്ടു പോകുന്നുണ്ട്. ഡോക്ടർ വായിക്കുന്നത് ഏതു സാഹിത്യകൃതിയാണെങ്കിലും അതിലൂടെ ജീവിതത്തിന്റെ പച്ചയായ യാഥാർത്ഥ്യങ്ങൾ തിരിച്ചറിയാനും കൂടുതൽ അനുകമ്പയോടും തന്മയീ ഭാവത്തോടും കൂടെ രോഗിയോട് പെരുമാറാനും കഴിയുന്നുണ്ടെങ്കിൽ അത് വൈദ്യ വായനക്ക് നിർദ്ദേശിക്കപ്പെടേണ്ടതുണ്ട്. ഈ അർത്ഥത്തിൽ വൈദ്യം മുഖ്യ പ്രമേയമല്ലാത്ത കൃതികളും ഇക്കൂട്ടത്തിൽ ചേർത്തുവെക്കാനാകും.

ഒ. ഹെന്റിറിയുടെ 'ദ ലാസ്റ്റ് ലീഫി' ന്റെ വായനയിലൂടെ രോഗത്തിന്റെ ദുരിത പൂർണ്ണമായ കിടക്കയിൽ നിന്നും പ്രത്യാശയുടെ ജാലകത്തിലൂടെ പുറത്തേക്കു നോക്കുന്ന രോഗിയുടെ ഹൃദയത്തിൽ കൊഴിയാതെ നിൽക്കുന്ന അവസാനത്തെ ഒരില വരച്ചു ചേർക്കാൻ ഡോക്ടർക്ക് കഴിയേണ്ടതുണ്ട്.

കാലാതീതമായി നിലനിൽക്കുന്ന തകഴിയുടെയും ചെറുകാടിന്റെയും എം.ടി. യുടെയുമൊക്കെ കഥകൾ മലയാളികളായ ഡോക്ടർമാർ അവശ്യം വായിക്കേണ്ടതുണ്ട്. (മെഡിക്കൽ കോളേജുകളിൽ സാഹിത്യം പഠിപ്പിക്കണമെന്ന് പറഞ്ഞുകൊണ്ടിരുന്ന കഥാകാരനാണ് തകഴി.)

'കൊല്ലേണ്ടതെങ്ങനെ ചിരിച്ച മുഖത്തുനോക്കി
അല്ലിൽ തനിച്ചിവിടെ അമ്മ തപിച്ചിടുന്നു' എന്ന് സുഗത കുമാരി ടീച്ചറെ വായിക്കുമ്പോൾ സെറബ്രൽ പാൾസിയും മെന്റൽ റിറ്റാർഡേഷനും ഓട്ടിസവുമൊക്കെ ബാധിച്ച പെൺകുട്ടികളുടെ അമ്മമാർ അനുഭവിക്കുന്ന തീരാ വ്യഥകളിൽ നമ്മുടെ കണ്ണുകൾ ഈറനണിയുന്നു. സാഹിത്യത്തിനു സൃഷ്ടിക്കാൻ കഴിയുന്ന ഈ തീർത്ഥത്തിൽ മുങ്ങി നിവരുമ്പോൾ കൂടുതൽ നല്ല മനുഷ്യരാകാൻ നമുക്ക് സാധിക്കേണ്ടതുണ്ട്.

"അമ്മയെ കുളിപ്പിക്കുമ്പോൾ കുഞ്ഞിനെ കുളിപ്പിക്കുമ്പോഴെന്നപോലെ കരുതൽ വേണം. ഒരിക്കൽ നിന്നെ കുളിപ്പിച്ചൊരുക്കിയ അമ്മയുടെ കൈകളിൽ അന്ന് നീ കിലുക്കിക്കളിച്ച വളകൾ കാണില്ല അവയുടെ ചിരിയൊച്ചയും "... എന്ന് സാവിത്രി രാജീവന്റെ കവിത വായിച്ചു കഴിഞ്ഞ് ജറിയാട്രിക് വാർഡിലെത്തുന്ന ഡോക്ടറുടെ കൈകൾ കിടക്കയിൽ ചുരുണ്ടുകൂടി കിടക്കുന്ന വൃദ്ധയുടെ തോളത്തൊന്നു തട്ടി ആശ്വസിപ്പിക്കാൻ, അറിയാതെയെങ്കിലും നീളാതിരിക്കില്ല.

ഡോക്ടർക്ക് എഴുതേണ്ടി വരുന്നത് കൂടുതലും മരുന്ന് കുറിപ്പടിക

ളാണ്. സിലബസ്സിനൊത്ത് പുസ്തകങ്ങളെഴുതുന്നവരും ഗവേഷണാത്മക പഠനങ്ങൾ തയ്യാറാക്കുന്നവരുമുണ്ടാകാം. അത്യാവശ്യം ബോധവക്കരണക്കുറിപ്പുകളുമെഴുതുന്നവരുമുണ്ട്. ഇതിനുമപ്പുറം, വാക്കിന്റെയും ഭാഷയുടെയും ലോകത്തിൽ കൂടുതൽ സമയം ചെലവഴിക്കാൻ മെനക്കെടുന്നവർ കുറവാണ്. വേറിട്ട വഴികളിൽ സഞ്ചരിച്ച് സർഗ്ഗാത്മക സാഹിത്യത്തിൽ വ്യാപരിച്ച ചുരുക്കം ചില ഡോക്ടർമാർ എഴുത്തിന്റെ ലോകത്ത് പ്രശസ്തരായിട്ടുണ്ട്. ആന്റൺ ചെക്കോവ്, ജോൺ കീറ്റ്സ്, ആക്സൽ മുംതേ, മൈക്കേ ക്രീക്ടൺ, ഒലിവർ സാക്സ്, തസ്ലീമ നസ്രീൻ, ഖാലിദ് ഹൊസൈനി എന്നു തുടങ്ങി വി.എസ് രാമചന്ദ്രൻ, സിദ്ധാർത്ഥ മുഖർജി, അതുൽ ഗവാൻഡേ, അലക്സാണ്ടർ ജേക്കബ്ബ് തുടങ്ങിയ ഇന്ത്യൻ ഡോക്ടർമാരിലേക്കും പുനത്തിൽ കുഞ്ഞബ്ദുള്ള, ഖദീജ മുംതാസ് തുടങ്ങിയ മലയാളികളിലേക്കും ഈ പട്ടിക നീളുന്നു.

സ്വന്തം ബന്ധുക്കളോടു പോലും തുറന്നു പറയാത്ത ജീവിതരഹസ്യങ്ങളും വികാരവിചാരങ്ങളും രോഗി പലപ്പോഴും പങ്കുവയ്ക്കുന്നത് ആത്മാർത്ഥമായി വിശ്വസിക്കുന്ന ഡോക്ടർമാരോടാണ്. അതു കൊണ്ടു തന്നെ, മനുഷ്യസങ്കടങ്ങളുടെ അറിയപ്പെടാത്ത ഭൂഖണ്ഡങ്ങളിലേക്ക് യാത്ര ചെയ്യേണ്ടി വരുന്നവരാണ് ഡോക്ടർമാർ. രോഗിയുമായി ബന്ധപ്പെട്ട കാര്യങ്ങൾ രഹസ്യമായി സൂക്ഷിക്കണമെന്നത് വൈദ്യധാർമ്മികതയുടെ ഭാഗമാണെങ്കിലും പൊതു നന്മയെ കരുതി രോഗിയുടെ വ്യക്തിത്വം വെളിപ്പെടുത്താതെ ഇത്തരം ജീവിത സത്യങ്ങൾ പങ്കുവെക്കുന്നതിൽ തെറ്റുണ്ടെന്നു തോന്നുന്നില്ല. അങ്ങനെ ഡോക്ടർമാർക്കും മനുഷ്യ കഥാനുഗായികളാകാം.

പൊതു ലോകത്തിന് അപ്രാപ്യമായ വൈദ്യശാസ്ത്രസത്യങ്ങളും അതിനകത്തെ ഗതിവിഗതികളും ആരോഗ്യമേഖലയിൽ നടക്കുന്ന പ്രവർത്തനങ്ങളുമെല്ലാം കൂടുതൽ വ്യക്തമായി ഒരു ഡോക്ടർക്ക് എഴുതാൻ കഴിയും. വൈദ്യത്തിന്റെ പേരിൽ നടക്കുന്ന അധാർമ്മിക പ്രവണതകൾക്കെതിരെയും ആധികാരികമായി എതിർപ്പുയർത്താൻ കഴിയുക ഡോക്ടർമാർക്കാണ്. ഇത്തരം എഴുത്തുകൾ വായനക്കാരും കാത്തിരിക്കുന്നുണ്ട്. അവർക്കറിയാത്ത ഒരു നിഗൂഢ ലോകത്തിന്റെ നേർവിവരണങ്ങൾക്കാകാം, രോഗികളായി ജീവിച്ചു മരിച്ചവരുടെ അന്ത:സംഘർഷങ്ങളെ സൂക്ഷ്മമായി തൊട്ടറിയാനാകാം, അതുമല്ലെങ്കിൽ അത്തരമൊരവസ്ഥ തന്റെ ജീവിതത്തിലുണ്ടായില്ലല്ലോ എന്ന് സ്വയം ആശ്വസിക്കാനുമാകാം.

ഡോക്ടർ എഴുതുമ്പോൾ

രോഗങ്ങളോടും മരണത്തോടും പോരാടുന്നതിനെക്കാൾ എളുപ്പമാണ് അവയെക്കുറിച്ച് വിവരിക്കുന്നത്. മുന്നറിയിപ്പില്ലാതെ കടന്നുവരുന്ന അവയുടെ അടിയേറ്റ് നിലംപതിക്കുന്നതിനെക്കാൾ നല്ലത് വിദ്വേഷം നിറഞ്ഞ് കള്ളക്കഥകൾ കെട്ടിച്ചമയ്ക്കുന്നത് തന്നെ.

– ആക്സ മുംതേ.

രോഗവും മരുന്നും ആശുപത്രിയുമൊന്നും സ്വന്തം ജീവിതത്തിൽ ആരും ഒരിക്കലും ആഗ്രഹിക്കുന്നില്ലെങ്കിലും ഇതൊക്കെ പ്രധാന വിഷയമായി വന്ന നോവലുകളും കഥകളും സിനിമകളുമൊക്കെ വളരെ നന്നായിത്തന്നെ സ്വീകരിക്കപ്പെട്ടിട്ടുണ്ട് എന്നത് ഒരു യാഥാർത്ഥ്യമാണ്. അവനവന്റെയും വേണ്ടപ്പെട്ടവരുടെയും ആരോഗ്യകാര്യങ്ങളിലുള്ള വേവലാതി പോലെ മറ്റുള്ളവരുടെ രോഗങ്ങളും ആശുപത്രിവാസവുമൊക്കെ അറിയുമ്പോൾ തനിക്കതു വന്നില്ലല്ലോ എന്ന ആശ്വാസവും മനുഷ്യസ്വഭാവത്തിന്റെ ഭാഗമായതിനാലാവണം ഈ വിഷയത്തിന് സ്വീകാര്യതയേറുന്നത്. മറ്റൊരു തലത്തിൽ, ജീവിതത്തിലെ നിർണ്ണായകമായ ചില മുഹൂർത്തങ്ങൾ കൈകാര്യം ചെയ്യുന്നവയെന്ന നിലയിലും പതറിപ്പോവാനിടയുള്ള ദശാസന്ധികളിൽ ആത്മവിശ്വാസത്തോടെ പിടിച്ചു നിൽക്കാൻ കരുത്തേകുന്നവയെന്ന നിലയിലും ഈ വിഭാഗത്തിലെ സൃഷ്ടികൾ ശ്രദ്ധ നേടിയിട്ടുണ്ട്. ദേശത്തിന്റെയും കാലത്തിന്റെയും അവിടുത്തെ രാഷ്ട്രീയത്തിന്റെയും നേർ രേഖകളായ എഴുത്തുകളും ആദ്യന്തം വായനക്കാരെ ആകാംഷയുടെ മുൾമുനയിൽ നിർത്തിയ മെഡിക്കൽ ത്രില്ലറുകളും ഉണ്ടായിട്ടുണ്ട്. ചുരുക്കം ചിലത് ഒഴിച്ചു നിർത്തിയാൽ, മിക്കവയും എഴുതിയിട്ടുള്ളത് ഡോക്ടർമാർ തന്നെയാണ്.

മെഡിക്കൽ ലിറ്ററേച്ചർ എന്നു വിളിക്കാവുന്ന ശാസ്ത്ര ലേഖനങ്ങളിൽ കവിഞ്ഞ ഒന്നും സാധാരണയായി വായിക്കാനോ എഴുതാനോ തയ്യാറാകാത്തവരാണ് ഡോക്ടർമാർ എന്നാണ് ഒരു പൊതു വിശ്വാസം. ഈ വിശ്വാസം പൂർണ്ണമായും തെറ്റാണെന്നും പറയാനാവില്ല. പതിവായി എഴുതേണ്ടി വരുന്ന മരുന്നു കുറിപ്പടികളല്ലാതെ വേറെ ഒരക്ഷരം പോലും എഴുതാത്തവരുണ്ടാവാം. ജോലിയുടെ ഭാഗമായി അവർക്ക് നിശ്ചയമായും

അറിഞ്ഞിരിക്കേണ്ട രോഗവിവരങ്ങളും ഏറ്റവും പുതിയ ചികിത്സാ വിവരങ്ങളും പ്രസിദ്ധീകരിക്കുന്ന മെഡിക്കൽ ജേർണലുകൾ മാത്രമാവും ചിലർ വായിക്കുന്നത്. അതാകട്ടെ രോഗിയോടും ബന്ധുക്കളോടും വിശദമായി പറഞ്ഞുകൊടുക്കേണ്ട ആവശ്യം വരുമ്പോൾ മാത്രമാണുതാനും. ഏതെങ്കിലും പത്രാധിപരുടെ നിർബന്ധത്തിന് വഴങ്ങി ചുരുക്കം ചിലർ ആരോഗ്യ ബോധവത്ക്കരണ ലേഖനങ്ങളെഴുതും. അക്കാദമിക് പെർഫോർമെൻസ് ഇന്റക്സ് ഉയർത്താൻ ഗവേഷണ പ്രബന്ധങ്ങളെഴുതുന്നവരും എഴുതിക്കുന്നവരുമുണ്ട് ഡോക്ടർമാരുടെ കൂട്ടത്തിൽ . മെഡിക്കൽ സിലബസിനൊത്തുള്ള ടെക്സ്റ്റ് ബുക്കുകൾ നിർമ്മിച്ചു കൊടുക്കുന്നവരാണ് ഒരു വിഭാഗം ഡോക്ടർമാർ. ഇതിനെല്ലാം അപ്പുറത്ത് സ്വന്തം ജീനിൽ തന്നെ എഴുത്തിന്റെയും വായനയുടെയും വഴിയിടകൾ കൊത്തിവെക്കപ്പെട്ടവരും അനുഭവങ്ങളുടെ തീച്ചൂളയിൽ നിന്ന് ചുട്ടുപൊള്ളുന്ന വാക്കുകളുമായി പുറത്തുചാടിയവരുമായ ഡോക്ടർമാർ സർഗ്ഗാത്മക സാഹിത്യത്തിൽ വ്യാപരിക്കുമ്പോൾ വായനയ്ക്കും എഴുത്തിനും, സാഹിത്യ മേഖലയക്ക് തന്നെയും പുതിയ മാനങ്ങൾ കൈവരികയാണ് ചെയ്യുന്നത്.

അയ്യായിരത്തോളം വർഷങ്ങൾക്ക് മുമ്പ് എഴുതപ്പെട്ടതെന്ന് വിശ്വസിക്കുന്ന ഭാരതീയ വൈദ്യശാസ്ത്ര ക്ലാസിക്കുകളായ ചരക സംഹിതയും സുശ്രുത സംഹിതയും അഷ്ടാംഗ ഹൃദയവുമൊക്കെ പ്രാചീന സംസ്കൃത കാവ്യങ്ങളോടു കിടപിടിയ്ക്കുന്ന വൃത്തങ്ങളും ബിംബങ്ങളും ശൈലികളും അലങ്കാരങ്ങളും കോർത്തിണക്കിയ ഉത്തമ സാഹിത്യ കൃതികളാണെന്ന് ഭാഷാ പണ്ഡിതർ തന്നെ സാക്ഷ്യപ്പെടുത്തിയിട്ടുള്ളതാണ്. ഗ്രീക്ക് ചരിത്രത്തിലാണെങ്കിൽ അപ്പോളോ ദേവനാണ് വൈദ്യത്തിനും കാവ്യത്തിനും പൊതുവായ അധികാരി. നിരവധി കാവ്യങ്ങളെഴുതിയ ടെസിയാസ് എന്ന രാജ വൈദ്യനെയാണ് വൈദ്യഎഴുത്തുകാരുടെ തലതൊട്ടപ്പനായി അവർ പറയാറ്. ഇസ്ലാമിക സുവർണ്ണ കാലഘട്ടത്തിൽ പേർഷ്യയിൽ ജീവിച്ച അവിസെന്ന എന്ന രാജവൈദ്യനും നിരവധി തത്വശാസ്ത്രഗ്രന്ഥങ്ങൾ രചിച്ചിട്ടുണ്ട്. ജ്യോതിശാസ്ത്രവും ഭൂമിശാസ്ത്രവും ഗണിതവുമൊക്കെ അനായാസം കൈകാര്യം ചെയ്ത ഒരു മഹാ പണ്ഡിതനായിരുന്നത്രേ അദ്ദേഹം. ചരിത്രകാലഘട്ടത്തി നിന്ന് പത്തൊമ്പതാം നൂറ്റാണ്ടിലേക്ക് വരുന്നതിനിടയിൽ എണ്ണം പറഞ്ഞ നിരവധി വൈദ്യരചനകൾ കാണാവുന്നതാണ്. കോപ്പർനിക്കസും പാരാസെൽസസും വാസേലിയസുമൊക്കെ വൈദ്യ ജീവനത്തിനിടയിൽ ശാസ്ത്രരചനകൾക്ക് വേണ്ടി സമയം നീക്കി വെച്ചവരാണ്. എങ്കിലും ഏറെ ദൂരത്തല്ലാതെ പിന്നിട്ട കാലത്തിലേക്കൊന്ന് തിരി

ഞ്ഞുനോക്കി, ഡോക്ടർമാരിലെ മികച്ച എഴുത്തുകാരൻ ആരായിരുന്നെന്ന് ചോദിച്ചാൽ കൂടുതത സംശയിക്കാതെ തന്നെ അധികം പേരും പറയുക ആന്റൺ പാവ്ലോവിച്ച് ചെക്കോവ് എന്ന ആന്റൺ ചെക്കോവിനെയാവും.

ലോക സാഹിത്യത്തിലെ മുടിചൂടാമന്നനായ ഇബ്സണ് തൊട്ടടുത്താണ് ആന്റൺ ചെക്കോവിന്റെ സ്ഥാനം. നാടകങ്ങളായും യാത്രാവിവരങ്ങളായും കത്തുകളായും ചെറുകഥകളായുമൊക്കെ അഞ്ഞൂറിലധികം പുസ്തകങ്ങളാണ് അദ്ദേഹത്തിന്റെ പേരിലുള്ളത്. വിപുലമായ ഈ സാഹിത്യ ജീവിതം കാണുമ്പോൾ ഡോക്ടറെന്ന നിലയിൽ ഇദ്ദേഹം കാര്യമായൊന്നും ചെയ്തിട്ടില്ലേ എന്ന സംശയം സ്വാഭാവികമാണ്. പക്ഷെ, രോഗികളോട് അങ്ങേയറ്റത്തെ ആത്മാർത്ഥതയും സ്നേഹവും കാണിച്ച തിരക്കേറിയ ഒരു പ്രാക്ടീഷ്ണർ കൂടിയായിരുന്നു ഇദ്ദേഹമെന്നും പതിനേഴു വർഷങ്ങൾ നീണ്ട പ്രാക്ടീസിനിടയിൽ ബാധിച്ച ക്ഷയരോഗം കാരണം മാറിനിൽക്കേണ്ടി വന്നതായിരുന്നെന്നും അറിയുമ്പോഴാണ് ആന്റൺ ചെക്കോവിന്റെ മഹത്വം മനസ്സിലാവുന്നത്.

ദാരിദ്ര്യത്തിൽ നിന്ന് കരകയറാനുള്ള ആദ്യാക്ഷരങ്ങൾ

ഇല്ലായ്മയിലും വല്ലായ്മയിലും മുങ്ങിത്താഴുന്ന മാതാപിതാക്കളുടെ ആകെയുള്ളൊരു കച്ചിത്തുരുമ്പായിരുന്നു ആന്റൺ. പഠിക്കാൻ മിടുക്കനായതുകൊണ്ടുതന്നെ അവനുവേണ്ടി എങ്ങനെയൊക്കെയോ അവർ പണം കണ്ടെത്തി. പക്ഷെ, മോസ്കോവിലെ മെഡിക്കൽ കോളേജിൽ ബിരുദത്തിന് ചേർന്നതോടെ പഠനത്തിനുവേണ്ടി പണമുണ്ടാക്കേണ്ട ചുമതല ആന്റന്റേതായി. ഒരു പ്രാദേശിക പ്രസിദ്ധീകരണത്തിന് വേണ്ടി കഥകളെഴുതിക്കൊടുത്താൻ ചെറിയ തുക പ്രതിഫലം ലഭിക്കുമെന്ന് ഒരു സുഹൃത്ത് പറഞ്ഞറിഞ്ഞാണ് ആന്റൺ പലപല അപരനാമങ്ങളിൽ ചെറുകഥകളെഴുതാൻ തുടങ്ങുന്നത്. ഇവയിലെ സർഗ്ഗസാന്നിധ്യം തിരിച്ചറിഞ്ഞ അവിടുത്തുകാരായ ചില നാടക സംവിധായകർ തങ്ങൾക്ക് വേണ്ടി ചില നാടകങ്ങൾ രചിക്കാൻ ആന്റണെ ക്ഷണിച്ചു. ആദ്യമൊക്കെ മടിച്ചു നിന്നെങ്കിലും നല്ല പ്രതിഫല വാഗ്ദാനവും തുടർച്ചയായ നിർബന്ധവുമായപ്പോൾ മെല്ലെ അദ്ദേഹം അതിലേക്ക് തിരിയുകയായിരുന്നു. ഓരോ നാടകവും ഒന്നിനൊന്ന് മികച്ചതായിരുന്നു. റഷ്യൻ നാടക ശാലകളിൽ ആന്റൺ ചെക്കോവിന് ആരാധകരേറുമ്പോഴേക്കും മറുഭാഗത്ത് അദ്ദേഹം മെഡിക്കൽ ബിരുദം കരസ്ഥമാക്കിയിരുന്നു. ഫ്രാൻസ്, ഇറ്റലി, ജർമ്മനി തുടങ്ങിയ രാജ്യങ്ങളിലേക്ക് നാടക സംഘത്തോടൊപ്പം

അദ്ദേഹം നടത്തിയ യാത്രകൾ തുടർന്നുള്ള രചനകൾക്ക് കരുത്തേകുകയും ചെയ്തു.

രോഗികളുടെയും കൂട്ടിരിപ്പുകാരുടെയും ഡോക്ടറുടെയും ആശുപത്രിയുടേയുമൊക്കെ നിത്യപരിചിതമായ പരിസരങ്ങൾ വിട്ട്, കാലവും രാഷ്ട്രീയവും ആവശ്യപ്പെടുന്ന കഥാപശ്ചാത്തലങ്ങൾ കൃത്യതയോടെ നിർമ്മിക്കാൻ ചെക്കോവിന്റെ നാടകങ്ങൾക്ക് കഴിഞ്ഞിട്ടുണ്ട്. ഒരു ഡോക്ടറുടെ മേലങ്കി അഴിച്ചുവെച്ച് സമൂഹത്തിന്റെ വ്യത്യസ്ത മേഖലകളെയും അവിടുത്തെ മനുഷ്യരുടെ സ്വഭാവ സവിശേഷതകളെയും ആഴത്തിൽ പഠിച്ചത് കൊണ്ടാണ് അദ്ദേഹത്തിന് ഇത് സാധിച്ചത്. എങ്കിലും ആന്റൺ ചെക്കോവിന്റെ ചെറുകഥകളിലും നാടകങ്ങളിലും പ്രത്യക്ഷപ്പെട്ട ഡോക്ടർമാർക്കും രോഗികൾക്കും, പൊതുവെ വൈദ്യപശ്ചാത്തലത്തിനും ഒരു പണത്തൂക്കം മിഴിവ് കൂടുതലായിരുന്നുവെന്ന് തന്നെയാണ് വിദഗ്ധർ അഭിപ്രായപ്പെടുന്നത്. വൈദ്യത്തിലും സാഹിത്യത്തിലും ഒരുപോലെ തിളങ്ങിയ അദ്ദേഹം, തന്റെ ഒരു സുഹൃത്തിനയച്ച കത്തിൽ ഒരിക്കൽ ഏതിനോടിഷ്ടക്കൂടുതലെന്ന് വ്യക്തമാക്കിയതിങ്ങനെയാണ്... 'വൈദ്യം എനിക്ക് ഭാര്യയാണെങ്കിൽ സാഹിത്യം എന്റെ പ്രിയതമയാണ്.'

ആത്മാവിൽ ഒരു ഗോപുരം

ഈ തലക്കെട്ട്, 'സാൻമിഷേലിന്റെ കഥ' എന്ന ആക്സൽ മുംതേയുടെ ആത്മകഥയ്ക്ക് നിരൂപകർ നൽകിയ വിശേഷണമാണ്. കുറെയേറെ കൃതികളൊന്നും രചിച്ചിട്ടില്ലയെങ്കിലും ഈ ഒറ്റ പുസ്തകം കൊണ്ട് ലോക പ്രശസ്തനായ ഫിസിഷ്യൻ റൈറ്ററാണ് ആക്സൽ മുംതേ.

മുന്തിരി വള്ളികളുടെ മാലകളും സൈപ്രസ് മരങ്ങളുടെ ചോലയിലെ നടപ്പാതകളും വെളുത്ത കമാനങ്ങളെ താങ്ങുന്ന സ്തൂപങ്ങളും മാർബിളിൽ പണിത തൂണുകളും പിച്ചളപ്പതക്കങ്ങളുമുള്ള സാൻമിഷേൻ എന്ന പഴയ ഒരു ഭവനം വിലയ്ക്ക് വാങ്ങി അവിടെ ആക്സൽ മുംതേ എന്ന സ്വീഡിഷ് ഡോക്ടർ, ജീവിച്ചതിന്റെ യഥാതഥമായ വിവരണമാണ് സാൻമിഷേലിന്റെ കഥ. അസാധാരണമായ അനുഭവങ്ങളോ ത്രസിപ്പിക്കുന്ന കഥാമുഹൂർത്തങ്ങളോ ഒന്നും ഇല്ലാതിരുന്നിട്ട് കൂടി ഈ പുസ്തകം ലോകം മുഴുവൻ വായിക്കപ്പെട്ടു. മുപ്പതിലധികം ലോകഭാഷകളിലേക്ക് വിവർത്തനവും ചെയ്യപ്പെട്ടു.

രോഗനിർണ്ണയത്തിലും ചികിത്സയിലും അസാധാരണ നൈപുണ്യമുണ്ടായിരുന്ന ആക്സൽ മുംതേയെ തേടി പ്രഭുകുടുംബക്കാർ കാത്ത്

നിന്നപ്പോൾ പാവപ്പെട്ടവരെ കുടിലുകളിൽച്ചെന്ന് ശുശ്രൂഷിക്കാനാണ് അദ്ദേഹം സമയം കണ്ടെത്തിയത്. ചാവാലിപ്പട്ടികൾക്കും പക്ഷികൾക്കു മായി സാൻമിഷേലിൽ അദ്ദേഹം കൂടുകളുണ്ടാക്കി. യുദ്ധങ്ങളുടെയും പ്രകൃതി ദുരന്തങ്ങളുടെയും പകർച്ച വ്യാധികളുടെയും കാലത്ത് നിരാ ലംബർക്ക് തണലായി മാറി സാൻമിഷേൽ. തൊഴിൽ ജീവിതത്തിൽ സുപ്രധാന തീരുമാനമെടുക്കുമ്പോൾ ഒരു ഡോക്ടറെ സ്വാധീനിക്കേണ്ട ധാർമ്മിക ബോധങ്ങളെന്തൊക്കെയാവണം എന്നും വൈദ്യജീവനത്തിൽ ആത്മസമർപ്പണത്തിന്റെ അർത്ഥമെന്താണെന്നുമുള്ളതിന്റെ ബൈബി ളായി ഈ പുസ്തകം അറിയപ്പെട്ടു. അതിലേറെ, ഇതിലുപയോഗിക്ക പ്പെട്ട അസാധാരണമായ ഭാഷാശൈലികളും വിവരണങ്ങളും ലോകസാ ഹിത്യത്തിൽ ത്തന്നെ ഏറെ പുതുമയാർന്ന അനുഭവമായിരുന്നു. ജീവി തത്തിൽ ആത്മവിശ്വാസം പകരുന്ന മഹത്തായ ഗ്രന്ഥങ്ങളുടെ കൂട്ട ത്തി അദ്വിതീയമായി കണക്കാക്കപ്പെടുന്നു സാൻമിഷേലിന്റെ കഥ.

രോഗാന്വേഷണത്തിൽ നിന്ന് കുറ്റാന്വേഷണത്തിലേക്ക്

ഷെർലക് ഹോംസിന്റെ സൃഷ്ടിയിലൂടെ ഡിക്ടറ്റീവ് കഥകളുടെ കുല പതിയായി കണക്കാക്കപ്പെടുന്ന സർ. ആർതർ കോനൻ ഡോയൽ, എഡിൻബെർഗ്ഗ് മെഡിക്കൽ സ്കൂളിൽ നിന്ന് വൈദ്യശാസ്ത്ര ബിരുദം നേടിയ ഒരു ഡോക്ടറായിരുന്നു. മെഡിസിൻ പഠനത്തിനിടവേളകളിൽ അവിടെയുള്ള റോയൽ ബൊട്ടാണിക്ക ഗാർഡൻ സ്കൂളിൽ നിന്ന് പ്രാക്ടിക്കൽ ബോട്ടണിയും അദ്ദേഹം പഠിച്ചു. ചെറുപ്പം മുതലേ സാഹി ത്യവാസനയുണ്ടായിരുന്ന ഡോയൽ എഡിൻബെർഗ്ഗിൽ വെച്ചാണ് അക്കാലത്തെ മുൻനിര പ്രസിദ്ധീകരണമായ 'ബ്ലാക്ക് വുഡ്' മാഗസിനു വേണ്ടി തുടർച്ചയായ കഥകളെഴുതാൻ തുടങ്ങിയത്. ബിരുദപഠനത്തി നൊടുവിൽ Gelsemium as a poison എന്ന അദ്ദേഹത്തിന്റെ ഗവേഷ ണാത്മക ലേഖനം ബ്രിട്ടീഷ് മെഡിക്കൽ ജോർണലിൽ പ്രസിദ്ധീകരി ച്ചു. കൊലപാതകത്തിനു വരെ ഉപയോഗിക്കാവുന്ന മാരകവിഷമെന്ന തരത്തിൽ ജെൽ സീമിയത്തെക്കുറിച്ചുള്ള ഈ പഠനം സജീവ ചർച്ച യായപ്പോൾ ഡോയലിന്റെ എഴുത്തും കുറ്റാന്വേഷണ മേഖലയിലേക്ക് നീങ്ങുകയായിരുന്നു. രോഗാന്വേഷണം പ്രതിപാദിക്കുന്ന ക്ലിനിക്കൽ മെഡിസിനിൽ അതീവ തൽപ്പരനായിരുന്ന ഡോയൽ അതിലെ നിര വധി സങ്കേതങ്ങൾ തന്റെ കുറ്റാന്വേഷണ രചനകളിൽ പ്രയോജനപ്പെ ടുത്തി. ബിരുദാന്തരം, ഒരു കപ്പലിൽ സർജ്ജനായി ചാർജ്ജെടുത്ത ഡോയൽ, ആഫ്രിക്കൻ വൻകരകളിലേക്കും സമീപസ്ഥമായ നിരവധി

പ്രദേശങ്ങളിലേക്കും തുടർച്ചയായി യാത്രചെയ്തു. ഷെർലക് കഥകളിൽ പ്രതിപാദിക്കപ്പെടുന്ന വൈവിദ്ധ്യമാർന്ന ഭൂപ്രകൃതികൾ ഈ അനുഭവങ്ങളുടെ പകർപ്പാണ്. സ്കോർട്ട്ലാന്റിൽ നിന്ന് ബിരുദാന്തര പഠനവും കഴിഞ്ഞ ഡോയൽ പിന്നീട് അല്പകാലം പ്രാക്ടീസിലേക്ക് തിരിഞ്ഞെങ്കിലും രോഗികൾ വളരെ കുറവായിരുന്നു. കൺസൾട്ടേഷൻ റൂമിൽ രോഗികളെ പ്രതീക്ഷിച്ചിരുന്ന് മടുത്തപ്പോഴാണ് താൻ ഫിക്ഷൻ കഥകളുടെ ലോകത്തേക്കും പതിയെ ഷെർലക് ഹോംസിലേക്കും തിരിഞ്ഞതെന്ന് അദ്ദേഹം പറഞ്ഞിട്ടുണ്ട്.

മെഡിക്കൽ സ്കൂളിൽ നിന്നും ലഭിച്ച, രോഗനിർണ്ണയത്തിന്റേതായ കണിശതയാർന്ന അന്വേഷണാത്മകത തന്നെയാണ് അദ്ദേഹത്തിന്റെ ഡിറ്റക്ടീവ് കഥകളുടെയും കാതൽ. പക്ഷെ, പിന്നീട് കഥയിലെ കാമ്പു കൊണ്ടും വിവരണങ്ങൾ കൊണ്ടും ഉദ്വേഗം നിറച്ച അവതരണം കൊണ്ടും ഈ സൂക്ഷ്മാന്വേഷണ കഥകൾ വിശ്വസാഹിത്യത്തിൽ തന്നെ അപസർപ്പക വിഭാഗത്തിന് ഒരു പുതിയ ലോകം വെട്ടിത്തുറന്നപ്പോൾ അത്, തിരിച്ച് ക്ലിനിക്കൽ മെഡിസിൻ വിദ്യാർത്ഥികൾക്ക് രോഗനിർണ്ണയത്തിൽ സൂക്ഷ്മാന്വേഷണത്തിന്റെ പ്രാധാന്യം എടുത്തുകാണിക്കുന്ന മാതൃകകളായി.

മെഡിക്കൽ ത്രില്ലറുകളുടെ ലോകം

വൻകടലുകളിലേക്കും പർവ്വതശിഖരങ്ങളിലേക്കുമൊന്നും പോകുന്നില്ലെന്ന് തീരുമാനമെടുക്കാൻ നിങ്ങൾക്ക് സ്വാതന്ത്ര്യമുണ്ട്. പക്ഷെ, ആശുപത്രികളിലേക്ക് പോകില്ലെന്ന് എങ്ങനെ തീരുമാനിക്കും.....? എന്ന് ചോദിച്ചുകൊണ്ട് ആശുപത്രി കേന്ദ്രീകരിച്ച് നടക്കുന്ന നിരവധി കഥകളെഴുതിയ വൈദ്യ സാഹിത്യകാരനാണ് റോബിൻ കുക്ക് എന്നറിയപ്പെട്ട റോബർട്ട് ബ്രെയിൻ കുക്ക്. ആരോഗ്യ ബോധവത്ക്കരണ ലേഖനങ്ങളെഴുതിയാണ് തുടങ്ങിയതെങ്കിലും യാഥാർത്ഥ്യങ്ങളെ അതേപടി അവതരിപ്പിക്കുമ്പോൾ വേണ്ടത്ര വായനക്കാരിലേക്കെത്തുന്നില്ലെന്ന് തോന്നിയതുകൊണ്ടാണ് വൈദ്യസംബന്ധമായ എഴുത്തിനെ ത്രില്ലറായി പരീക്ഷിക്കാൻ അദ്ദേഹം മുതിർന്നത്.

അവയവദാനം, വന്ധ്യതാ ചികിത്സ, ജനിതക എഞ്ചിനിയറിംങ്, റിസർച്ച് ഫണ്ടിംങ്, വൈദ്യത്തിലെ അധാർമ്മികത, മെഡിക്കൽ ടൂറിസം, മരുന്ന് ഗവേഷണം തുടങ്ങിയ പല വിഷയങ്ങളും അദ്ദേഹം സ്വീകരിച്ചു. കോമ, ഫിവർ, ക്രൈസിസ്, വൈറ്റൽ സൈൻസ്, ഷോക്ക് എന്നിങ്ങനെ നിരവധി നോവലുകൾ പുറത്തുവന്നു. ഈ പുസ്തകങ്ങളുടെ

400 മില്യണിലധികം കോപ്പികളാണ് ലോകമാകെ വിറ്റഴിഞ്ഞിട്ടുള്ളത്. ആദ്യന്തം ഉദ്വേഗം നിലനിർത്തിക്കൊണ്ട് കഥപറയുന്നതിൽ അസാമാന്യവൈഭവം പ്രകടിപ്പിച്ച റോബിൻകുക്ക് മെഡിക്കൽ ത്രില്ലറിന്റെ ലോകത്തെ ആദ്യ എഴുത്തുകാരിലൊരാളാണ്.

അതുക്കും മേലെ ജൂറാസിക്പാർക്ക്

കഥയുടെ ഭാവനാലോകത്തിലേക്ക് യാഥാർത്ഥ്യത്തിന്റെ തെളിവുകൾ ചേർത്തുവെച്ചുകൊണ്ട് ഫിക്ഷനെ റിയലിസ്റ്റിക് ആയി തോന്നിപ്പിക്കുന്ന ഒരു തരം ഭ്രമാത്മകതയിലേക്ക് വായനക്കാരെ നയിച്ച എഴുത്തുകാർ നിരവധിയാണ്. ആർതർ കോനൽ ഡോയൽ അത്തരം ഒരു എഴുത്തുകാരനായിരുന്നു. ഷെർലക് ഹോംസിനെത്തേടി ബേക്കേർസ്ട്രീറ്റിലേക്ക് കത്തുകളെത്താറുണ്ടായിരുന്നത്രേ. ഹോംസിന്റെ ആരാധകനായി എഴുതിത്തുടങ്ങിയ ജോൺ മൈക്കിൾ ക്രിക്ടണാവട്ടെ, മെഡിക്കൽ ഫിക്ഷനും സയൻസ്ഫിക്ഷനും ത്രില്ലറും ചേർത്ത് വെച്ചുകൊണ്ടുള്ള രസതന്ത്രം പരീക്ഷിച്ചയാളാണ്.

സ്കൂൾ വിദ്യാഭ്യാസ കാലത്ത് തന്നെ ഒരു എഴുത്തുകാരനാകണമെന്ന് തീരുമാനമെടുത്തിരുന്നു ക്രിക്ടൺ. ഇംഗ്ലീഷ് സാഹിത്യമാണ് ബിരുദപഠനത്തിനായി അദ്ദേഹം തിരഞ്ഞെടുത്തത്. അവിടെ അദ്ദേഹത്തിന് രസകരമായ ഒരനുഭവമുണ്ടായി.

കോളേജിലെ എഴുത്തുകാരനായ വകുപ്പ് മേധാവിയ്ക്ക് ക്രിക്ടൺ തന്റെ രചനകൾ വിലയിരുത്തലിനായി നൽകാറുണ്ടത്രേ. ആ രചനകളിലെല്ലാം പ്രൊഫസർ തെറ്റ് കണ്ടെത്തുകയും നിലവാരം കുറഞ്ഞതാണെന്ന് പറഞ്ഞ് അധിക്ഷേപിക്കുകയും പതിവായി. നിരാശനായ ക്രിക്ടൺ അടുത്ത പ്രാവശ്യം സാക്ഷാൽ ജോർജ്ജ് ഓവലിന്റെ ഒരു ലേഖനം പകർത്തിയെഴുതി തന്റെ പേരിലാക്കി പ്രൊഫസർക്ക് നൽകി. അതും പ്രൊഫസർ നിലവാരമില്ലെന്ന് പറഞ്ഞ് തിരിച്ചു നൽകുകയാണുണ്ടായത്.

ഇംഗ്ലീഷ് ഡിപ്പാർട്ട്മെന്റിൽ നിന്നും പകുതിക്ക് വെച്ച് പഠനം നിർത്തിയ ക്രിക്ടൺ ബയോളജിക്കൽ ആന്ത്രോപ്പോളജിയിൽ പഠനം പുനരാരംഭിച്ചു. അതിൽ ഹരം കയറിയാണ് പിന്നീട് അദ്ദേഹം പഠനത്തിനായി മെഡിക്കൽ കോളേജിലെത്തുന്നത്.

വൈദ്യശാസ്ത്രത്തിന്റെ സൂക്ഷ്മതലങ്ങൾ ഗ്രഹിക്കുകയെന്നതല്ലാതെ അത് പ്രാക്ടീസ് ചെയ്യാനുള്ള ആഗ്രഹം തനിക്കൊരിക്കലും ഉണ്ടായിട്ടില്ലെന്നാണ് അദ്ദേഹം പറഞ്ഞിട്ടുള്ളത്. മെഡിസിൻ ബിരുദാനന്തര പഠനം

പൂർത്തിയാക്കിയ വർഷം 'A Case of need' എന്ന തന്റെ നോവലിന് പ്രശസ്തമായ എഡ്ഗാർ അവാർഡ് അദ്ദേഹത്തിന് ലഭിച്ചു. അതോടെ, മെഡിസിൻ പ്രാക്ടീസ് ചെയ്യാനുള്ള റജിസ്ട്രേഷൻ പോലുമെടുക്കാതെ മുഴുവൻ സമയം സാഹിത്യത്തിലേക്കു തിരിയുകയായിരുന്നു ക്രിക്ടൺ.

മനുഷ്യ ശരീരത്തെക്കുറിച്ചും വൈദ്യസങ്കേതങ്ങളെക്കുറിച്ചും ആധുനിക ഉപകരണങ്ങളെക്കുറിച്ചുമെല്ലാം ആഴത്തിൽ പഠിക്കാനും അതിലൂടെ തന്റെ ഭാവനാ ലോകത്തിന് കൂടുതൽ കൃത്യത പകരാനും മെഡിക്കൽ പഠനം അദ്ദേഹത്തെ സഹായിച്ചു. Odds on, Scratchone, Easy go തുടങ്ങിയ നോവലുകൾ അദ്ദേഹത്തിന്റെ ശ്രദ്ധേയമായ ആദ്യകാല രചനകളാണ്. ഓരോ വർഷവും മൂന്നും നാലും നോവലുകളാണ് അദ്ദേഹത്തിന്റേതായി പുറത്തുവന്നിട്ടുള്ളത്. മൈക്രോബയോളജിയിലെയും പാത്തോളജിയിലെയും സൂക്ഷ്മാംശങ്ങളെ അതീവ വൈദഗ്ധ്യത്തോടെ കഥയിൽ കണ്ണിചേർക്കുന്നതിൽ സവിശേഷ കഴിവാണ് അദ്ദേഹം കാഴ്ചവെച്ചത്.

1969 പുറത്തിറങ്ങിയ The Andromedastrain എന്ന നോവൽ അദ്ദേഹത്തിന്റെ സാഹിത്യജീവിതത്തിലെ വഴിത്തിരിവായി. അന്യഗ്രഹത്തിൽ നിന്നു വന്ന ഒരു സൂഷ്മാണു, മനുഷ്യ രക്തം കട്ടപിടിപ്പിക്കുന്ന കഥ പറഞ്ഞ ഈ നോവൽ വായനക്കാരെ നന്നായി രസിപ്പിച്ചു. 1971 ഇത് ചലച്ചിത്രമായി. ഇതിന്റെ ചുവടുപിടിച്ച് പുറത്തിറങ്ങിയ അദ്ദേഹത്തിന്റെ ഓരോ നോവലും അക്കാലത്തെ ബെസ്റ്റ് സെല്ലറുകളായി.

1990 ആണ് ക്രിക്ടന്റെ ജൂറാസിക്പാർക്ക് പ്രസിദ്ധീകരിക്കപ്പെട്ടത്. നവീന സാങ്കേതിക വിദ്യയിലൂടെ ദിനോസറുകൾ പുന:സൃഷ്ടിക്കപ്പെടുന്ന കഥ പറഞ്ഞ ജൂറാസിക്പാർക്ക് ലോകമാകെ സ്വീകരിച്ചത് സ്റ്റീവൻ സ്പിൽ ബെർഗ്ഗിന്റെ സിനിമയിലൂടെയാണ്. ഒന്നര മില്യൺ ഡോളറാണ് ക്രിക്ടൺ ഈ കഥയ്ക്ക് പ്രതിഫലം വാങ്ങിയതത്രേ. തിരക്കഥാ കൃത്തും സംവിധായകനുമായൊക്കെയായി വേഷമണിഞ്ഞിട്ടുണ്ട് ക്രിക്ടൺ.

അഭിപ്രായ സ്വാതന്ത്ര്യത്തിന്റെയും മനുഷ്യാവകാശത്തിന്റെയും ശബ്ദം

മെഡിക്കൽ ബിരുദ ധാരിണിയാണെങ്കിലും ഒരു ഡോക്ടറുടെ മേലങ്കിയില്ലാതെ ഇസ്ലാം മതത്തിന്റെ കൊള്ളരുതായ്മകൾക്ക് എതിരെ തീവ്ര വിമർശനങ്ങൾ കൊണ്ടും ശക്തമായ ഫെമിനിസ്റ്റ് നിലപാടുകൾ കൊണ്ടും ലോകശ്രദ്ധയാകർഷിച്ച ബംഗ്ലാദേശി എഴുത്തുകാരിയാണ് തസ്ലീമ നസ്രിൻ.

ഢാക്ക യൂണിവേഴ്സിറ്റിയിലെ മൈമൻസിംങ് മെഡിക്കൽ കോളേജിൽ നിന്നുമാണ് അവർ എം.ബി.ബി.എസ്. നേടിയത്. അവിടുത്തെ 'ഷെ ജൂതി' എന്ന പ്രാദേശിക മാസികയിൽ കവിതകൾ എഴുതിക്കൊണ്ടാണ് അവർ തന്റെ സാഹിത്യ ജീവിതം ആരംഭിക്കുന്നത്. ബിരുദാനന്തരം, ഢാക്ക മെഡിക്കൽ കോളേജ് ആശുപത്രിയിലെ ഗൈനക്കോളജി വിഭാഗത്തിൽ പ്രാക്ടീസ് ആരംഭിച്ചപ്പോൾ അവിടെ കണ്ട സ്ത്രീകളുടെ പൊള്ളുന്ന ജീവിത യാഥാർത്ഥ്യങ്ങളിൽ നിന്നുമാണ് തസ്ലീമ തന്റേതായ നിലപാടുകളിലേക്ക് വരുന്നത്.

മതഗ്രന്ഥങ്ങളിലും പ്രഭാഷണങ്ങളിലും ഉയർത്തിക്കാട്ടിയ ജീവിത മൂല്യങ്ങളോ ധാർമ്മിക ചിന്തകളോ ഒന്നും ബംഗ്ലാദേശിലെ മുസ്ലീം സമൂഹത്തിൽ പാലിയ്ക്കപ്പെട്ടില്ല. ബലാത്സംഗത്തിനിരയായി ആരുടെയൊക്കെയോ കുട്ടികളെ പ്രസവിക്കാൻ വിധിക്കപ്പെട്ട അനാഥകളായ മുസ്ലീം യുവതികൾ, പ്രസവമുറിയിൽ, കുട്ടി പെണ്ണാണെന്നറിയുമ്പോൾ ഉയർന്ന് കേൾക്കുന്ന ശകാരങ്ങൾ, കരച്ചിലുകൾ.... നിരന്തരം ഇതുതന്നെ കേൾക്കേണ്ടി വന്ന ഒരു സ്ത്രീ തന്റെ ഡോക്ടർ എന്ന സ്വത്വത്തിനു മേലെ മതത്തിന്റെയും ലിംഗനീതിയുടെയും കെട്ടുപാടുകളെ പൊട്ടിച്ചെറിഞ്ഞ് ഭാഷയുടെയും എഴുത്തിന്റെയും വഴികളിലൂടെ ലോകത്തോട് പോരാടാൻ തീരുമാനിക്കുകയായിരുന്നു. ഈ സ്വാതന്ത്ര്യ പ്രഖ്യാപനം അവിടുത്തെ യാഥാസ്ഥിതികരെ മാത്രമല്ല, ലോകത്തിന്റെ വിവിധ കോണുകളിലെ മതതീവ്രവാദികളെയും ചൊടിപ്പിച്ചു.

മതത്തിനും തീവ്രവാദത്തിനുമെതിരായുള്ള ലേഖനങ്ങളുമായി തുടങ്ങിയ അവരുടെ എഴുത്തുകൾ തീഷ്ണമായ വാക്കുകൾ കൊണ്ടലങ്കരിച്ച കവിതകളായും ചെറുകഥകളായും പുറത്തുവന്നു. ഇതിന്റെ ഏറ്റവും ശക്തമായ വിസ്ഫോടനമായിരുന്നു 1993 പുറത്തിറങ്ങിയ 'ലജ്ജ' എന്ന നോവൽ. മുസ്ലീം സമൂഹത്തിന്റെ പീഡനങ്ങൾക്കെതിരെ ചെറുത്തുനിക്കുന്ന ഒരു ഹിന്ദു കുടുംബത്തിന്റെ കഥയിലൂടെ യാഥാസ്ഥിതിക മുസ്ലീങ്ങളുടെ കപടമുഖം ഇതിൽ തുറന്നുകാട്ടപ്പെട്ടു. ഇസ്ലാം തത്വചിന്തകളെയും പണ്ഡിതരുടെ കാഴ്ചപ്പാടുകളെയുമൊക്കെ വിമർശിക്കാൻ തുടങ്ങിയതോടെയാണ് തസ്ലീമ ബംഗ്ലാദേശിലെ മുസ്ലീം മത മൗലികവാദികളുടെയും കണ്ണിലെ കരടായത്. നിരവധി ശാരീരിക പീഡനങ്ങൾക്കും അവർ വിധേയരായി. ഗവൺമെന്റ് അവരുടെ പുസ്തകം നിരോധിക്കുകയും തീവ്രവാദികൾ അവരുടെ തലയ്ക്ക് വില പറയുകയും ചെയ്തതോടെ 1994 മെഡിക്കൽ പ്രാക്ടീസ് അവസാനിപ്പിച്ച് അവർ സ്വീഡനിലേക്ക് പലായനം ചെയ്തു. 2004 മുതൽ 2007 വരെ കൽക്കട്ടയിൽ അഭയം തേടിയ അവർ പല ഇന്ത്യൻ പത്രങ്ങളിലും അക്കാലത്ത് എഴു

തിയിരുന്നു. അഭിപ്രായ സ്വാതന്ത്ര്യത്തിന്റെയും മനുഷ്യാവകാശത്തിന്റെയും ധാർമ്മിക ചിന്തകൾ അവരുടെ ബോധത്തിലിഴ ചേർത്തതിൽ ചെറുതല്ലാത്ത ഒരു സ്ഥാനം വൈദ്യശാസ്ത്രത്തിന്റെ നൈതിക വിചാരങ്ങൾക്കും ഉണ്ടെന്ന് ഉറപ്പാണ്.

കുറ്റബോധത്തിൽ നിന്നുയരുന്ന ആയിരം സൂര്യന്മാർ

"കാബൂളിൽ ഞങ്ങൾക്ക് ഒരുപാട് ബന്ധുക്കളും സുഹൃത്തുക്കളുമൊക്കെ ഉണ്ടായിരുന്നു. റഷ്യൻ അധിനിവേശകാലത്തും തുടർന്ന് താലിബാൻ ഭരണകാലത്തുമൊക്കെയായി എത്രയോ പേരാണ് പീഡനങ്ങൾക്കും ക്രൂരമായ വധശിക്ഷകൾക്കും വിധേയരായത്. നിരവധിപേർ ജയിലിലായി. കുറെപ്പേർ എവിടേക്കെന്നില്ലാതെ പലായനം ചെയ്തു. കുട്ടികളായ ഞങ്ങൾക്ക് ഭയമായിരുന്നെങ്കിലും ആ കലാപ ഭൂമിയിലൂടെ അന്ന് പട്ടംപറത്തിക്കൊണ്ട് ഓടുമായിരുന്നു ഞങ്ങളെല്ലാം."

The Kite runner (2003) A Thousand Splended suns (2007) And the mountains echoed (2013) എന്നീ മൂന്ന് നോവലുകളിലൂടെ ലോകമാകെയുള്ള വായനക്കാരുടെ ഹൃദയത്തിലിടം നേടിയ അഫ്ഗാൻ നോവലിസ്റ്റ് ഖാലിദ് ഹൊസൈനി, ബിബിസി ചാനലിൽ ഒരു ഇന്റർവ്യൂവിൽ ഇത് പറഞ്ഞു നിർത്തുമ്പോൾ ആ കണ്ണുകളെ കുറ്റബോധത്തിന്റെ ഒരു കണ്ണീർപ്പാട വന്ന് മറച്ചിരുന്നു. തന്റെ പതിനൊന്നാം വയസ്സിൽ അച്ഛനുമമ്മയ്ക്കുമൊപ്പം സുരക്ഷിത സങ്കേതം തേടി ഫ്രാൻസിലേക്കും പിന്നീട് അമേരിക്കയിലേക്കും പലായനം ചെയ്യേണ്ടി വന്നു അദ്ദേഹത്തിന്. കൂടെയുണ്ടായിരുന്ന ഒരുപാട് ബന്ധുക്കളെയും സുഹൃത്തുകളെയും അഫ്ഗാന്റെ ക്രൂരതകളിൽ തനിച്ചാക്കി പോരേണ്ടി വന്നതിന്റെ കുറ്റബോധം എല്ലായ്പ്പോഴും അദ്ദേഹം പങ്കുവെച്ചു.

അഭയാർത്ഥിയായി എത്തപ്പെട്ട ഇടങ്ങളിൽ നിന്നാണ് അദ്ദേഹം വിദ്യാഭ്യാസം നേടിയത്. കാലിഫോർണിയ യൂണിവേഴ്സിറ്റിക്ക് കീഴിലുള്ള സാന്റിയാഗോ സ്കൂൾ ഓഫ് മെഡിസിനിൽ നിന്നാണ് വൈദ്യത്തിൽ ബിരുദവും ബിരുദാനന്തര ബിരുദവും അദ്ദേഹം നേടിയത്. പത്ത് വർഷത്തോളം ലോസ് ആഞ്ചലസിൽ പ്രാക്ടീസ് ചെയ്തു. കൈറ്റ് റണ്ണർ പ്രസിദ്ധീകരിച്ച് ഏകദേശം രണ്ട് വർഷം കഴിഞ്ഞതോടെ വൈദ്യം പൂർണ്ണമായും ഉപേക്ഷിച്ച് സാഹിത്യ തപസ്സിലേക്ക് തിരിയുകയായിരുന്നു ഹൊസൈനി.

അസാധാരണമായ ഭാഷാനൈപുണ്യത്തോടെ അവതരിപ്പിക്കപ്പെട്ട അദ്ദേഹത്തിന്റെ കഥകൾ അഫ്ഗാനിസ്ഥാനിലെ താലിബാൻ ഭീകരത മുഴുവൻ വായനക്കാരുടെ കൺമുന്നിലെത്തിച്ചു. നോവലുകൾ പോലെ

ഹൃദ്യമാണ് അദ്ദേഹത്തിന്റെ ഓർമ്മകുറിപ്പുകളും അഭിമുഖങ്ങളും. റൂമിയുടെയും ഒമർഖയാമിന്റെയും സൂഫിക്കവിതകൾ കേട്ട് വളർന്ന ബാല്യവും അധിനിവേശത്തിന് മുമ്പുള്ള മനോഹരമായ അഫ്ഗാനിസ്ഥാനും അവിടുത്തെ നിഷ്കളങ്കരായ ഗ്രാമീണരുമൊത്തുള്ള ജീവിതവുമൊക്കെ അദ്ദേഹത്തിന്റെ ഓർമ്മകളിൽ സജീവമാണ്.

ജീവസ്സുറ്റ ഈ ഓർമ്മകളിലേക്കാണ് അധിനിവേശത്തിന്റെ മണൽക്കാറ്റ് വീശുന്നതും പിന്നീട് താലിബാൻ ക്രൂരതകൾ ഇരുൾ പരത്തുന്നതും. നിലനിൽപ്പിന് വേണ്ടി പലായനം ചെയ്യേണ്ടി വന്നുവെങ്കിലും ഔപചാരിക വിദ്യാഭ്യാസത്തിനും വൈദ്യശാസ്ത്ര പഠനത്തിനും ശേഷം ആ ഓർമ്മകളിലേക്ക് തന്നെ തിരിച്ചുപോകുന്ന ഹൊസൈനിയെയാണ് നാം കാണുന്നത്. ലക്ഷക്കണക്കിന് രൂപ പ്രതിഫലം പറ്റുന്ന മെഡിക്കൽ സ്പെഷിലിസ്റ്റിന്റെ ജോലിയിൽ തുടരാതെ യുനൈറ്റഡ് നാഷണൻസിന്റെ അഭയാർത്ഥി ക്യാമ്പിൽ ഹൈക്കമ്മീഷണറായി ഉദ്യോഗം നിർവ്വഹിക്കുകയാണദ്ദേഹം.

മസ്തിഷ്ക പര്യടനത്തിന്റെ എഴുത്തുകാരൻ

മുമ്പുതന്നെ സാഹിത്യ വാസനയുള്ള ഒരാൾ, വൈദ്യശാസ്ത്ര പഠനം കൊണ്ടു നേടുന്ന സാങ്കേതികത്തികവുകളും ചേർന്നാണ് ഡോക്ടർ എഴുത്തുകാരിൽ പല പ്രതിഭകളും ഉരിത്തിരിഞ്ഞിട്ടുള്ളത്. തങ്ങളുടെ കൃതികളിൽ വൈദ്യവുമായി ബന്ധപ്പെട്ട ചുരുക്കം ചില പരാമർശങ്ങൾ മാത്രം നടത്തിയവരും അതൊന്നുമില്ലാതെ പൂർണ്ണമായും സർഗ്ഗാത്മക സാഹിത്യ മേഖലയിൽ വ്യാപരിച്ചവരുമുണ്ട്. എന്നാൽ എഴുത്ത് എന്ന മാധ്യമത്തെ, താൻ വ്യാപരിക്കുന്ന വൈദ്യമേഖലയുടെ ജനകീയ വ്യാപനത്തിന് ഉപയോഗപ്പെടുത്തിയ ചില എഴുത്തുകാരുമുണ്ട്. അക്കൂട്ടത്തി പ്രധാനപ്പെട്ട ഒരാളാണ് ഡോ. വി.എസ്. രാമചന്ദ്രൻ.

മനുഷ്യ ശരീരം ഒട്ടനവധി നിഗൂഢതകളുടെ കലവറയാണ്. ഈ രഹസ്യങ്ങൾ അറിയാനുള്ള സാധാരണക്കാരന്റെ ആഗ്രഹങ്ങൾ പലപ്പോഴും സാങ്കേതിക പദങ്ങളുടെ സങ്കീർണ്ണതകളിൽ കുരുങ്ങി പിൻവലിഞ്ഞ് പോകാറാണ് പതിവ്. അതിന് വിപരീതമായി മനുഷ്യശരീരത്തിന്റെ പ്രത്യേകിച്ച് മസ്തിഷ്ക്കത്തിന്റെ പ്രവർത്തനത്തെക്കുറിച്ച് ഒരു യാത്രാവിവരണം പോലെ വായിച്ചു പോകാവുന്ന ഗ്രന്ഥങ്ങളാണ് തമിഴ്നാട്ടുകാരനായ ഈ കാലിഫോർണിയ പ്രൊഫസർ എഴുതിയിട്ടുള്ളത്. Phantoms in the Brain (1998) A brief tour of human consionsness (2004) The tell tele Brain (2010) എന്നിവയാണ് ഇദ്ദേഹത്തിന്റെ പ്രധാന

പുസ്തകങ്ങൾ. തമിഴ്നാട്ടിൽ നിന്ന് വൈദ്യശാസ്ത്രബിരുദവും കാംബ്രിഡ്ജ് യൂണിവേഴ്സിറ്റിയിൽ നിന്ന് ഉപരിപഠനവും കഴിഞ്ഞ് ഇപ്പോൾ കാലിഫോർണിയ യൂണിവേഴ്സിറ്റിയിൽ പ്രൊഫസറായി ജോലി നോക്കുകയാണിദ്ദേഹം. നിരവധി പ്രശസ്തരുമായി ചേർന്ന് മസ്തിഷ്ക്ക രഹസ്യങ്ങളെക്കുറിച്ച് നിരന്തരം ഗവേഷണ പ്രവർത്തനങ്ങൾ നടത്തുന്നതിനിടയിൽ ഈ രഹസ്യങ്ങളെ വെറുമൊരു ഗവേഷണ പ്രബന്ധത്തിലൊതുക്കാതെ സാധാരണക്കാർക്ക് പോലും മനസ്സിലാകുന്ന ഭാഷയിൽ അവതരിപ്പിക്കാൻ കൂടി ഇദ്ദേഹം സമയം കണ്ടെത്തുന്നു.

ദുരിതങ്ങളുടെ സാമ്രാട്ടിനെക്കുറിച്ച്

ആധുനിക വൈദ്യലേഖകരിൽ ഏറെ ശ്രദ്ധേയനായ ഇന്ത്യൻ അമേരിക്കൻ എഴുത്തുകാരനാണ് ഡോ. സിദ്ധാർത്ഥ മുഖർജി. ലോക പ്രശസ്തനായ കാൻസർ ഗവേഷകനെന്ന നിലയിൽ നിരവധി ഗവേഷണ പ്രൊജക്ടുകൾക്ക് നേതൃത്വം കൊടുത്തിട്ടുണ്ട് ഇദ്ദേഹം. മനുഷ്യ ലോകത്തിലാകെ ഭീതിവിതച്ചുകൊണ്ട് പിടികിട്ടാത്ത ചോദ്യങ്ങളുമായി ഇന്നും പെരുകി വരുന്ന കാൻസറിന്റെ ചരിത്രവും വർത്തമാനവും പഠനവിധേയമാക്കപ്പെടുന്ന 'ദ എംപറർ ഓഫ് ഓൾ മെലഡീസ്' എന്ന ഇദ്ദേഹത്തിന്റെ പുസ്തകം ഇതിനോടകം ലോകശ്രദ്ധ നേടിക്കഴിഞ്ഞു. 2011 ലെ പുലിറ്റ്സർപ്രൈസ് ഈ പുസ്തകം നേടി.

സ്റ്റാൻഫോർഡ് യൂണിവേഴ്സിറ്റിയിൽ ജീവശാസ്ത്രവും ഹാർവാർഡ് യൂണിവേഴ്സിറ്റിയിൽ വൈദ്യശാസ്ത്രവും അഭ്യസിച്ച ഇദ്ദേഹം ഒരു മൈക്രോ ബയോളജിസ്റ്റിന്റെ സൂക്ഷ്മതയോടേയും ചരിത്രകാരന്റെ നിരീക്ഷണബുദ്ധിയുടേയും ആത്മകഥാകാരന്റ അഭിനിവേശത്തോടെയുമാണ് കാൻസർ എന്ന രോഗത്തെ ഈ പുസ്തകത്തിൽ അവതരിപ്പിച്ചിരിക്കുന്നത്. 1923 ന് ശേഷം ഇംഗ്ലീഷിൽ എഴുതപ്പെട്ട നൂറ് പ്രശസ്ത നോൺഫിക്ഷൻ പുസ്തകത്തിൽ ഒന്നായി ടൈം മാഗസിനും ന്യൂയോർക്ക് ടൈംസ് മാഗസിനും ഈ പുസ്തകം തെരഞ്ഞെടുക്കുകയുണ്ടായി. നിരന്തരമായ ശാസ്ത്രാന്വേഷണത്തിലൂടെ വളർന്നു വരുന്ന ആധുനിക വൈദ്യത്തിന്റെ നീതിശാസ്ത്രത്തേയും നിയമങ്ങളേയും കുറിച്ച് സാമാന്യ ജനങ്ങൾക്ക് അറിവു പകരുന്ന The gene-Anintimate history എന്ന ഏറ്റവും പുതിയ പുസ്തകവും ശ്രദ്ധേയമായിക്കൊണ്ടിരിക്കുകയാണ്.

മരണമെത്തുന്ന നേരത്ത്

നിരവധി മരണങ്ങൾക്ക് സാക്ഷിയാകേണ്ടി വരുന്നവരാണെങ്കിൽ

പ്പോലും സ്വന്തം മരണം കൺമുന്നിൽ വന്നു നില്ക്കുമ്പോൾ ഒരു ഡോക്ടറുടെ മാനസീകാസ്ഥ എന്തായിരിക്കുമെന്നതിന്റെ നേർ വിവരണമാണ് ഡോ. പോൾ കലാനിധിയുടെ When breath becomes air. ആത്മകഥയെന്ന സാഹിത്യ ശാഖയിൽ ഒരു പാടു ഡോക്ടർമാർ സ്വന്തം ജീവിതം പകർത്തി വെച്ചിട്ടുണ്ടെങ്കിലും ഇത്തരമൊരു ഗ്രന്ഥം ആദ്യത്തേതാണ്. ശ്വാസകോശാർബുദം ബാധിച്ച് മരണത്തിനു കീഴടങ്ങിയ ഡോ. കലാനിധി, രോഗം തിരിച്ചറിഞ്ഞതു മുതൽ മരിക്കുന്നതിനു തൊട്ടുമുമ്പു വരെ ജീവിതത്തെ അഭിമുഖീകരിച്ചതിന്റെ നാൾവഴികളാണ് ഈ പുസ്തകം പങ്കുവെയ്ക്കുന്നത്.

ദീർഘകാലം നീണ്ട ന്യൂറോ സർജറി പഠനത്തിനുശേഷം ഒരു പാടു സ്വപ്നങ്ങളുമായി ജീവിതമാരംഭിക്കാനിരിക്കേയാണ് തന്നെ പിടികൂടിയ രോഗത്തിന്റെ ഗുരുതരാവസ്ഥ അദ്ദേഹം മനസ്സിലാക്കുന്നത്. ആരുമൊന്ന് പതറിപ്പോയേക്കാവുന്ന ജീവിതയാഥാർത്ഥ്യത്തിനുമുന്നിൽ സധൈര്യം പിടിച്ചു നില്ക്കാനും പ്രിയതമയോടും കുടുംബത്തോടുമൊപ്പം അവശേഷിച്ച നാളുകൾ ആനന്ദകരമായി ചെലവിടാനും അദ്ദേഹത്തിനു സാധിക്കുന്നു.

യഥാർത്ഥത്തിൽ, ഇംഗ്ലീഷ് സാഹിത്യത്തിൽ താല്പര്യമുണ്ടായിരുന്ന കലാനിധി, ഒരു സാഹിത്യകാരനാവുകയെന്ന ഉദ്ദേശത്തോടെയാണ് ഇംഗ്ലീഷിൽ ബിരുദം നേടുന്നത്. മനസ്സ് എന്ന അമൂർത്ത സങ്കല്പത്തെക്കുറിച്ച് പഠിച്ച്, ഒടുവിൽ തലച്ചോറിലേക്കും കുട്ടികളുടെ തലച്ചോറിന്റെ വൈകല്യത്തിലേക്കുമൊക്കെയെത്തി. അതിൽ തനിക്കെന്തെങ്കിലും ചെയ്യാനാകുമോ എന്ന അന്വേഷണത്തിന്റെ ഭാഗമായാണ് വൈദ്യശാസ്ത്രപഠനത്തിലേക്കദ്ദേഹമെത്തുന്നത്. ആദ്യം മുതൽ അവസാനം വരെ ശ്വാസമടക്കിപിടിച്ച് വായിക്കാനും ഒടുവിൽ ഒരു ദീർഘനിശ്വാസത്തോടെ പുസ്തകം മടക്കിവെച്ച് ജീവിതത്തിന്റെ അനിശ്ചിതത്വത്തെക്കുറിച്ച് ആലോചിക്കാനും തങ്ങൾക്കു ലഭിച്ച ജീവിതത്തിന്റെ ഭാഗ്യമോർത്ത് ആരോടൊക്കേയോ നന്ദി പറയാനുമൊക്കെ തോന്നിപ്പോകും When breath becomes air വായിക്കുന്ന ഓരോ വായനക്കാരനും. ഇനിയുമുണ്ട്. പറഞ്ഞാൽതീരാത്തത്ര വൈദ്യ-സാഹിത്യകാരൻമാർ. സോമർസെറ്റ് മോഘം, സിഗ്മണ്ട് ഫ്രോയ്ഡ്,ജോൺകീറ്റ്സ്, ഒലിവർ സാക്സ്, എന്നിങ്ങനെ തുടങ്ങി അതുൽ ഗവാൻഡേയിലും അബ്രഹാം വർഗ്ഗീസിലുമൊക്കെയെത്തി നില്ക്കുന്ന ലോകസാഹിത്യത്തിലെ എഴുത്തുകാരുണ്ട്. ഓരോരുത്തരുടേയും കൃതികളുടെ സവിശേഷതകൾ പഠനവിധേയമാക്കിയാൽ അതുതന്നെ വലിയൊരു പുസ്തകമാക്കാനുള്ള വകയുണ്ട്. ഇന്ത്യൻ വൈദ്യസാഹിത്യ-പ്രതിഭകളാണെങ്കിൽ ദീപക്

ചോപ്രയും ബി.എം. ഹെഗ്ഡേയും എം.എസ് വല്യത്താനുമൊക്കെയടങ്ങുന്ന വലിയൊരു നിര വേറേയുണ്ട്. മലയാളത്തിലാണെങ്കിൽ ഡോ. കെ. രാജശേഖരൻ, വൈദ്യഭൂഷണം കെ.രാഘവൻ തിരുമുല്പാട്, പുനത്തിൽ കുഞ്ഞബ്ദുള്ള, ഡോ.ഖദീജ മുംതാസ്, ഡോ. ബി. ഇക്ബാൽ, ഡോ. സുഗതൻ, ഡോ.ഷേർളി വാസു, ഡോ. വി.പി. ഗംഗാധരൻ, ഡോ. പി.കെ. ആർ. വാരിയർ, എന്നു തുടങ്ങിവരൊക്കെ മികച്ച പുസ്തകങ്ങളെഴുതിയവരാണ്. ഇതോടു കൂട്ടിച്ചേർക്കാൻ ഇനിയും എത്രയോ പേരുകൾ ബാക്കിയാണ്.

ഡോക്ടർമാരല്ലാത്തവരുടെ വൈദ്യസംബന്ധമായ രചനകൾ വേറൊരു ഭാഗത്തുണ്ട്. തോമസ് മന്നിന്റെ മാജിക് മൗണ്ടനും ആൽബർട്ട് കമുവിന്റെ ദ പ്ലേഗും താരാശങ്കർബാനർജിയുടെ ഇന്ത്യൻ ക്ലാസിക്കായ ആരോഗ്യനികേതനവുമൊക്കെ ഇക്കൂട്ടത്തിൽ പെടും. ഇവയെല്ലാം കാലത്തെ അതിജീവിച്ച ലോകസാഹിത്യരചനകളാണെന്നനിലയിൽ ഓരോ തലമുറയിലേക്കും സഞ്ചരിക്കുന്നു.

പുനത്തിൽ കുഞ്ഞബ്ദുള്ളയുടെ മരുന്നിന് ഡോ. വി.രാജകൃഷ്ണനെഴുതിയ അവതാരികയിലെ അവസാനവരികളിങ്ങനെയാണ് - 'രോഗം ജീവിതത്തിന്റെ രാത്രിഭാഗമാണ്... ശൂന്യതയിലേക്ക് നീണ്ടുചെല്ലുന്ന മനുഷ്യാസ്തിത്വത്തിന്റെ ഭൂഗർഭപാതയാണ്. അതിലൂടെയുള്ള അവസാനിക്കാത്ത യാത്ര സമ്മാനിക്കുന്ന മടുപ്പും ക്ലേശവും-പിന്നെ ഇത്തിരി ചാരിതാർത്ഥ്യവും നിറഞ്ഞ അനുഭവങ്ങൾ മഹത്തായ ഒരു കലാസൃഷ്ടിയുടെ വിഭവങ്ങളായി പരിണമിക്കുന്നതാണ്.'

വാല്ക്കഷണം

ഈയിടെ ഫേർമിംഗ് ടൺ യൂനിവേഴ്സിറ്റിയിൽ എഴുത്തുകാരായ ഡോക്ടർമാർക്കു വേണ്ടി നടന്ന ഒരു കോൺഫറൻസിൽ അദ്ധ്യക്ഷൻ, ഡോ. റിച്ചാർഡ് റാറ്റ്സൺ ശ്രദ്ധേയമായ ഒരു ചോദ്യം ചോദിച്ചു.—

വായനക്കാരുടെ ഭാഗത്തുനിന്ന് നിങ്ങൾ ആലോചിച്ചിട്ടുണ്ടോ. എന്തുകൊണ്ട് വൈദ്യസംബന്ധമായ കഥകൾക്ക് വായനക്കാർ കൂടുന്നുവെന്ന്?.

ഉത്തരങ്ങൾ നിരവധി ഉയർന്നുവന്നെങ്കിലും ഏറ്റവും ശ്രദ്ധേയമായത് ഇങ്ങനെയായിരുന്നു.

"ഓരോരുത്തർക്കും സ്വയമാശ്വസിക്കണമെങ്കിൽ അവനവന്റെ മുറിവിനേക്കാൾ വലിയൊരു മുറിവിനെ തിരിച്ചറിയുവാനുള്ള എന്തെങ്കിലും അവസരമുണ്ടാക്കി കൊടുത്താൽ മാത്രം മതി."

ആത്മവത്- വൈദ്യ നൈതികതയും ആയുർവേദ നിലപാടുകളും

'മരണ കാലം പറയുമ്പോൾ ആദ്യം തന്നെ മനസ്സിൽ പരമാനന്ദ മാധവനെ വിചാരിക്കണം. ചില സന്ദർഭങ്ങളിൽ ചോദിക്കാതെ തന്നെ പറയേണ്ടിവരും. രോഗി കർമ്മിയും ധനികനും ആണ്, കുടുംബത്തിലോ സമുദായത്തിലോ ധാരാളം പ്രവർത്തനങ്ങളുമായി ബന്ധപ്പെട്ടയാളാണ്, വളരെ പേരുടെ ആശ്രയമാണ് എങ്കിൽ തീർച്ചയായും പറയണം. അയാളുടെ ബന്ധുക്കളോടും സ്നേഹിതരോടും. കാരണം, അയാളുടെ മരണം കൊണ്ട് അനേകം കാര്യങ്ങളും അനേകം ആളുകളും കുഴപ്പത്തിലാകും. കാര്യം അറിയാൻ കഴിഞ്ഞാൽ അവർക്ക് സാധ്യമായ പ്രതിവിധികൾ എല്ലാം ചെയ്യാമല്ലോ.'

- ആരോഗ്യനികേതനം

ഡോക്ടർ തന്റെ രോഗിയോട് കളവു പറയുന്നത് എപ്പോഴാണ് തെറ്റല്ലാതാകുന്നത്? ഡോക്ടറുടെ നിർദ്ദേശങ്ങൾ രോഗി അനുസരിക്കാതിരിക്കേണ്ടത് എപ്പോഴാണ്? രോഗിയുടെ ആരോഗ്യത്തിനാണോ മാന്യതയ്ക്കാണോ ഡോക്ടർ മുൻതൂക്കം കൊടുക്കേണ്ടത്? രോഗിയായ സ്ത്രീയോട് പുരുഷ ഡോക്ടർ ഇടപെടുമ്പോൾ പാലിക്കേണ്ട മര്യാദകൾ എന്തൊക്കെയാണ്? രോഗികളോട് ഡോക്ടർ എത്ര ഫീസ് വാങ്ങാം? വൈദ്യത്തെയും സമൂഹത്തെയും പരസ്പരം ബന്ധിപ്പിക്കുന്ന ഇത്തരം ചോദ്യങ്ങൾ പൊതുവേ എല്ലാകാലത്തും ചർച്ചാവിഷയങ്ങളായിട്ടുള്ളതാണ്. സംസ്കാരങ്ങളിലും സാമൂഹിക ബന്ധങ്ങളിലും അടിമുടി പരിഷ്കാരം വന്നുകഴിഞ്ഞ വർത്തമാന സാഹചര്യത്തിലും ഇത്തരം ചോദ്യങ്ങൾ പ്രസക്തമാകുന്നത്, ജനജീവിതത്തെ അത്രമേൽ സ്വാധീനിക്കുന്ന ആരോഗ്യമേഖലയിലെ ശരിതെറ്റുകളെക്കുറിച്ച് സമൂഹം ഗൗരവപൂർവ്വം ചിന്തിക്കുന്നതുകൊണ്ടാണ്.

ഡോക്ടർമാർക്കും ആശുപത്രികൾക്കും മരുന്നു കമ്പനികൾക്കുമൊക്കെ എതിരെയുള്ള കേസുകൾ പെരുകി വരികയാണ്. പ്രത്യക്ഷത്തിൽ ത്തന്നെ വൈദ്യരംഗത്തെ അധാർമ്മികതയെന്ന് വിധിയെഴുതാവുന്നവ

തൊട്ട് ആശുപത്രി മാനേജ്മെന്റിന്റെയും ഡോക്ടർമാരുടെയും അശ്രദ്ധ കൊണ്ട് സംഭവിച്ചവ വരെയുണ്ട് ഇക്കൂട്ടത്തിൽ. 2017 ൽ ഖോരക്പൂർ മെഡിക്കൽ കോളേജിൽ നിരവധി കുട്ടികൾ ഓക്സിജൻ കിട്ടാതെ മരിക്കാനിടയായ കഫീൻ ഖാൻ കേസ് രാഷ്ട്രീയ മാനങ്ങളിൽ ചൂടുപിടിച്ചപ്പൊഴാണ് സമീപകാലത്ത്, ഇന്ത്യൻ പശ്ചാത്തലത്തിലെ വൈദ്യ നൈതികത ഒരു ചർച്ചാ വിഷയമായത്.

ശാസ്ത്ര സാങ്കേതിക വിദ്യകളുടെ കൂട്ടുപിടിച്ച് മെഡിക്കൽ ടെക്നോളജിയിലും ബയോമെഡിക്കൽ രംഗത്തും അഭൂതപൂർവ്വമായ പുരോഗതിയാണ് കുറഞ്ഞ കാലത്തിനിടയിൽ സംഭവിച്ചിട്ടുള്ളത്. സ്വാഭാവികമായും ഈ വികസനത്തെ ലാഭവിഹിതത്തിന്റെ ഗ്രാഫ് ഉയർത്താനുള്ള ചവിട്ടുപടിയായിത്തന്നെ അതിനു പിന്നിലുള്ളവരും കാണുന്നു. എന്നാൽ, സമാന്തര സംരംഭങ്ങളായ മറ്റ് പല സാങ്കേതിക മേഖലകളിൽ നിന്നും വ്യത്യസ്തമായി, ഉദാത്തമായ ചില മാനുഷിക മൂല്യങ്ങൾ വൈദ്യരംഗം ഉയർത്തിപ്പിടിക്കുന്നുണ്ട്. അതു മറന്നു കൊണ്ടുള്ള വികസനങ്ങൾ സമൂഹത്തെ പ്രതികൂലമായാണ് ബാധിക്കുക എന്നത് കൊണ്ടു തന്നെ വൈദ്യമേഖലയിലും ചേർന്നു നിൽക്കുന്ന സംവിധാനങ്ങളിലുമെല്ലാം നിരന്തരം ചർച്ച ചെയ്യപ്പെടേണ്ട വിഷയം തന്നെയാണ് വൈദ്യ നൈതികത.മഹനീയമായ ഒരു ജീവകാരുണ്യ പ്രവൃത്തിയെന്ന നിലയിൽനിന്ന് ഒരു ശാസ്ത്രമായും വാണിജ്യമായും വൈദ്യം മാറിയപ്പോൾ അതിനെ നിയന്ത്രിക്കുന്ന നൈതിക പ്രമാണങ്ങൾക്ക് പുതിയ കാലത്ത് വന്ന പരിണാമങ്ങൾ സഗൗരവം വിശകലം ചെയ്യപ്പെടേണ്ടതുണ്ട്.

വൈദ്യമേഖലയ്ക്ക് ധാർമ്മികതയുമായുള്ള ബന്ധം ചരിത്രാതീത കാലം മുതൽക്കുള്ള താണെങ്കിലും വൈദ്യ നൈതികത (Medical ethics) എന്ന സാങ്കേതിക പദം രൂപപ്പെട്ടു വന്നിട്ട് രണ്ടു നൂറ്റാണ്ടുകളേ ആയിട്ടുള്ളൂ. ഇംഗ്ലീഷ് എഴുത്തുകാരനും ഡോക്ടറുമായ തോമസ് പെർസിവനാണ് ഇങ്ങനെയൊരു പദം ഉപയോഗിച്ചു തുടങ്ങിയത്. രണ്ടാം ലോകമഹായുദ്ധത്തിനു ശേഷം ഇത് ഏറെ ചർച്ച ചെയ്യപ്പെടുന്ന ഒരു വിഷയമായിത്തീർന്നു. മനുഷ്യാവകാശങ്ങൾക്ക് യാതൊരു പരിഗണനയും കൊടുക്കാതെ നാസി തടങ്കൽ പാളയങ്ങളിൽ നിരവധിപേർ മരുന്നു പരീക്ഷണങ്ങൾക്ക് വിധേയരായിട്ടുണ്ട്. അതിനെ ചോദ്യം ചെയ്തും വൈദ്യ നൈതികത ഉയർത്തിപ്പിടിച്ചും ശക്തമായ നീക്കങ്ങളുണ്ടായതിന്റെ ഫലമായിട്ടാണ് ന്യൂറൻബർഗ് കോഡും ഹെൽസിംകി ഡിക്ലറേഷനും മറ്റും ഉണ്ടായത്. കോൺസൺട്രേഷൻ ക്യാമ്പുകളിൽ നിരാലംബരായ തടവുപുള്ളികളെ മരുന്ന് കുത്തിവെച്ചും ഗ്യാസ് ചേമ്പറിൽ ചുട്ടെരിച്ചും രസി

ച്ച ഡോക്ടർമാർ വിചാരണ ചെയ്യപ്പെടുകയും ശിക്ഷയേറ്റു വാങ്ങുകയും ചെയ്തു.

മനുഷ്യരിൽ മരുന്നു പരീക്ഷണങ്ങൾ നടത്തുമ്പോൾ പാലിക്കേണ്ട മര്യാദകൾക്കാണ് ഈ നിയമാവലികൾ മുൻതൂക്കം നൽകിയതെങ്കിലും പൊതുവേ മെഡിക്കൽ എത്തിക്സിന്റെ ആധാരശിലയായി തന്നെ ഇവ കണക്കാക്കപ്പെടുന്നുണ്ട്. ഇതിലും എത്രയോ മുമ്പുണ്ടായിരുന്ന ഹിപ്പോക്രാറ്റിസിന്റെ തത്വങ്ങളും ക്രിസ്തീയ മത പ്രമാണങ്ങളും മറ്റും പാശ്ചാത്യ വൈദ്യത്തിന്റെ നീതി രേഖകളായി പരിഗണിക്കാറുണ്ട്. ഇന്ന് ആധുനിക മെഡിക്കൽ എത്തിക്സിന്റെ അടിസ്ഥാന സിദ്ധാന്തങ്ങളായി പറയപ്പെടുന്ന Autonomy (സ്വയം തീരുമാനമെടുക്കാനുള്ള രോഗിയുടെ അവകാശം) Beneficence (എപ്പോഴും രോഗിയുടെ ഉത്തമ താൽപര്യത്തിനു വേണ്ടി മാത്രം പ്രവർത്തിക്കുക) Nonmalefiscence (രോഗിക്ക് ദോഷം വരുത്തുന്ന ചികിത്സാ രീതിയിൽ നിന്ന് ഒഴിഞ്ഞു നിൽക്കുക) justice (സാമൂഹ്യനീതിയിലൂന്നിയ വിതരണം) എന്നീ തത്ത്വങ്ങൾ 1985 ൽ പ്രസിദ്ധീകരിച്ച പ്രിൻസിപ്പിൾസ് ഓഫ് ബയോമെഡിക്കൽ എത്തിക്സ് എന്ന പുസ്തകത്തിലാണ് ആദ്യമായി പരാമർശിക്കപ്പെട്ടത്. തോമസ് ബ്യൂചാംപും ജെയിംസ് ചിൽഡ്രസും ചേർന്നെഴുതിയ പ്രസ്തുത പുസ്തകം, നാല്പത് വർഷങ്ങളോളം അമേരിക്കയിലെ ചില നീഗ്രോകളിൽ നടത്തിയ മനുഷ്യത്വരഹിതമായ 'ടസ്കിജി സിഫിലിസ് പഠന'ങ്ങളുടെ അധാർമ്മികത പൊളിച്ചു കാണിക്കുന്നതായിരുന്നു. തുടർന്ന്, മേൽപ്പറഞ്ഞ അടിസ്ഥാന സിദ്ധാന്തങ്ങളുടെ വെളിച്ചത്തിൽ മാത്രമേ വൈദ്യരംഗത്തെ ഗവേഷണങ്ങളും പെരുമാറ്റങ്ങളും ആകാവൂ എന്ന നിയമവും വന്നു.

എന്നാൽ, ഇതിനേക്കാളൊക്കെ എത്രയോ ആഴത്തിൽ മാനവിക മൂല്യങ്ങളെ സ്പർശിക്കുന്നതും വളരെ സമഗ്രവുമായ നിലപാടുകൾ ഭാരതീയ വൈദ്യത്തിനുണ്ട്. ഇവ ഇന്നും വേണ്ടത്ര പഠനങ്ങൾക്കോ ചർച്ചകൾക്കോ വിധേയമായിട്ടില്ലെന്നു വേണം കരുതാൻ. ഈയൊരു ചിന്തയിൽ നടത്തിയ അന്വേഷണത്തിലാണ് ഡഗ്മാർ വുജാസ്റ്റിക് എന്ന ഇന്റോളജിസ്റ്റ് എഴുതിയ 'Well mannered medicine' എന്ന പുസ്തകം വായിക്കാനിടയായത്. ചരകസംഹിത, സുശ്രുത സംഹിത, അഷ്ടാംഗ ഹൃദയം, ഭാവപ്രകാശം, കാശ്യപസംഹിത തുടങ്ങിയ പ്രാചീന ആയുർവേദഗ്രന്ഥങ്ങളിൽ പലയിടങ്ങളിലായി പറയപ്പെട്ടിട്ടുള്ള സന്മാർഗ്ഗിക നിലപാടുകളെ അതി സൂക്ഷ്മമായും ഗഹനമായും ഇതിൽ സമാഹരിച്ചിരിച്ചിട്ടുണ്ട്. വൈദ്യത്തെ സമൂഹവുമായി ബന്ധപ്പെടുത്തുന്ന ധാർമ്മിക നിലപാടുകൾ ആയുർവേദം എങ്ങനെ രേഖപ്പെടുത്തിയെന്നത് തീർച്ച

യായും പഠനാർഹമാണ്. ചികിത്സാ ധാർമ്മികതയുടെ മുഴുവൻ ഉത്തരവാദിത്തവും ഡോക്ടർ എന്ന ഒരു വ്യക്തിയിൽ ആരോപിക്കാതെ വൈദ്യൻ,രോഗി, സഹായി, മരുന്ന് എന്നീ നാലു ഘടകങ്ങളിൽ ആദ്യം തന്നെ വീതിച്ചു വെക്കുന്നുണ്ട് ആയുർവേദം. ചികിത്സ ഫലപ്രദമാകണമെങ്കിൽ ഈ നാലു ഘടകങ്ങളുടെയും ഗുണ സമ്പൂർണ്ണത പ്രധാനമാണ്.

വൈദ്യം പഠിക്കുന്ന വിദ്യാർഥിക്കും പഠിപ്പിക്കുന്ന അധ്യാപകനും ഉണ്ടായിരിക്കേണ്ട കഴിവുകളെക്കുറിച്ചാണ് ആയുർവേദം തുടക്കത്തിൽ ത്തന്നെ വിശദീകരിക്കുന്നത്. ഇരുകൂട്ടരും അത്തരത്തിലുള്ള കഴിവുകൾ വളർത്തിയെടുത്തെങ്കിൽ മാത്രമേ ഭാവിയിലെ തൊഴിൽ രംഗത്ത്, മാനുഷിക മൂല്യങ്ങൾക്ക് വില കൊടുക്കുന്ന നല്ല വൈദ്യനെ സൃഷ്ടിച്ചെടുക്കാനാകൂ. ഇത് മുന്നിൽ കണ്ട്, വൈദ്യം പഠിക്കാനായി വിദ്യാർത്ഥികളെ തെരെഞ്ഞെടുക്കുന്നതു മുതൽ ചില മാനദണ്ഡങ്ങൾ ആയുർവേദം മുന്നോട്ടു വെയ്ക്കുന്നു. രോഗാർത്തരോടുള്ള അനുകമ്പയും അവരെ സഹായിക്കാനുള്ള സന്നദ്ധതയും ഉള്ളവർ മാത്രമേ വൈദ്യം ഒരു തൊഴിൽ മേഖലയായി പരിഗണിക്കാവൂ. സാമ്പത്തിക ലാഭം ഉദ്ദേശിച്ചു കൊണ്ട് തെരെഞ്ഞെടുക്കാവുന്ന ഒരു ജോലിയല്ല വൈദ്യം. അടിസ്ഥാനപരമായ ഈയൊരു പരിഗണനയിൽ പറ്റുന്ന പിഴവുകളാണ് പലപ്പോഴും വൈദ്യ മേഖലയിൽ നടക്കുന്ന പല അധാർമ്മിക പ്രവണതകൾക്കും കാരണമെന്നു കാണാം.

പ്രാചീന ഭാരതത്തിൽ നിലനിന്നിരുന്ന പല സാമൂഹ്യ സാഹചര്യങ്ങളും ആയുർവേദ പുസ്തകങ്ങളിലെ പരാമർശങ്ങളെ സ്വാധീനിച്ചിട്ടുണ്ട്. ഗുരുകുല സമ്പ്രദായത്തിലുള്ള പഠനത്തിൽ ഗുരുവിനോടൊപ്പം താമസിച്ചു കൊണ്ടുള്ള പഠനമാണ് വിദ്യാർത്ഥികൾ നടത്തുന്നത്. ഗുരുവിനെ സർവാത്മനാ സഹായിച്ചും അനുകരിച്ചുമാണ് ശിഷ്യൻ പഠനകാലം മുന്നോട്ടു കൊണ്ടു പോകുന്നത്. അത് വൈദ്യത്തിന്റ കാര്യത്തിലാകുമ്പോൾ കുറച്ചു കൂടി പ്രസക്തമാകുന്നു. വൈദ്യാധ്യാപകൻ രോഗികളെ പരിശോധിക്കുന്നതും ചികിത്സിക്കുന്നതും മരുന്ന് നിർമ്മിക്കുന്നതുമെല്ലാം കണ്ടു കൊണ്ടാണ് വിദ്യാർത്ഥി വളരുന്നത്. അദ്ധ്യാപകന്റെ ഭാഗത്തുനിന്ന് വേണ്ടത് മാതൃകാപരമായ പെരുമാറ്റമായിരിക്കണം. സ്വന്തം ചുമതലകളും കർത്തവ്യങ്ങളും വിശദീകരിക്കുന്ന അക്കാലത്തെ ഗൃഹ്യസൂത്രങ്ങളെക്കുറിച്ചും ധർമ്മ സൂത്രങ്ങളെക്കുറിച്ചും വിദ്യാർത്ഥി അറിഞ്ഞിരിക്കണമെന്നും പറയുന്നു. സാമൂഹ്യ ഘടനയിലും വിദ്യാഭ്യാസ സമ്പ്രദായത്തിലും സമൂലമായ മാറ്റങ്ങൾ സംഭവിച്ചെങ്കിലും വൈദ്യ വി

ദ്യാഭ്യാസ ക്രമത്തിൽ അധ്യാപകനും വിദ്യാർത്ഥിയും സദാ ജാഗരൂകരാകേണ്ടതിന്റെ പ്രസക്തിയിലേക്കാണ് ഇത് വിരൽ ചൂണ്ടുന്നത്. മറ്റ് വിഷയങ്ങളിൽ ആകൃഷ്ടരാകാതെ ശരീരത്തെക്കുറിച്ചും രോഗങ്ങളെക്കുറിച്ചും രോഗികളെക്കുറിച്ചും ഔഷധങ്ങളെക്കുറിച്ചുമുള്ള പഠനത്തിൽ എല്ലാ തരത്തിലും വൈദ്യ വിദ്യാർത്ഥിയും അധ്യാപകനും മുഴുകാനുള്ള സാഹചര്യം സൃഷ്ടിക്കപ്പെടേണ്ടതുണ്ട്.

ഒരു മെഡിക്കൽ വിദ്യാർഥി ഡോക്ടറായി പരിണമിക്കുന്ന പ്രക്രിയ വളരെ യാന്ത്രികമായി സംഭവിക്കേണ്ട ഒന്നല്ല. മനസ്സും ശരീരവും സമർപ്പണ ബുദ്ധ്യാ അതിനുവേണ്ടി തയ്യാറാക്കണം. ആശയവിനിമയമായാലും രോഗനിർണ്ണയ മായാലും ചികിത്സയായാലും നിരന്തര പരിശീലനങ്ങൾ വഴി തഴക്കം നേടണം. വൈദ്യന്റെ ഔന്നത്യത്തിലേക്ക് ഉയരാൻ ആത്മീയമായി തന്നെ വളരണം. അതിന് വിദ്യാർത്ഥി സ്വായത്തമാക്കേണ്ട നിരവധി ശീലങ്ങളുണ്ട്. ശുചിത്വം മുതൽ ചികിത്സാ പ്രാവീണ്യം വരെയുള്ള ഇവയോരോന്നും വളരെ സൂക്ഷ്മമായി തന്നെ ആയുർവേദം വിശദീകരിക്കുന്നുണ്ട് സമൂഹത്തിലേക്ക് പ്രവേശിക്കും മുമ്പ് ഓരോരുത്തരും അറിഞ്ഞിരിക്കേണ്ട കാര്യങ്ങൾ വിശദമാക്കുന്ന സുശ്രുതസംഹിതയിലെ യോഗ്യാ സൂത്രീയം, വിശിഖാനു പ്രവേശനീയം തുടങ്ങിയ പ്രത്യേക അധ്യായങ്ങൾ, വൈദ്യൻ പൂർണ്ണ സജ്ജനായ ശേഷം മാത്രമേ സമൂഹത്തിനിടയിൽ പ്രവർത്തിക്കാവൂ എന്ന നൈതിക മൂല്യത്തിന്റെ അടയാളങ്ങളാണ്.

പാഠ്യ പദ്ധതിയിൽ ഉൾക്കൊള്ളിക്കേണ്ട പുസ്തകങ്ങൾ, പഠനക്രമം, പഠനസാമഗ്രികൾ എന്നിവയുടെ കാര്യത്തിലും കൃത്യമായ ചില നിർദ്ദേശങ്ങളുണ്ട്. വിദ്യാർത്ഥി സൗഹൃദപരവും മറ്റ് സ്ഥാപിത താല്പര്യങ്ങൾക്ക് അതീതവുമായിരിക്കണം പാഠ്യ പദ്ധതി. പാഠപുസ്തകങ്ങൾ ഒറ്റ നോട്ടത്തിൽ വൈദ്യ നൈതികതയുടെ അടയാളങ്ങളാണെന്ന് തോന്നില്ലയെങ്കിലും മെഡിക്കൽ ടെക്സ്റ്റ് ബുക്കുകളിൽ കുത്തക മരുന്ന് കമ്പനികളുടെ താല്പര്യങ്ങൾ തിരുകിക്കയറ്റി വൈദ്യ വിദ്യാർത്ഥികളിൽത്തൊട്ട് അധാർമ്മിക ധാരണകൾ കുത്തിവെയ്ക്കുന്ന ആധുനിക പ്രവണതയുടെ പശ്ചാത്തലത്തിൽ വായിക്കുമ്പോൾ ഇതിന്റെ പ്രസക്തി മനസ്സിലാകും. അറിവ് നേടലും അത് വളർത്തലും ജനോപകാരപ്രദമായി ഉപയോഗപ്പെടുത്തലും നൈതികതയുടെ ഭാഗം തന്നെയാണ്.

ഒരു ഡോക്ടർ സഹപ്രവർത്തകരോടും കുടുംബാംഗങ്ങളോടും രോഗികളോടും സമൂഹത്തോടും എന്തിന്, സ്വന്തം പരിസ്ഥിതിയോടും അതിലെ ജീവികളോടും വരെ ഏതു രീതിയിൽ ഇടപെടണമെന്നതിന് മാ

തൃകാപരമായ ചില നിർദ്ദേശങ്ങൾ ആയുർവേദം മുന്നോട്ടു വെയ്ക്കുന്നുണ്ട്. ജീവിത ദാനത്തെക്കാൾ മേലെയായി മറ്റൊരു ദാനവുമില്ല. ആ ദാനം നൽകുന്ന ഉൽകൃഷ്ട കർമ്മമാണ് വൈദ്യൻ നിർവ്വഹിക്കുന്നത്. പലപ്പോഴും ദൈവത്തിന്റെ സ്ഥാനത്താണ് രോഗികൾ വൈദ്യനെ പ്രതിഷ്ഠിക്കുന്നത്. അസുഖങ്ങൾ കൊണ്ട് എല്ലാവരാലും ഉപേക്ഷിക്കപ്പെട്ട രോഗികളോടു പോലും സ്വന്തം പുത്രന്മാരോടെന്ന വണ്ണം കരുണ കാണിക്കണം എന്ന ചരക മതം, ഡോക്ടർ - രോഗീ ബന്ധത്തിലെ രക്ഷാകർത്തൃമാതൃക (Paternalistic model) അടയാളപ്പെടുത്തുമ്പോൾ 'ആത്മവത് സതതം പശ്യേത് അപി കീടപി പീലികാം' (ഉറുമ്പിനെപ്പോലും അവനവനെന്നതു പോലെ കണക്കാക്കണം) എന്ന ഉപദേശം വൈദ്യനൈതികതയുടെ ഉത്തുംഗമായി അവതരിപ്പിക്കപ്പെടുന്ന തന്മയീഭാവ (empathy) ത്തെത്തന്നെ തൊട്ടു കാണിക്കുന്നു. ലോകത്തിന്റെ മുഴുവൻ ആരോഗ്യമായിരിക്കണം ഓരോ വൈദ്യന്റെയും ആത്യന്തിക ലക്ഷ്യം. ഹീത്ത ശീലങ്ങളിൽ നിന്നും അധാർമ്മിക പ്രവർത്തനങ്ങളിൽ നിന്നുമെല്ലാം അവർ ഒഴിഞ്ഞു നിൽക്കണം. ശുചിത്വവും കാരുണ്യവും സത്യസന്ധതയും അവരുടെ മുഖമുദ്രയായിരിക്കണം. തെറ്റു ചെയ്യുന്നവരുടെ കൂട്ടത്തിൽ കൂടരുത്. സാമ്പത്തിക ലാഭം മാത്രം ലക്ഷ്യമിട്ട് പ്രവർത്തിക്കരുത്. രോഗി ആവശ്യപ്പെടാതെ മരുന്ന് നിർദ്ദേശിക്കരുത്. രോഗിയുടെ വീട്ടിലേക്ക് വിളിക്കപ്പെടാതെ പോകരുത്. ഇനി വിളിക്കപ്പെട്ട് പോയാൽ ത്തന്നെ, അവിടെ രോഗിയെ അല്ലാതെ മറ്റ് കാര്യങ്ങളിൽ ശ്രദ്ധിക്കാനോ ഇടപെടാനോ പാടില്ല.

പുരുഷഡോക്ടർമാർ, സ്ത്രീ രോഗികളോടും കൂട്ടിരിപ്പുകാരായ സ്ത്രീകളോടും പെരുമാറുമ്പോഴെടുക്കേണ്ട കരുതലുകൾ പ്രധാനമാണ്. അവരോടൊപ്പമിരിക്കാനോ തമാശകൾ പറയാനോ പാടില്ല. അവരുടെ കൈയ്യിൽ നിന്ന് ഉപഹാരങ്ങളൊന്നും സ്വീകരിക്കാൻ പാടില്ല. തെറ്റായ ഉദ്ദേശത്തോടെ അവരെ സ്പർശിക്കാനോ സംസാരിക്കാനോ പാടില്ല. സ്ത്രീകളെ പരിശോധിക്കുമ്പോൾ സ്ത്രീ സഹായികൾ കൂട്ടത്തിലുണ്ടാവണം. ഇതിലൊക്കെ പറ്റുന്ന പിഴവുകൾ പല രീതിയിലും ഡോക്ടറുടെ മാന്യത ചോദ്യം ചെയ്യപ്പെടുന്ന സാഹചര്യമുണ്ടാക്കാമെന്നതിന് വർത്തമാനകാലത്തെ പല സംഭവങ്ങളും ഉദാഹരണങ്ങളാണ്. സ്വന്തം ബന്ധുക്കളോട് പോലും തുറന്നു പറയാത്ത പല രഹസ്യങ്ങളും രോഗി ഡോക്ടറോട് പറഞ്ഞെന്നിരിക്കും. വിശ്വാസ്യത കാത്തുസൂക്ഷിക്കേണ്ടത് ഡോക്ടറുടെ കടമയാണ്. ചില സത്യങ്ങൾക്ക് രോഗിയുടെ ആരോഗ്യത്തെക്കാളുപരി സമൂഹത്തിന്റെ ആരോഗ്യത്തിൽ നിർണായക പങ്കു വഹി

ക്കാനുണ്ടെങ്കിൽ അത്തരം സത്യങ്ങൾ വെളിപ്പെടുത്തേണ്ടതായും വരാം. രോഗിയിൽ മരണാസന്ന ലക്ഷണങ്ങളാണ് കാണുന്നതെങ്കിൽപ്പോലും അത് പറയാതെ, അയാളെ ആശ്വസിപ്പിക്കുന്ന വാക്കുകൾക്കാവും ചില പ്പോൾ പ്രസക്തി. മറ്റു ചിലപ്പോൾ അത് സൂചിപ്പിക്കേണ്ടതായും വരാം. ഒരു ഡോക്ടർക്ക് സമൂഹം വലിയ മാന്യത കൽപ്പിക്കുന്നുണ്ട്. അതിനു യോജിക്കുന്ന പ്രവർത്തനങ്ങൾ മാത്രമേ ഡോക്ടറുടെ ഭാഗത്തുനിന്നുണ്ടാ കാവൂ. താൻ ഇടപെടുന്ന സമൂഹത്തിന്റെ പ്രത്യേകതകൾ തിരിച്ചറിയാ നും സുഹൃത്തുക്കളെ ചേർത്തുനിർത്താനും ഓരോ ഡോക്ടറും തയ്യാ റാകേണ്ടതുണ്ട്. അതുകൊണ്ടുതന്നെ വൈദ്യ ധാർമ്മികതയെക്കുറിച്ച് പറയുമ്പോൾ വൈദ്യൻ വ്യക്തികളോടും സമൂഹത്തോടും എങ്ങനെ ആ ശയവിനിമയം നടത്തണം എന്നു വരെ ആയുർവേദം നിർദേശിക്കുന്നുണ്ട്.

സമയവും സന്ദർഭവും നോക്കി ആളുകളോട് മുഖ പ്രസാദത്തോടെ സംസാരിക്കണം. എല്ലാവരെയും വിശ്വസിക്കാനോ എല്ലാറ്റിനെയും സം ശയിക്കാനോ പാടില്ല. തന്റെ സന്തോഷങ്ങളിൽ മറ്റുള്ളവരെക്കൂടി പങ്കാ ളികളാക്കുക. തനിക്ക് ആരോടൊക്കെ അഭിപ്രായ വ്യത്യാസമുണ്ടെന്ന് എല്ലാവരോടും പറഞ്ഞു നടക്കരുത്. ആൾക്കാരുടെ മനോഗതി എങ്ങ നെയൊക്കെയാണെന്ന് നല്ലവണ്ണം മനസ്സിലാക്കി ഏതൊക്കെ ആളുകൾ ഏതൊക്കെ വിധത്തിൽ സന്തോഷിക്കുമെ ന്നറിഞ്ഞ് അതതു വിധത്തിൽ പെരുമാറുകയാണ് മറ്റുള്ളവരെ സന്തോഷിപ്പിക്കാനുള്ള മാർഗ്ഗം. മരുന്നു നിർമ്മാണം, ചികിത്സ തുടങ്ങിയ കാര്യങ്ങളിൽ മറ്റ് ഡോക്ടർമാരോടു കൂടി അഭിപ്രായങ്ങളാരായാനും ചർച്ചകൾ നടത്താനും നിർദ്ദേശിക്കു ന്നുണ്ട്.

ചാതുർവർണ്യം ശക്തമായി നില നിന്നിരുന്ന പഴയ കാല സാമൂ ഹ്യ സാഹചര്യത്തിൽ ഭാരതത്തിൽ 'വൈദ്യന്മാരെ വളരെ താഴ്ന്ന നില യിലാണ് കണ്ടിരുന്നത് എന്ന വാദവുമുണ്ട്. ബ്രാഹ്മണരുടെ പന്തിഭോജ നങ്ങളിലൊന്നും വൈദ്യന്മാർക്ക് ഒരു സ്ഥാനവുമുണ്ടായിരുന്നില്ല എന്നു മാത്രമല്ല, അവർക്ക് ചലവും ചോരയുമാണ് കൊടുക്കേണ്ടത് എന്ന് മനു സ്മൃതിയിൽ പറയുന്നുമുണ്ട്. പക്ഷേ ഇത്തരം പ്രസ്താവങ്ങൾ വൈദ്യ ധാർമ്മികതയുടെ ഔന്നത്യത്തിൽ എന്തെങ്കിലും കുറവു വരുത്തുന്നതാ യി തോന്നുന്നില്ല. ശൂദ്രരടക്കമുള്ളവരെ വൈദ്യം പഠിപ്പിക്കാമെന്ന് ആ യുർവേദ പുസ്തകങ്ങൾ കൃത്യമായി പറയുന്നു. ഫ്രാൻസിസ് സിമ്മർ മാന്റെ 'ദ ജംഗിൾ ആൻറ് ദ അരോമ ഓഫ് മീറ്റ്' എന്ന പുസ്തകത്തിൽ വൈദ്യത്തിലെ ഹിംസാത്മകത ചർച്ച ചെയ്യപ്പെടുന്നുണ്ട്. ശുദ്ധമായ ഒ രു ചികിത്സാ സമ്പ്രദായമെന്ന നിലയിൽ അഹിംസയും സസ്യാഹാര

ശീലവുമാണ് ആയുർവേദത്തിന്റെ മുഖമുദ്രയെന്ന് തോന്നാമെങ്കിലും അന്തർധാരയായി ഒരു ഹിംസാത്മകത നിലനില്ക്കുന്നതായി സിമ്മർമാൻ വാദിക്കുന്നു. പല തരത്തിലുള്ള മൃഗങ്ങളുടെയും മാംസം ഔഷധമായി ഉപയോഗിക്കാൻ വിധിയുണ്ട്. രക്തമോക്ഷം, ശസ്ത്രക്രിയകൾ എന്നിവയിലെല്ലാം ചെറിയ തോതിൽ ഹിംസ വരുന്നുണ്ട്. എന്നിരുന്നാലും ഇതിനെയൊന്നും വൈദ്യ രംഗത്തെ അധാർമിക പ്രവൃത്തിയായി സിമ്മർമാൻ കാണുന്നില്ല. രോഗിയുടെയോ സമൂഹത്തിന്റെയോ ആത്യന്തികമായ നന്മയെക്കരുതി ചെയ്യുന്ന ഇത്തരം ചെയ്തികളെ നീതിയിലുൾക്കൊള്ളിക്കാൻ തന്നെയാണ് അദ്ദേഹം പറയുന്നത്.

വൈദ്യധാർമ്മികതയുടെ ചർച്ചകളിൽ പ്രധാന വിഷയമാകാറുള്ള ഗർഭഛിദ്രത്തെക്കുറിച്ചുള്ള ആയുർവേദ നിലപാട് ജൂലിയസ് ലിപ്നർ എന്ന ഗവേഷകൻ പഠന വിധേയമാക്കിയിട്ടുണ്ട്. പ്രത്യക്ഷത്തിൽ അതേക്കുറിച്ച് പരാമർശങ്ങളില്ലെങ്കിലും അക്കാലത്ത് അത് നടന്നിരുന്നതായും ഗർഭഛിദ്രം നടത്തുന്നവരെ വൈദ്യൻ സുഹൃദ്വലയത്തിൽ പെടുത്തരുതെന്നും പറയുന്നുണ്ട്. മാത്രവുമല്ല, അമ്മയുടെ ജീവന് ഭീഷണിയാകും വിധം ഗർഭം നിലനില്ക്കുന്നുവെങ്കിൽ പാടന കർമ്മം വഴി അതിനെ പുറത്തു കളയാനും വിധിയുണ്ട്. പിന്നീട് വന്ന പല ഭാരതീയ ചികിത്സാ പുസ്തകങ്ങളിൽ ഗർഭഛിദ്രത്തിനുതകുന്ന ഔഷധക്കൂട്ടുകൾ വരെ പറയുന്നുണ്ട്. സംസ്കാരങ്ങളിലും സാമൂഹ്യ ജീവിതത്തിലും വന്ന മാറ്റങ്ങൾ വലിയ അളവിൽ ഇതിന്റെ ധാർമ്മികതലങ്ങളെ ചോദ്യം ചെയ്തതിനെ തുടർന്നാണ് വൈദ്യ നീതിക്കുള്ളിലുള്ളതെന്നും (Medical termination of Pregnency) പുറത്തുള്ളതെന്നും ഗർഭഛിദ്രത്തിന് രണ്ട് വേർതിരിവു തന്നെ വന്നത്.

മരുന്നിന്റെ കാര്യം കൂടി സൂചിപ്പിച്ച് ഉപസംഹരിക്കാം. ലോകരാജ്യങ്ങളെ പോലും വിലയ്ക്കു വാങ്ങാൻ കഴിവുള്ള ബഹുരാഷ്ട്ര കുത്തക മരുന്നുകമ്പനികൾ ഭരണകൂടവുമായും ആശുപത്രികളുമായും ഡോക്ടർമാരുമായും നടത്തിയ അവിശുദ്ധ കൂട്ടുകെട്ട്, വൈദ്യ നൈതികതയുടെ മേൽപ്പടർത്തിയ കരിനിഴൽ ഭീതിജനകമാണ്. അടിസ്ഥാന പരമായ മാനവിക ബോധം നഷ്ടപ്പെടുകയും സാമ്പത്തിക ലാഭം മാത്രം ലക്ഷ്യം വെച്ച് ആരോഗ്യമേഖല വ്യവസായ വൽക്കരിക്കപ്പെടുകയും ചെയ്തതിന്റെ അനന്തരഫലമാണിത്. ഇവിടെയും ഭാരതീയ ദർശനങ്ങളുടെ വെളിച്ചം തെളിക്കപ്പെടേണ്ടതുണ്ട്. മരുന്നിനാവശ്യമായ അസംസ്കൃത വസ്തുക്കൾ ശേഖരിക്കുന്നതിൽ തുടങ്ങി ആയുർവേദം നിർദ്ദേശിക്കുന്ന ഔഷധ നിർമ്മാണ വിധിയിലും തുടർന്ന് ഔഷധം നൽകുന്നതിലും പ്ര

തിഫലം സ്വീകരിക്കുന്നതിലുമെല്ലാം ഒരു തരം ദൈവിക സ്പർശമുണ്ട്. വൈദ്യ വിഹിതമല്ലാത്ത പങ്ക് രോഗിയിൽ നിന്ന് കൈപ്പറ്റുന്നത് ഗുരുതരമായ പാപമായാണ് കണക്കാക്കപ്പെടുന്നത്. പാപപുണ്യസങ്കല്പവും ദൈവികതയും ആത്മീയതയുമൊക്കെ ഇടകലർന്ന ഒരു അടിയൊഴുക്ക് വൈദ്യശാസ്ത്രത്തിനുണ്ടാകുന്നതിന്റെ പ്രസക്തിയിലേക്കു കൂടി ആയുർവേദത്തിന്റെ ഇത്തരം നൈതിക നിലപാടുകൾ വിരൽ ചൂണ്ടുന്നുണ്ട്.

ആത്മഹത്യ ചെയ്യാതിരിക്കാനുള്ള കാരണങ്ങൾ

കീറിപ്പറിഞ്ഞ ഷൂസിനുള്ളിൽ പുണ്ണ് വന്ന് വീർത്ത കാലുകളുമായി മഞ്ഞു പാളികൾക്കിടയിലൂടെ വേച്ചു വേച്ചു നീങ്ങുകയായിരുന്നു അയാൾ. ഓഷ്വിറ്റ്സിലെയും ബവേറിയയിലെയും ദാഹോയിലെയും കോൺസൺട്രേഷൻ ക്യാമ്പുകളിൽ എല്ലുമുറിയെ പണിയെടുത്തും കൊടിയ പീഢനങ്ങൾ ഏറ്റുവാങ്ങിയും ആകെ തളർന്നിരുന്നു. വിശപ്പും ദാഹവും കൊണ്ട് വല്ലാതെ വലഞ്ഞിരുന്നു. നടത്തമൊന്നു പതുക്കെയായാൽ പിന്നിൽ നിന്ന് പട്ടാളക്കാരന്റെ തോക്കിൻ പാത്തി കൊണ്ട് കനത്ത അടി കിട്ടും. നടക്കുകയല്ലാതെ വേറൊരു വഴിയുമുണ്ടായിരുന്നില്ല.

താൻ ആരോഗ്യവാനാണെന്ന് മറ്റുള്ളവരെ ബോധിപ്പിക്കാൻ തടവുകാരോരുത്തരും പരമാവധി ശ്രമിക്കുന്നുണ്ടായിരുന്നു. ചില്ലു കഷണം കൊണ്ടാണെങ്കിൽപ്പോലും നിത്യേന മുഖം ഷേവുചെയ്ത് ഊർജ്ജസ്വലരാണെന്ന് വരുത്തിത്തീർക്കണമെന്ന ഒരു മുതിർന്ന തടവുകാരന്റെ ഉപദേശം എല്ലാവരും അനുസരിച്ചു. അവശനാണെന്ന് പട്ടാളക്കാരനു തോന്നിയാൽ പിന്നെ അധികം ആയുസ്സില്ല. ഒന്നു തിരിഞ്ഞു നോക്കിയാൽ ദൂരെ ആകാശത്ത് ഗ്യാസ് ചേമ്പറിൽ നിന്നുയരുന്ന പുക മേഘങ്ങളിൽ വിലയം പ്രാപിക്കുന്നത് കാണാം. രോഗികളെയും ക്ഷീണിതരെയുമെല്ലാം ചുട്ടുകൊല്ലാറുള്ളത് അവിടെയാണ്. മൂന്ന് നാല് ദിവസമായി പണിസ്ഥലത്ത് കാണാതിരുന്ന ഒരു സുഹൃത്തിനെക്കുറിച്ച് കാവൽക്കാരനോട് ചോദിച്ചപ്പോൾ സ്വർഗ്ഗത്തിലേക്കുള്ള വഴിയിലാണെന്നു പറഞ്ഞ് അയാൾ ചൂണ്ടിക്കാട്ടിയതും ആ കറുത്ത പുകച്ചുരുളുകളിലേക്കായിരുന്നു. ഷൂസിന്റെ പരുക്കൻ വശങ്ങളിലുരഞ്ഞ് കാലുകൾ അസഹനീയമായി വേദനിക്കുന്നുണ്ടായിരുന്നുവെങ്കിലും അതൊന്നും മുഖത്തു കാണിക്കാതെ അവർ മുന്നോട്ടു തന്നെ നടന്നു. തണുത്ത കാറ്റ് വീശിയടിച്ചു. പിന്നിൽ ഏതോ ഒരു തടവുകാരനെ പട്ടാളക്കാരൻ ചാട്ടകൊണ്ട് അടിച്ചതിന്റെ അലർച്ചയും കരച്ചിലും കേൾക്കാമായിരുന്നു. വൈകുന്നേരം ക്യാമ്പിൽ തിരിച്ചെത്തിയാൽ കിട്ടാനിടയുള്ള റൊട്ടിക്കഷണത്തെക്കുറിച്ചോ ഒരു തവി സൂപ്പിനെക്കുറിച്ചോ അത് മറ്റാർക്കെങ്കിലും കൊടുത്ത് പകരം സംഘടിപ്പിക്കാവുന്ന സിഗരറ്റിനെക്കുറിച്ചോ ഒക്കെയാണ് തടവു

കാരെല്ലാം ആലോചിച്ചത്. അതല്ലെങ്കിൽ പൊട്ടിപ്പോയ ഷൂ ലൈസിനു പകരം കെട്ടാൻ ഒരു ചരടിൻ കഷണം എവിടുന്നു കണ്ടെത്തുമെന്ന്. മറ്റൊന്നും അവർക്ക് ചിന്തിക്കാനുണ്ടായിരുന്നില്ല എന്നതാണ് സത്യം. അടുത്ത നിമിഷം ജീവിച്ചിരിക്കുമോ എന്നു പോലുമുറപ്പില്ലാത്ത ഒരു ജീവിതത്തിൽ അവർ മറ്റെന്ത് പ്രതീക്ഷിക്കാനാണ് !

പക്ഷേ തൊട്ടടുത്ത നിമിഷം ഒരു മിന്നൽപ്പിണർ വീശിയടിച്ചതിൽ സ്തബ്ധനായതുപോലെ അയാളുടെ ചിന്ത നിശ്ചലമായി. പിന്നെയത് മറ്റൊരു വഴിക്ക് സഞ്ചരിക്കാൻ തുടങ്ങി. മനസ്സിൽ വലിയൊരു ചിത്രം തെളിഞ്ഞു. വലിയൊരു ലെക്ചർ ഹാളിൽ സംസാരിക്കാൻ തയ്യാറായി നിൽക്കുകയാണ് താൻ. മുന്നിലെ കസേരകളിൽ കേൾവിക്കാർ ശ്രദ്ധയോടെയിരിക്കുന്നു. കോൺസൻട്രേഷൻ ക്യാമ്പിലെ അന്തേവാസികളുടെ മന:ശാസ്ത്രത്തെക്കുറിച്ചാണ് താൻ സംസാരിക്കാൻ പോകുന്നത്. അന്നേവരെ വിസ്മൃതിയിൽ മൂടികിടന്ന അനുഭവങ്ങളെല്ലാം അയാളിൽ ഉണർന്നെണീറ്റു. ക്യാമ്പിൽ കണ്ടതും കേട്ടതുമായ പലതിനെയും വസ്തുനിഷ്ഠമായി അവലോകനം ചെയ്യാനും ശാസ്ത്രീയമായ വിശദീകരണം നൽകാനുമായി പിന്നീട് ശ്രമം. ചിന്തയെ വഴിതിരിച്ചുവിട്ട ആ നിമിഷം മുതൽ, മുമ്പനുഭവിക്കേണ്ടിവന്ന ഓരോ ദുരിതങ്ങളെയും തനിക്കു കൈവന്ന ഓരോ പഠന മാതൃകകളായി സങ്കൽപ്പിച്ച് അവലോകനം ചെയ്യാനായിരുന്നു അയാൾ ശ്രമിച്ചത്.

രണ്ടാം ലോകമഹായുദ്ധകാലത്ത് നാസി തടങ്കൽ പാളയത്തിൽ കഴിയേണ്ടിവന്ന വിക്ടർ ഫ്രാങ്ക്ൾ എന്ന ഡോക്ടറുടെ അനുഭവ യാത്രയിലെ ഒരു ഏടാണിത്. വൈദ്യശാസ്ത്രത്തിൽ ബിരുദവും ന്യൂറോളജിയിൽ സ്പെഷ്യലൈസേഷനും കഴിഞ്ഞ അദ്ദേഹത്തിന് സൈക്കോളജിയിലും സൈക്കോതെറാപ്പിയിലുമായിരുന്നു ഏറെ താത്പര്യം. കൗമാരപ്രായത്തിൽ തന്നെ മികച്ച ഒരു മന:ശാസ്ത്ര ഡോക്ടറായി അറിയപ്പെടാൻ ഇത് അദ്ദേഹത്തെ സഹായിച്ചുവെങ്കിലും രണ്ടാം ലോക മഹായുദ്ധം അദ്ദേഹത്തിന്റെ ജീവിതത്തെ അടിമുടി മാറ്റിമറിച്ചു. വിയന്നയെ നാസികൾ വേട്ടയാടിയപ്പോൾ അമേരിക്കയിലേക്ക് കുടിയേറാനുള്ള നല്ലൊരു സാധ്യത മുന്നിൽ തുറന്നു കിട്ടിയിട്ടും മാതാപിതാക്കളെയും സഹോദരങ്ങളെയും നവവധുവിനെയും പിറന്ന നാടിനെയും വിട്ട് പോകാൻ അദ്ദേഹം തയ്യാറായില്ല. നാസികളുടെ പിടിയിലായ അദ്ദേഹത്തിന് മൂന്നു വർഷത്തോളം പല കോൺസൺട്രേഷൻ ക്യാമ്പുകളിലും തടവു പുള്ളിയായി കഴിയേണ്ടി വന്നു. പ്രാണനു തുല്യം സ്നേഹിച്ച പ്രിയതമയും കുടുംബാംഗങ്ങളും ഗ്യാസ് ചേമ്പറുകളിൽ എരിഞ്ഞടങ്ങി. അസാധാര

ണമായ ദുരന്താനുഭവങ്ങളിലൂടെയാണ് അദ്ദേഹത്തിന് കടന്നു പോകേണ്ടി വന്നതെങ്കിലും അന്യാദൃശമായ മന:ശക്തി കൊണ്ട് ഓരോ വെല്ലുവിളികളെയും അതിജീവിക്കാൻ അദ്ദേഹത്തിന് സാധിച്ചു.

മനുഷ്യരുടെയെല്ലാം വ്യത്യസ്ത പെരുമാറ്റങ്ങൾക്കു പിന്നിൽ സാഹചര്യങ്ങളുടെ വലിയ സ്വാധീനമുണ്ടാവും. സങ്കൽപിക്കാൻ കഴിയുന്നതിലുമെത്രയോ ദുരിതമയമായ കോൺസെൻട്രേഷൻ ക്യാമ്പിന്റെ സാഹചര്യം ഒരു മനുഷ്യന്റെ പെരുമാറ്റത്തിൽ വരുത്തുന്ന മാറ്റങ്ങൾ എന്തൊക്കെയാണ് എന്നതാണ് ഫ്രാങ്ക്ൾ അന്നവിടെ പഠിക്കാനാരംഭിച്ചത്. കടുത്ത പട്ടിണി, പീഡനങ്ങൾ, അടുത്ത നിമിഷം എന്തു സംഭവിക്കുമെന്ന ഭീതി, ഉറക്കമില്ലായ്മ, ചാട്ടവാറടി കൊണ്ടും കീറിയ ഷൂ ധരിച്ചും മുറിഞ്ഞ തൊലിയിലെ നീറ്റൽ,തടവുകാരെ കുത്തിനിറച്ച വണ്ടികളിൽ ക്യാമ്പുകളിൽ നിന്ന് ക്യാമ്പുകളിലേക്കുള്ള യാത്ര, അവിടുന്ന് മഞ്ഞു മലകൾക്കിടയിലൂടെ പണി സ്ഥലങ്ങളിലേക്കുള്ള നടത്തം...ഇത്രയും കഠിനമായ സാഹചര്യങ്ങളുടെ സമ്മർദ്ദങ്ങളെ ഒരു മനുഷ്യന് അതിജീവിക്കാനാകുമോ?

ഈ ചോദ്യത്തിനുള്ള ഉത്തരമാണ് സൂക്ഷ്മമായ നിരീക്ഷണങ്ങൾക്കു ശേഷം ഫ്രാങ്ക്ൾ അവതരിപ്പിക്കുന്ന സിദ്ധാന്തം. ഒരു മനുഷ്യനിൽ നിന്ന് എല്ലാം ഊറ്റിയെടുക്കാൻ കഴിഞ്ഞേക്കാം, ഒന്നൊഴിച്ച്... ഏതു സാഹചര്യത്തിലാണെങ്കിലും സ്വന്തം വഴിയും മനോഭാവവും നിശ്ചയിക്കാനുള്ള അവന്റെ അവകാശം. സ്വാതന്ത്ര്യത്തിന്റെ അവസാനത്തെ തുള്ളി അവശേഷിക്കും വരെ അത് അവനിൽ തുടരുകതന്നെ ചെയ്യും. ഈ സിദ്ധാന്തത്തിന്റെ അടിത്തറയിലാണ് ഫ്രാങ്ക്ൾ പിന്നീട് ലോഗോ തെറാപ്പി എന്ന ഒരു മന:ശാസ്ത്ര ചികിത്സാരീതി തന്നെ പടുത്തുയർത്തിയത്.

ഒരു കോൺസെൻട്രേഷൻ ക്യാമ്പിന് സമാനമായ സാഹചര്യങ്ങളിലൂടെ പല മനുഷ്യർക്കും അനുദിനം കടന്നുപോകേണ്ടി വരുന്നുണ്ടെന്നും അവനവന്റെ അസ്തിത്വത്തെയും ആത്മീയ സ്വാതന്ത്ര്യത്തെയും അടിയറ വെക്കണോ വേണ്ടയോ എന്ന് തീരുമാനിക്കാനുള്ള അവകാശം അവനവനിൽത്തന്നെ നിക്ഷിപ്തമാണ് എന്നും കാണാം. സംഘർഷഭരിതമായ സാഹചര്യങ്ങളിൽ പ്പോലും സ്വന്തം ഭാവി നിശ്ചയിക്കാനുള്ള തീരുമാനങ്ങളെടുക്കാൻ മനുഷ്യർക്കു സാധിക്കും. സ്വന്തം ജീവിതത്തിന്റെ ആത്യന്തികമായ അർത്ഥത്തെക്കുറിച്ച് ബോധവാനാവുക എന്നതാണ് ഇതിനദ്ദേഹം നിർദ്ദേശിക്കുന്ന എളുപ്പവഴി. ലോഗോ തെറാപ്പിയുടെ അടിസ്ഥാന ആശയവും ഇതുതന്നെയാണ്.

ലോഗോ എന്നാൽ 'ആത്യന്തികമായ അർത്ഥം' എന്നാണ് ഉദ്ദേശിക്കുന്നത്. ഇതിനെ അദ്ദേഹം ഏറ്റവും ലളിതമായി വിവരിക്കുന്നത് ഇങ്ങനെയാണ്. 'എന്തൊക്കെ പ്രതികൂലസാഹചര്യങ്ങളിൽ ക്കിടന്ന് നട്ടം തിരിയുന്നവരായാലും, നിങ്ങൾ ആത്മഹത്യ ചെയ്യാതിരിക്കാൻ എന്തെങ്കിലും കാരണങ്ങളുണ്ടോ? എന്ന ചോദ്യത്തിന് ഒരു ഉത്തരം തരാൻ അവർക്ക് കഴിയുന്നുണ്ടെങ്കിൽ ആ ഒരു കച്ചിത്തുരുമ്പിൽ പിടിച്ച്' അവരെ കരകയറ്റാം. നീഷേ യുടെ വചനങ്ങളെ ചേർത്തുവെച്ചു കൊണ്ട് ഫ്രാങ്ക്ൾ വിശദീകരിക്കുന്നത്, എന്തിന് ജീവിക്കണമെന്ന് തിരിച്ചറിയുന്ന ഒരാളെ സംബന്ധിച്ച് എങ്ങനെ ജീവിക്കണം എന്ന ജീവിത സമസ്യയെ ഉള്ളുറപ്പോടെ നേരിടാനാകും എന്നാണ്. വിഷാദത്തിന്റെ പടുകുഴിയിലേക്ക് മുങ്ങിത്താഴുന്ന പലരെയും കൗൺസിലിങ്ങിന് വിധേയരാകുന്ന മന:ശാസ്ത്രജ്ഞരോട് അദ്ദേഹം നിർദ്ദേശിച്ചു. 'അവസരം കിട്ടുമ്പോഴെല്ലാം അവരുടെ ആന്തരിക ബോധത്തിൽ ലക്ഷ്യത്തെക്കുറിച്ചുള്ള ഒരു കനൽ ഊതി ജ്വലിപ്പിക്കുക. എന്നാൽ എത്ര കഷ്ടപ്പാടും സഹിക്കാൻ അവർ തയ്യാറാകും'

മാനസികമായി തളർന്ന പലരും പറയുന്ന ഒരു കാര്യമുണ്ട് 'ജീവിതത്തിൽ നിന്ന് ഇനിയൊന്നും എനിക്ക് പ്രതീക്ഷിക്കാനില്ല. പിന്നെയെന്തിനാണ് ജീവിക്കുന്നത്?' ഇത്തരക്കാർക്ക് നൽകാനുള്ള ഉത്തരവും ഫ്രാങ്ക്ൾ പങ്കുവെക്കുന്നുണ്ട്.

ജീവിതത്തോടുള്ള നമ്മുടെ സമീപനത്തിൽ തന്നെ അടിസ്ഥാനപരമായ ഒരു മാറ്റമാണ് അവിടെ വേണ്ടിയിരുന്നത്. ഞങ്ങൾ സ്വയം തിരിച്ചറിയേണ്ടിയിരുന്നതും തളർന്നു പോകുന്നവരെ പറഞ്ഞു ബോധ്യപ്പെടുത്തേണ്ടതുമായ ഒരു പ്രധാന കാര്യം ഉണ്ടായിരുന്നു. ജീവിതത്തിൽ നിന്ന് നമ്മൾ എന്ത് പ്രതീക്ഷിക്കുന്നു എന്നതിനേക്കാൾ ജീവിതം നമ്മിൽ നിന്ന് എന്തു പ്രതീക്ഷിക്കുന്നു എന്നതാണ് ഏറെ പ്രസക്തം. ജീവിതത്തിന്റെ അർത്ഥത്തെക്കുറിച്ച് ചോദിച്ചുകൊണ്ടിരിക്കുന്ന ശീലം തന്നെ നമ്മൾ മാറ്റി വെക്കേണ്ടതുണ്ട്. ഓരോ നിമിഷവും ഓരോ ദിവസവും ജീവിതത്താൽ ചോദ്യം ചെയ്യപ്പെട്ടു കൊണ്ടിരിക്കുന്നവരാണ് നമ്മൾ എന്ന് തിരിച്ചറിയണം. അതിനുള്ള മറുപടി പ്രഭാഷണങ്ങളിലൂടെയോ ധ്യാനങ്ങളിലൂടെയോ അല്ല നൽകേണ്ടത്. ശരിയായ പെരുമാറ്റങ്ങളിലൂടെയും പ്രവൃത്തികളിലൂടെയും കാണിച്ചു കൊടുക്കാൻ സാധിക്കണം. ജീവിതം വച്ചു നീട്ടുന്ന ചോദ്യങ്ങൾക്ക് ഉത്തരം കണ്ടെത്താനുള്ള കടമ ഏറ്റെടുക്കുന്നതിലൂടെയും വെല്ലുവിളികളെ ചുറുചുറുക്കോടെ നേരിടുന്നതിലൂടെയുമാണ് ഓരോരുത്തരും സ്വന്തം ആയുസ്സിന്റെ നിർവചനം എഴു

തിച്ചേർക്കേണ്ടത്.

ജീവിതത്തിന്റെ വെല്ലുവിളികളും അതിന്റെ അർത്ഥവും ഓരോരുത്തരെ സംബന്ധിച്ചും ഓരോ നിമിഷവും വ്യത്യസ്തമാണെന്ന് കാണാം. അതുകൊണ്ടുതന്നെ ജീവിതത്തിന്റെ അർത്ഥം എന്താണ് എന്നതിന് കൃത്യമായി ഒരു പൊതുനിർവചനമൊന്നും നൽകാൻ കഴിയില്ല. അതേക്കുറിച്ചുള്ള ചോദ്യങ്ങൾക്കാകട്ടെ, വെറുതെ പറഞ്ഞു പോകാവുന്ന ഉത്തരങ്ങളും നൽകാനാവില്ല. ജീവിതം വളരെ അവ്യക്തമായ ഒരു തത്വമൊന്നുമല്ല. വെല്ലുവിളികളെപ്പോലെ തന്നെ, അത് മൂർത്തവും യഥാർത്ഥവുമായ ഒരു സംഗതി തന്നെയാണ്. ഓരോ മനുഷ്യന്റെയും ദിശാബോധവും ലക്ഷ്യബോധവും നിർണ്ണയിക്കുന്ന സൂചകം തന്നെയാണത്. ഒരാളുടെ ജീവിതാഭിലാഷ ങ്ങളെ മറ്റൊരാളുടേതുമായി താരതമ്യം ചെയ്യാനാവില്ലല്ലോ. ഓരോ സാഹചര്യങ്ങളും ഒന്നിനൊന്ന് വ്യത്യസ്തവും വെവ്വേറെ പ്രതികരണങ്ങൾ ആവശ്യപ്പെടുന്നതുമായിരിക്കും. ചിലപ്പോൾ ചിലർക്ക് നേരിടേണ്ടിവരുന്ന സാഹചര്യങ്ങളോടുള്ള അവരുടെ സവിശേഷ പ്രതികരണങ്ങൾ അവരുടെ ഭാവി തന്നെ നിർണയിക്കുന്ന സുപ്രധാന നീക്കങ്ങളാവാം. മറ്റു ചിലപ്പോൾ അത്തരം സാഹചര്യങ്ങളെ അവധാനതാ പൂർവ്വം നേരിടുന്നതുവഴി അവരുടെ ജീവിതത്തിൽ വലിയ പാഠങ്ങളാവാം അത് പകരുന്നത്. അല്ലാതെയും സംഭവിക്കാം. ചിലപ്പോൾ വിധിയെ നിശബ്ദനായി ഏറ്റുവാങ്ങാനാവാം അവന്റെ നിയോഗം.

ചുരുക്കത്തിൽ, ഓരോ സാഹചര്യവും അതിന്റേതായ സവിശേഷതകൾ കൊണ്ട് മറ്റുള്ളവയിൽ നിന്ന് ഏറെ വ്യത്യസ്തമായിരിക്കുമെന്നും അവയ്ക്കോരോന്നിനും വളരെ കൃത്യമായ പ്രതികരണമാണ് ഓരോ സാഹചര്യത്തിലും ഉണ്ടാവേണ്ടതെന്നും തിരിച്ചറിയേണ്ടിയിരിക്കുന്നു. കഷ്ടപ്പാടനുഭവിക്കേണ്ടത് തന്റെ നിയോഗമാണെന്ന് ഒരുവൻ തിരിച്ചറിയുന്നത് പോലെ പ്രസക്തമാണ് അത് തനിക്കുള്ള ഒരു വെല്ലുവിളിയാണെന്ന് ബോധ്യമാകേണ്ടത്. ഏറെ സവിശേഷതകളോടെ പ്രപഞ്ചത്തിൽ ഒരാൾക്ക് വേണ്ടി മാത്രമായി വെച്ചുനീട്ടപ്പെട്ട ആ നിയോഗത്തെ തന്റെ ഉൾക്കരുത്ത് ജ്വലിപ്പിച്ചെടുക്കാനുള്ള ഒരു അവസരമായി കണ്ട് നന്ദിയോടെ സ്വീകരിക്കുക. അയാളുടെ സ്ഥാനത്തുനിന്ന് മറ്റൊരാൾക്ക് അതിനെ നേരിടാനാവില്ല തന്നെ. ആ ദുരന്തത്തെ അതിജീവിക്കാൻ അയാൾ കാണിക്കുന്ന പ്രതികരണ മനോഭാവത്തിന് അയാളെ രൂപപ്പെടുത്തുന്നതിൽ സുപ്രധാന പങ്കാണുള്ളത്.

കോൺസെൻട്രേഷൻ ക്യാമ്പിലെ അന്തേവാസികൾക്ക് വഴി കാട്ടാനായി ഇത്തരം ചിന്തകൾ പങ്കു വെച്ചപ്പോഴെല്ലാം അവരിലൊക്കെ ആ

ത്യന്തിക അർത്ഥത്തിൽ ഒരു കനൽ അവശേഷിക്കുന്നുണ്ട് എന്നു ത ന്നെയാണ് അദ്ദേഹത്തിന് മനസ്സിലാക്കാൻ കഴിഞ്ഞത്. അത് സ്വന്തം നാട്ടിൽ പ്രതീക്ഷയോടെ കാത്തിരിക്കുന്ന ഏറെ പ്രിയപ്പെട്ടവരാകാം. മ റ്റു ചിലർക്ക്, അത് വ്യക്തികൾ തന്നെയാകണമെന്നില്ല, പകരം അവർ ഏറെ കൊതിക്കുന്ന മറ്റെന്തെങ്കിലും കാര്യങ്ങളാവാം, പൂർത്തീകരിക്കാ നാഗ്രഹിക്കുന്ന പുസ്തകങ്ങളാകാം, സ്വന്തം കുഞ്ഞിനെ ലാളിക്കാനു ള്ള ആഗ്രഹമാവാം. ഒരു കുട്ടി അച്ഛനിൽനിന്ന് പ്രതീക്ഷിക്കുന്ന ലാളന മറ്റാർക്ക് നൽകാനാവും? ഇത്തരത്തിൽ ഓരോരുത്തർക്കും പകരം വെ ക്കാനാകാത്ത ചില സവിശേഷതകൾ ഉണ്ടെന്നും ആ ഊർജ്ജത്തെ മനു ഷ്യ സ്നേഹത്തിൽ ചാലിച്ച് ക്രിയാത്മകമായി ഉപയോഗപ്പെടുത്തേണ്ട തുണ്ടെന്നും ഫ്രാങ്ക്ൾ ഓർമ്മപ്പെടുത്തുന്നു. താനെന്ന സവിശേഷ വ്യ ക്തിക്ക് പകരം വെക്കാൻ ഒന്നിനും ആവില്ല എന്ന് തിരിച്ചറിയുമ്പോൾ തന്റെ ഉത്തരവാദിത്തങ്ങളെക്കുറിച്ച് ഓരോരുത്തരും ബോധവാനാകും. താൻ എന്തിന് നിലനിൽക്കണമെന്നും തന്റെ ജീവിതത്തിന്റെ അർത്ഥ മെന്താണെന്നു മുള്ള ചോദ്യങ്ങൾക്ക് ഉത്തരം ലഭിക്കും. ജീവിതം ഊർ ജ്ജസ്വലതയോടെ തുടരേണ്ടതിന്റെ ആവശ്യകത ബോധ്യപ്പെടും. പ്ര തികൂല സാഹചര്യങ്ങളിൽ പോലും അവനവന്റെ ജീവിതത്തിന് അർ ത്ഥം കണ്ടെത്താനുള്ള അന്വേഷണങ്ങൾ അവസാനിപ്പിക്കരുതെന്നും പീ ഡനങ്ങളും ദുരിതങ്ങളും ക്ഷാമവും മരണവുമടക്കം എല്ലാം ജീവിതത്തി ന്റെ അർത്ഥത്തിലേക്കുള്ള ചൂണ്ടുപലകകളാണെന്നും എടുത്ത് പറയു ന്നുണ്ട് ഫ്രാങ്ക്ൾ.

ഒരാളുടെ ജീവിതത്തിൽ പ്രതീക്ഷകൾ ക്കുള്ള സ്ഥാനം വളരെ വ ലുതാണ്. യുദ്ധം അവസാനിക്കാൻ പോവുകയാണെന്ന വാർത്ത തട വുപുള്ളികളിലുണ്ടാക്കിയ പ്രതീക്ഷയുടെ തള്ളിച്ചയിൽ അവർ വേദന കളെല്ലാം മറന്നു. പക്ഷേ പ്രതീക്ഷിച്ചതിനു വിപരീതമായി യുദ്ധം പി ന്നെയും കൊടുമ്പിരികൊണ്ടത് അവരുടെ ആരോഗ്യപ്രശ്നങ്ങളെയെല്ലാം അധികരിപ്പിച്ചു. അതിജീവനത്തിന്റെ പ്രതീക്ഷകൾ മങ്ങുമ്പോൾ തടവു കാരുടെ രോഗപ്രതിരോധശേഷി തന്നെ മന്ദീഭവിക്കുന്നതായും അതുവ ഴി രോഗാണുബാധകൾ ഊർജ്ജിതമാകുന്നതായും അദ്ദേഹം നിരീക്ഷി ച്ചു. 1944 ലെ ക്രിസ്തുമസിനും 1945 ലെ പുതുവത്സരത്തിനും ഇടയിലു ള്ള ആഴ്ചയിൽ ക്യാമ്പിലെ മരണനിരക്ക് താരതമ്യേന വളരെ കൂടുത ലായിരുന്നു. ഭക്ഷ്യലഭ്യത കുറഞ്ഞതുകൊണ്ടോ കൂടുതലായി പണി യെടുപ്പിച്ചതു കൊണ്ടോ കാലാവസ്ഥാ വ്യതിയാനം കൊണ്ടോ പുതിയ പകർച്ചവ്യാധി കൊണ്ടോ ഒന്നുമായിരുന്നില്ല, മറിച്ച്, അവരുടെ പ്രതീ

ക്ഷ അസ്തമിച്ചതു കൊണ്ടുമാത്രമായിരുന്നു. അവിടുത്തെ ഭൂരിഭാഗവും കരുതിയിരുന്നത് ക്രിസ്തുമസിനോടനുബന്ധിച്ച് അവരെ സ്വതന്ത്രരാക്കും എന്നായിരുന്നു. പ്രതീക്ഷിച്ച ദിവസമടുത്തു വന്നിട്ടും വിടുതലിനുള്ള യാതൊരു വാർത്തകളും വന്നില്ല. അവരുടെ പ്രതീക്ഷയും വിശ്വാസവും തകർന്നടിയാൻ തുടങ്ങി. നിരാശയുടെ കാർമേഘം അവരെ മൂടി. ഇത് അവരുടെ ശാരീരിക ബലത്തെ സാരമായി ബാധിക്കുകയും അവരെല്ലാം അപകടകരമായ അവസ്ഥയിലേക്ക് നീങ്ങുകയും ചെയ്തു.

കുറച്ച് മാസങ്ങൾക്കു ശേഷം യുദ്ധം അവസാനിക്കുകയും എല്ലാവരും സ്വതന്ത്രരാവുകയും ചെയ്യുന്നുണ്ട്. വലിയൊരു സ്വപ്നമായി താലോലിച്ചിരുന്ന സ്വാതന്ത്ര്യത്തിന്റെ ആകാശം അവർക്കു മുന്നിൽ തുറന്നു കിട്ടിയപ്പൊഴാകട്ടെ, അത് ആസ്വദിക്കാനുള്ള കഴിവ് പോലുമില്ലാതെ മരവിച്ചു പോയിരുന്നു അവരുടെ മനസ്സ്. കഠിനമായ നിരാശയിലേക്കായിരുന്നു പലരും കൂപ്പുകുത്തിയത്. എന്നിട്ടും അതിൽ നിന്ന് കയറി വരാൻ അവർക്കൊക്കെ സാധിച്ചു എന്നതാണ് അത്ഭുതം.

യുദ്ധാനന്തരം ഫ്രാങ്ക്ൾ വിയന്നീസ് പോളിക്ലിനിക്കിന്റെ ന്യൂറോളജിക്കൽ വിഭാഗത്തിന്റെ തലവനായി. 25 വർഷം അവിടെ തുടർന്നു. പോളിക്ലിനിക്കിലെ നഴ്സായ എലിയോനോർ ഷിന്റിനെ അദ്ദേഹം വിവാഹം കഴിച്ചു. അവർക്ക് ഒരു മകളുണ്ടായി. യുദ്ധാനന്തര വർഷങ്ങൾ ഫ്രാങ്ക്ളിനെ സംബന്ധിച്ചിടത്തോളം വളരെ ക്രിയാത്മകമായിരുന്നു. അദ്ദേഹം മുപ്പത്തി രണ്ടോളം പുസ്തകങ്ങൾ എഴുതിയിട്ടുണ്ട്. അതെല്ലാം തന്നെ ലോകത്തിലെ ഇരുപത്തി ആറോളം ഭാഷകളിലേക്ക് വിവർത്തനം ചെയ്യപ്പെട്ടിട്ടുണ്ട്. നിരവധി വിദേശ രാജ്യങ്ങളിൽ അദ്ദേഹം പ്രഭാഷണങ്ങളും നടത്തി.

Man's Search for meaning എന്ന പുസ്തകം, അദ്ദേഹം കേവലം 9 ദിവസത്തിനുള്ളിൽ തന്റെ ആത്മാവിന്റെ ചായം മുക്കിയെഴുതിയ പുസ്തകമാണ്. കോൺസൺട്രേഷൻ ക്യാമ്പിൽ നിന്ന് പുറത്തിറങ്ങിയ ഉടൻ, തന്റെ ഉറ്റവരെല്ലാം ഗ്യാസ് ചേമ്പറിൽ കുരുതി കൊടുക്കപ്പെട്ടുവെന്നറിഞ്ഞ ഫ്രാങ്ക്ൾ കടുത്ത വിഷാദത്തിനടിമയായി. ആരുടെ പ്രതീക്ഷയിലാണോ താൻ ദാരുണമായ പീഢനങ്ങളെ അതിജീവിച്ചത്, അവരൊന്നും ഇനി ജീവിതത്തിലില്ല എന്നത് അദ്ദേഹത്തെ സംബന്ധിച്ച് ഒരു കനത്ത ആഘാതമായിരുന്നു. എന്നാലും, സുഹൃത്തുക്കളുടെ സ്നേഹാർദ്രവും നിരന്തരവുമായ ഇടപെടലുകളായപ്പോൾ അദ്ദേഹം പേന കൈയ്യിലെടുത്തു. ക്യാമ്പിലെ ഓരോരോ അനുഭവങ്ങളും അദ്ദേഹത്തിന്റെ കൺമുന്നിലെത്തി. ഒരു ചെറിയ പുസ്തകമാണെങ്കിലും ഇത് ഏറെ വ്യാ

പകമായി വായിക്കപ്പെടുകയും ഇരുപതിലധികം ഭാഷകളിലേക്ക് വിവർത്തനം ചെയ്യപ്പെടുകയും ചെയ്തു. കടുത്ത വെല്ലുവിളിയുയർത്തുന്ന പ്രതികൂല സാഹചര്യങ്ങളിൽപ്പോലും അവനവന്റെ യഥാർത്ഥ കഴിവുകൾ കണ്ടെത്തുകയും ജീവിതത്തിന്റെ ഔന്നത്യം ഉയർത്തിപ്പിടിച്ച് പരിപാലിക്കുകയും ചെയ്യണമെന്ന് വാദിക്കുന്ന ഒരു രേഖയാണിത്. ഓരോരുത്തരുടെയും ജീവിതത്തിന്റെ മാന്യതയും നിരുപാധികമായ അർത്ഥവും മറ്റുള്ളവരോടുള്ള ഉത്തരവാദിത്തവും സ്നേഹത്തിനും വിശ്വാസത്തിനുമുള്ള ശേഷിയുമൊക്കെ വളർത്തിയെടുക്കാൻ ഫ്രാങ്ക്ൾ ആഹ്വാനം ചെയ്യുന്നു. ഒരു ശാസ്ത്രജ്ഞൻ, വൈദ്യൻ, സൈക്കോതെറാപ്പിസ്റ്റ് എന്നീ നിലകളിൽ ഫ്രാങ്ക്ൾ ജീവിതത്തിലുടനീളം ഈ പ്രത്യേക സ്വഭാവ സവിശേഷതകൾക്കായി വാദിച്ചു. മനുഷ്യന്റെ ശാരീരികവും മാനസികവുമായ തലങ്ങൾക്കപ്പുറം, ആത്മീയ തലത്തിന്റെ പ്രാധാന്യത്തെക്കുറിച്ച് അദ്ദേഹം സംസാരിച്ചു. അദ്ദേഹത്തിന്റെ ലോഗോതെറാപ്പി, എക്സിസ്റ്റൻഷ്യൽ അനാലിസിസ് സിദ്ധാന്തങ്ങൾ ഒരു മനുഷ്യനെ യഥാർത്ഥ മനുഷ്യനാക്കാനുള്ള ആശയത്തിന് ശാസ്ത്രീയമായ ആവിഷ്കാരം നൽകി. സൈക്കോതെറാപ്പി, കൗൺസിലിംഗ്, കൺസൾട്ടേഷൻ, തുടങ്ങിയവയ്ക്ക് ഈ ആശയം ഏറെ ഫലപ്രദമാവുകയും ചെയ്തു. ഓരോ മനുഷ്യജീവിതത്തിന്റെയും മൂല്യം, അന്തസ്സ്, ആത്യന്തിക അർത്ഥം എന്നിവയിലുള്ള അദ്ദേഹത്തിന്റെ വിശ്വാസം, വിനയത്തിലും വ്യക്തിപരമായ മതഭക്തിയിലും വേരൂന്നിയതായിരുന്നു. ലോഗോതെറാപ്പി കേവലം സൈദ്ധാന്തിക മാതൃകയല്ല, മറിച്ച് നിരവധി പേരിൽ പരീക്ഷിച്ച് വിജയിച്ച പ്രാവർത്തിക രീതിയാണ്. അതിന്റെ പ്രേരണയാകട്ടെ, അദ്ദേഹത്തിന്റെ സ്വന്തം അനുഭവങ്ങളും.

1997 ൽ തന്റെ എഴുപത്തിരണ്ടാമത്തെ വയസ്സിൽ ജന്മനാടായ വിയന്നയിൽ അദ്ദേഹം നിര്യാതനായി. ജീവിച്ചിരുന്ന കാലത്ത് പ്രഭാഷണങ്ങളിലൂടെ അനേകർക്ക് പ്രചോദനം നൽകിയ അദ്ദേഹത്തിന്റെ സന്ദേശങ്ങൾ പുസ്തകങ്ങളിലൂടെയും വീഡിയോകളിലൂടെയും ഇന്നും പ്രചരിക്കുന്നുണ്ട്. അഭിമുഖങ്ങളായും ലക്ചറുകളായും അവതരിപ്പിക്കപ്പെട്ട അദ്ദേഹത്തിന്റെ ഊർജ്ജസ്വലമായ ആ സംഭാഷണങ്ങൾ പുതിയ ഉണർവ്വിലേക്കുള്ള വെളിച്ചം കാണിച്ചു തരുന്നവയാണ്.

മനസ്സിന്റെ നിഗൂഢതകൾ തേടി

'ശാസ്ത്രം പഠിച്ച ഒരാളാണ് നിങ്ങളെങ്കിൽ ഫ്രോയ്ഡിന്റെ മന:ശാസ്ത്ര സമീപനത്തെ നിങ്ങൾ നോക്കിക്കാണുന്നത് ഒട്ടും മന:സാക്ഷിക്കുത്തില്ലാത്ത ശാസ്ത്ര രീതിയിലായിരിക്കും. നിങ്ങൾ ഒരു സാഹിത്യ സാമൂഹിക വിഷയ വിദ്യാർത്ഥിയാണെങ്കിൽ ഫ്രോയ്ഡ് ഒരു പ്രവാചകനാണെന്നു തോന്നും'

– ബ്രാൻ ഫാരൻ

ഒരാൾക്കും ഒരു കാലത്തും പൂർണ്ണമായും പിടികൊടുക്കാത്ത, മനസ്സ് എന്ന പ്രതിഭാസത്തെക്കുറിച്ചും കലയും സാഹിത്യവും തത്വചിന്തകളുമായി അതിനുള്ള പാരസ്പര്യത്തെക്കുറിച്ചും കൂലംകഷമായി ചിന്തിക്കുകയും ഒട്ടനവധി പ്രബന്ധങ്ങളും പുസ്തകങ്ങളും തയ്യാറാക്കുകയും ചെയ്ത സിഗ്മണ്ട് ഫ്രോയ്ഡ് ഒരു കാലത്ത് മന:ശാസ്ത്ര ലോകത്തെ അവസാന വാക്കായിരുന്നു. പൂർവ്വ നിശ്ചിതമല്ലാത്ത മനസ്സിന്റെ വ്യാപാരങ്ങൾക്ക് ശാസ്ത്രീയമായ വിശകലനവും വ്യക്തതയും ലഭിച്ചത് അദ്ദേഹത്തിന്റെ ഗവേഷണങ്ങളുടെ ഫലമായിട്ടാണെന്നു പറയാം.

ശൈശവം മുതല്ക്കുള്ള മനുഷ്യന്റെ വികാസപരിണാമ ഘട്ടങ്ങളുടെ ഓരോ തലത്തിലും ലൈംഗികത അവനെ സ്വാധീനിക്കുന്നുണ്ടെന്നും ലൈംഗിക വാസനകളാണ് ലിബിഡോ എന്ന മാനസികോർജ്ജ പദാർത്ഥത്തിന്റെ ഉത്ഭവ കാരണമെന്നുമുള്ള അദ്ദേഹത്തിന്റെ നിഗമനത്തെ മുൻനിർത്തി ഫ്രോയ്ഡ് നിരന്തരം സദാചാരവാദികളുടെ നിശിതമായ വിമർശനത്തിനു വിധേയനായെങ്കിലും മനോ വിശകലനത്തിനും സ്വപ്നവ്യാഖ്യാനത്തിനുമൊപ്പം സാഹിത്യ സപര്യയ്ക്കു കൂടി സമയം കണ്ടെത്തിക്കൊണ്ട് വൈദ്യ സാഹിത്യകാരന്മാരിൽ അദ്വിതീയ സ്ഥാനം തന്നെ കയ്യടക്കി സിഗ്മണ്ട് ഫ്രോയ്ഡ്. തന്റെ മൗലിക സംഭാവനകൾ കൊണ്ട് സാഹിത്യലോകത്തും മന:ശാസ്ത്ര ലോകത്തും ഒരുപോലെ പേര് പതിപ്പിയ്ക്കാൻ അദ്ദേഹത്തിനു കഴിഞ്ഞു. ഓർമ്മിച്ചെടുക്കാനുള്ള കഴിവും സത്യസന്ധമായ അവതരണവുമാണ് ഒരു ആത്മകഥയെ മികവുറ്റതാക്കുന്നതെങ്കിൽ ലോകത്തിലെ തന്നെ ഏറ്റവും മികച്ച ആത്മകഥ

കളിലൊന്നാണ് 'ദ ഓട്ടോ ബയോഗ്രഫി ഓഫ് സിഗ്മണ്ട് ഫ്രോയ്ഡ്' എന്നു പറയാം.

ഒരാളുടെ ചിന്താഗതികളെയും നിലപാടുകളെയും നിർണയിക്കുന്നതിൽ ബാല്യകാല അനുഭവങ്ങൾ എത്രമാത്രം കാതലായ സ്വാധീനമാണ് ചെലുത്തുന്നത് എന്നതിന് ഒരു നല്ല ഉദാഹരണമാണ് ഫ്രോയ്ഡ്. അദ്ദേഹത്തെ പിൽക്കാലത്ത് പ്രശസ്തനാക്കിയ സ്വപ്നങ്ങളുടെ വ്യാഖ്യാനമായാലും മനോ വിശകലനമായാലും ലൈംഗികതയും മനുഷ്യസ്വഭാവവും തമ്മിലുള്ള പാരസ്പര്യമായാലും ബാല്യ കാലാനുഭവങ്ങളുടെ ഒരു തുടർച്ചയെന്നോണമാണ് സംഭവിച്ചിട്ടുള്ളത്. പലതും തുറന്നു പറയാൻ ഒരു സങ്കോചവും അദ്ദേഹം കാണിക്കുന്നുമില്ല.

സ്വന്തം അച്ഛനും അമ്മയും തമ്മിലുള്ള ലൈംഗിക വേഴ്ച എങ്ങനെയാണെന്നറിയാൻ ഒരു ദിവസം രാത്രി അവരുടെ കിടപ്പുമുറിയിലേക്ക് കടന്നു ചെല്ലുന്നുണ്ട് ഫ്രോയ്ഡ്. അതു കണ്ട് ക്ഷുബ്ധനായ അച്ഛൻ അവനെ ആട്ടിപ്പുറത്താക്കുന്നു. അവൻ കിടക്കയിൽ മൂത്രമൊഴിക്കുമ്പൊഴും വഴക്കു പറഞ്ഞത് അച്ഛനാണ്. ഇത്തരത്തിൽ, അച്ഛൻ എന്ന പുല്ലിംഗം അധികാരസ്ഥാനത്തിന്റെ രൂപകമാകുന്നതും സകല സന്തോഷങ്ങളെയും നിഷേധിക്കുന്നതുമായ ഒരു പാട് അനുഭവങ്ങൾ പലപ്പോഴായി ഫ്രോയ്ഡിനുണ്ടാകുന്നു. എട്ട് മാസം മാത്രം പ്രായമായ, തൊട്ടു താഴെയുള്ള അനുജൻ മരിക്കുമ്പോൾ ഫ്രോയ്ഡിന് ഒന്നര വയസ്സാകുന്നതേയുണ്ടായിരുന്നുള്ളൂ. ഒറ്റപ്പെടലിന്റെ വേദന അന്നു മുതൽക്കേ ആ ബാലൻ അനുഭവിച്ചു തുടങ്ങി. പിന്നീട് അദ്ദേഹം ഒരു തികഞ്ഞ അന്തർമുഖനായി തീർന്നതിന്റെ കാരണം ഇതാവാം.

ഓസ്ട്രിയയിൽ ഫ്രീ ബെർഗിലെ ഒരു ജൂത കുടുംബത്തിൽ ജനിച്ച ഫ്രോയ്ഡിനെ, ന്യൂനപക്ഷാംഗമായതിന്റെ അപകർഷതാബോധം കുട്ടിക്കാലം മുതല്ക്കേ ബാധിച്ചിരുന്നു. ചുറ്റുവട്ടത്തുള്ള കത്തോലിക്കരെല്ലാം കൂട്ടത്തോടെ പള്ളിയിലേക്ക് പോകുന്നത് അവൻ കൗതുകത്തോടെ നോക്കി നിൽക്കും. അവരാകട്ടെ അവനെ അവജ്ഞയോടെയും. പിതാവിന്റെ ബിസിനസ്സ് നഷ്ടത്തിലേക്ക് കൂപ്പുകുത്തിയതും രാജ്യത്തിന്റെ സാമ്പത്തിക സ്ഥിതി പരുങ്ങലിലായതുമെല്ലാം ഫ്രോയ്ഡിന്റെ ചെറുപ്പകാലത്തെ നന്നേ ബാധിച്ചിട്ടുണ്ട്. കുടുംബമാകെ പല നാടുകളിലേക്കും പലായനം തുടങ്ങി. ഇക്കാലത്താണ് സിഗ്മണ്ട് സ്വപ്നങ്ങൾ കാണാൻ തുടങ്ങുന്നത്. അന്നു കണ്ട പല സ്വപ്നങ്ങളും ഓർത്തെടുക്കാൻ കഴിയുന്നു എന്നതാണ് ഈ ആത്മകഥയുടെ സവിശേഷതയായി തോന്നിയത്. പഠനത്തിനൊടുവിൽ വിയന്നയിലെ തെരുവിലൊരു വാടകവീട്ടിൽ

അവർ അഭയം തേടുന്നു. കുടുംബാംഗങ്ങൾ തമ്മിൽ ചർച്ചചെയ്താണ് പല തീരുമാനങ്ങളും അവരെടുത്തത്. സമൂഹത്തിലെ ഉന്നതരുടെ അഭിപ്രായങ്ങളോടൊന്നും ഇവർ ചേർന്നു നിന്നില്ല. ഭാവിയിൽ ഫ്രോയ്ഡിയൻ മന:ശാസ്ത്രത്തിലും സമൂഹത്തിന് കൂടുതൽ പ്രാധാന്യം കാണാത്തതിന് കാരണവും ഇതാവാം. ജൂതനായതുകൊണ്ട് ഫ്രോയ്ഡ് അനുഭവിച്ച വംശീയ അധിക്ഷേപങ്ങൾക്ക് കണക്കില്ല. ജൂതന്മാർ ബുദ്ധി കുറഞ്ഞവരാണ് എന്നും താഴ്ന്ന വംശക്കാരാണെന്നും ജർമ്മൻകാരാണ് ആര്യന്മാരെന്നുമുള്ള സംസാരം നിരന്തരം കേട്ടുകേട്ട് അദ്ദേഹത്തിന്റെ കാതുകൾ മരവിച്ചു.

ഒരു അവധിക്കാലത്ത് തന്റെ ജന്മനാടായ ഫ്രീബെർഗ്ഗിലേക്ക് പോയപ്പോഴാണ് ബാല്യകാല സഖിയായ ജിസേലയെ കണ്ടുമുട്ടുന്നത്. പ്രേമപരവശനായി പ്പോകുന്ന ഫ്രോയിഡിന് നേരാംവണ്ണം അവളോട് ഒന്ന് സംസാരിക്കാൻ പോലും പറ്റുന്നില്ല. വിയന്നയിലേക്ക് തിരിച്ചുപോയ ശേഷവും അവളായിരുന്നു അദ്ദേഹത്തിന്റെ സ്വപ്നങ്ങളിൽ നിറയെ. ലൈംഗികമായി അവളോടു ബന്ധപ്പെടാനുള്ള അദമ്യമായ ആഗ്രഹം കാരണം അവളുമായി രമിക്കുന്ന സ്വപ്ന രംഗങ്ങൾ അദ്ദേഹത്തെ നിരന്തരം പിന്തുടർന്നു. അമർത്തി വെയ്ക്കപ്പെടുന്ന വികാരങ്ങൾ സ്വപ്നങ്ങളായി പ്രത്യക്ഷപ്പെടുമെന്ന സിദ്ധാന്തം തന്നെ അദ്ദേഹം ഭാവിയിൽ കൊണ്ടുവന്നത് ഈ അനുഭവത്തിൽ നിന്നാവണം.

ഫ്രോയ്ഡ് തുറന്നു പറയുന്ന മറ്റൊരു സത്യം, ശിശുവായിരുന്നപ്പോൾ തനിക്കു തന്റെ അമ്മയുമായി ലൈംഗിക ബന്ധം പുലർത്താൻ ആഗ്രഹമുണ്ടായിരുന്നു എന്നാണ്. പിന്നീട് ജേഷ്ഠന്റെ മകളായ പോളിൻ എന്ന സമപ്രായക്കാരിയെ പ്രാപിക്കണം എന്നായി മോഹം. അബോധ മനസ്സിൽ അമർത്തി വെച്ച ഇത്തരം അഗമ്യഗമനേഛകളുടെ തുറന്നുപറച്ചിൽ ഒരുതരം മാനസിക വൈകൃതമാണോ എന്നുപോലും തോന്നിപ്പോകും ആത്മകഥയുടെ ചില ഭാഗങ്ങളിൽ. വിയന്ന യൂണിവേഴ്സിറ്റിയിൽ മെഡിസിനു ചേരുമ്പോൾ ഫ്രോയ്ഡിന് പതിനേഴ് വയസ്സ് പ്രായം. വൈദ്യ വിഷയങ്ങൾ പഠിക്കുന്നതിനേക്കാൾ അദ്ദേഹത്തിന് താൽപര്യം ഡാർവിന്റെ സിദ്ധാന്തങ്ങളും ഭാഷയുടെ ഉത്പ്പത്തിയുമൊക്കെയറിയാനായിരുന്നു. ഫ്രോയ്ഡ് തന്നെ പറയുന്നത്, 'രോഗം മൂലം അവശതയനുഭവിക്കുന്നവരെ സഹായിക്കണം എന്നുള്ള ആഗ്രഹമേ എനിക്കില്ലായിരുന്നു, പ്രപഞ്ച രഹസ്യങ്ങളെ ക്കുറിച്ചറിയാനുള്ള മനുഷ്യ പ്രയത്നങ്ങളിൽ പങ്കാളിയാകാനേ ഞാൻ ആഗ്രഹിച്ചിരുന്നുള്ളൂ' എന്നാണ്. വിശ്വമഹാകവി ഗോയ്ഥേയുടെ പ്രബന്ധത്തിലെ ഒരു ഭാഗമാണ് യഥാർത്ഥത്തിൽ

ഫ്രോയിഡിനെ വൈദ്യശാസ്ത്രത്തിലേക്കു തന്നെ അടുപ്പിച്ചത്. പ്രകൃതിയുടെ അവിഭാജ്യഘടകമാണ് മനുഷ്യശരീരമെന്നും മനുഷ്യശരീരത്തിന്റെ ഘടനയും പ്രവർത്തനവും പഠിക്കുന്നതിലൂടെ മാത്രമേ പ്രകൃതിയുമായി അടുക്കാൻ കഴിയൂ എന്നുമായിരുന്നു ഗോയ്ഥേയുടെ ഉപന്യാസത്തിലെ പ്രസ്താവന.

ഏണസ്റ്റ് ബ്രൂക്കിന്റെ കീഴിലുള്ള പഠനം കൊണ്ട് ജീവശാസ്ത്രത്തിൽ അഗാധ ജ്ഞാനം നേടാൻ അദ്ദേഹത്തിന് കഴിഞ്ഞു. ശാസ്ത്രത്തിന്റെ മാർഗ്ഗമാണ് എറ്റവും യുക്തിസഹവും സത്യസന്ധവുമെന്ന ഉറച്ച വിശ്വാസത്തിലേക്ക് അദ്ദേഹത്തെ നയിച്ചതും ബ്രൂക്കാണ്. എന്നാലും ശാസ്ത്രത്തിന്റെ അളന്നു മുറിച്ച കൃത്യതയോട് പല സന്ദർഭങ്ങളിലും അദ്ദേഹം എതിർപ്പു പ്രകടിപ്പിച്ചിട്ടുണ്ട്. അളന്നു തിട്ടപ്പെടുത്താൻ കഴിയാത്തതെല്ലാം അശാസ്ത്രീയമെന്ന് പറയാനാവില്ല എന്ന് പല പ്രഭാഷണങ്ങളിലും ഫ്രോയ്ഡ് പറഞ്ഞിട്ടുണ്ട്. പ്രാകൃതിക തത്ത്വചിന്തയിലേക്കും മിസ്റ്റിസത്തിലേക്കുമൊക്കെ തീർത്ഥയാത്ര നടത്തിയ ഒരു അന്വേഷകന് അങ്ങനെ പറയാനേ കഴിയുമായിരുന്നുള്ളൂ. ആത്മീയവാദത്തിന്റെ പല അംശങ്ങളും ചേർത്തുനിർത്തിയാണ് ഫ്രോയ്ഡ് തന്റെ ഭൗതികവാദത്തിന് അടിത്തറ പാകിയത്. ആചാര്യനായ ബ്രൂക്കിന്റെ ഉപദേശപ്രകാരം, അവിടെ ഗവേഷണത്തിൽ തുടരുന്നതിനു പകരം ചികിത്സ ആരംഭിക്കാനാണ് ഫ്രോയ്ഡ് പിന്നീട് തീരുമാനിക്കുന്നത്. തന്റെ മുപ്പതാം വയസ്സിൽ ഫ്രോയ്ഡ് വിവാഹിതനായി.നാലര വർഷക്കാലം നീണ്ടു നിന്ന പ്രണയത്തിനു ശേഷമാണ് അദ്ദേഹം തന്റെ കൂട്ടുകാരി മാർത്തയെ ജീവിത സഖിയാക്കിയത്. ലാവണ്യ ചിന്തകൾ, അതിലെ സർഗ്ഗാകത, അന്തർലീനമായ കലാ ചൈതന്യം തുടങ്ങിയ നിരവധി സൈദ്ധാന്തിക വിശദീകരണങ്ങൾ കൊടുത്തുകൊണ്ട് പ്രണയത്തെ ഉദാത്തവത്കരിക്കുന്നുണ്ട് ഫ്രോയ്ഡ്.

മനോരോഗ വിദഗ്ധനായ മെയ്നർട്ട്, നാഡീ രോഗ വിദഗ്ധരായ ഫ്രാൻസ് ഷോൾസ്, ഷാർക്കോ തുടങ്ങിയവരുടെ കീഴിലുള്ള മികച്ച പരിശീലനം കൊണ്ട് തലച്ചോറുമായി ബന്ധപ്പെട്ട നിരവധി രോഗാവസ്ഥകളെ സുസൂക്ഷ്മം പഠിക്കാൻ അദ്ദേഹത്തിന് സാധിച്ചു. ശിശുക്കൾക്കുണ്ടാകുന്ന തളർവാതത്തെക്കുറിച്ചുള്ള പ്രബന്ധം ശാസ്ത്രലോകം അംഗീകരിക്കുകയും പ്രസ്തുത രോഗത്തിന് 'ഫ്രോയ്ഡിന്റെ തളർവാതം' എന്ന പേരിടുകയും ചെയ്തു. കുറേക്കാലം ആ രോഗം അറിയപ്പെട്ടത് ഈ പേരിലാണ്. തലച്ചോറിന്റെ ക്ഷതം നിമിത്തം സംസാരശേഷി നഷ്ടപ്പെടുന്ന അഫേസിയ എന്ന രോഗാവസ്ഥയെക്കുറിച്ച് അതേ പേരിൽ

ഫ്രോയ്ഡ് ഒരു പുസ്തകം രചിച്ചിട്ടുണ്ട്. അക്കാലത്ത് ഇത് വളരെ വ്യാപകമായി ചർച്ച ചെയ്യപ്പെടുകയുണ്ടായി. നാഡീ രോഗ ചികിത്സകനെന്ന നിലയിൽ ഇരുപതു വർഷത്തോളം അദ്ദേഹം രോഗികളെ നോക്കുകയും ഗവേഷണങ്ങൾ നടത്തുകയും പ്രബന്ധങ്ങൾ തയ്യാറാക്കുകയുമൊക്കെ ചെയ്തിട്ടുണ്ടെങ്കിലും ഒരു മന:ശാസ്ത്രജ്ഞനെന്ന നിലയിൽ മാത്രമാണ് അദ്ദേഹത്തെ ലോകം ഇന്നറിയുന്നത്. അതിന് കാരണമാകട്ടെ, അന്നോളം നിലനിന്ന മനോരോഗ സിദ്ധാന്തങ്ങളെ പൊളിച്ചെഴുതി സൈക്കോ അനാലിസിസ് എന്ന ഒരു ശാഖ തന്നെ മന:ശാസ്ത്രലോകത്തിന് അദ്ദേഹം സംഭാവന ചെയ്തു എന്നതാണ്.

ജോസഫ് ബ്രോയറോടൊപ്പം ചേർന്ന് ഹിസ്റ്റീരിയയിൽ ഗവേഷണം ആരംഭിച്ചു കൊണ്ടായിരുന്നു അതിന്റെ തുടക്കം. ഹിസ്റ്റീരിയയെ വെറുക്കപ്പെടേണ്ട ഒരു അസുഖമായാണ് അന്നേവരെ കണ്ടിരുന്നത്. ഗർഭപാത്രം എന്ന അർത്ഥമുള്ള ഹിസ്റ്ററോൺ എന്ന പദത്തിൽ നിന്നാണ് ഹിസ്റ്റീരിയ എന്ന പേര് ഉണ്ടായത്.ഗർഭപാത്രത്തിന്റെ സഞ്ചാരം എന്നർത്ഥം. അമിതമായ ലൈംഗികാഭിനിവേശമുള്ള സ്ത്രീകളിൽ ഗർഭപാത്രം സ്വന്തം സ്ഥാനത്തു നിന്ന് തെന്നിമാറി ശരീരത്തിന്റെ വിവിധ ഭാഗങ്ങളിൽ ചുറ്റി സഞ്ചരിക്കുന്നതുകൊണ്ടാണ് ശരീരാവയവങ്ങൾക്ക് തളർച്ചയും മരവിപ്പുമൊക്കെയുണ്ടാകുന്നതെന്നായിരുന്നു പൊതു ധാരണ. ഇതിന് പ്രത്യേകിച്ച് ചികിത്സയൊന്നും ആവശ്യമില്ലെന്നും രൂക്ഷഗന്ധമുള്ള വലേരിയം എന്ന ചെടിയുടെ ഇല മണപ്പിച്ചാൽത്തന്നെ ഗർഭാശയം പൂർവ്വസ്ഥാനത്തു പോയി കിടക്കുമെന്നുമാണ് ഡോക്ടർമാർ വിശ്വസിച്ചിരുന്നത്. കാലങ്ങളായുള്ള വിശ്വാസത്തിന്റെചിറകരിഞ്ഞു കൊണ്ട് ഹിസ്റ്റീരിയ ഒരു മാനസിക രോഗമാണെന്ന് ഫ്രോയ്ഡ് സമർത്ഥിച്ചു. രോഗികളുടെ മനസ്സിന്റെ ഉള്ളറകളിലേക്ക് കടന്നുചെന്ന് ഉപബോധ മനസ്സിലെ രോഗ കാരണങ്ങൾ കണ്ടെത്തി. ഗുരുനാഥനായ ഷാർക്കോവിന്റെ നിർദ്ദേശപ്രകാരം ഫ്രോയ്ഡ് ഒരു ഗ്രന്ഥം തന്നെ രചിച്ചു. ഈ പുസ്തകത്തിലെ നിരീക്ഷണങ്ങളാണ് ഹിസ്റ്റീരിയ മൂലമുള്ള രോഗലക്ഷണങ്ങളും മറ്റു സമാന രോഗലക്ഷണങ്ങളും തമ്മിൽ വേർതിരിച്ചറിയാൻ വൈദ്യലോകം ഇന്നും ആശ്രയിക്കുന്നത്. ഹിപ്നോട്ടിസത്തിന്റെ പരിമിതികൾ തിരിച്ചറിഞ്ഞ് അതിനെ പരിഷ്കരിക്കാനും അബോധതലത്തിൽ അമർത്തപ്പെട്ടു കിടക്കുന്ന ഓർമ്മകളും അനുഭവങ്ങളും വിശകലനം ചെയ്യാനുള്ള മനോവിശകലന പദ്ധതിക്ക് രൂപം കൊടുക്കാനും ഫ്രോയ്ഡിനു കഴിഞ്ഞു. അദ്ദേഹത്തിന്റെ നിരീക്ഷണത്തിൽ ഇത്തരത്തിലുള്ള അനുഭവങ്ങളിൽ ഭൂരിഭാഗവും ലൈംഗികതയുമായി ബന്ധപ്പെട്ടവയായിരുന്നു.

ലൈംഗിക ചൂഷണങ്ങൾക്കിരയായതോ അരുതാത്ത ലൈംഗിക ബന്ധത്തിലേർപ്പെട്ടതോ അഗമ്യഗമനേച്ഛകളോ ഒക്കെയാണ് മിക്കവരും ഏറ്റു പറഞ്ഞത്. ഒപ്പം തന്റെ വ്യക്തിപരമായ അനുഭവങ്ങൾ കൂടിയായപ്പോൾ ഫ്രോയ്ഡ് തീർച്ചപ്പെടുത്തി, ഹിസ്റ്റീരിയ ഉൾപ്പെടെയുള്ള ന്യൂറോസിസ് രോഗങ്ങളെല്ലാം ഭൂതകാലത്തെ ലൈംഗികാനുഭവങ്ങളുടെ പ്രകടനമാണെന്ന്. ഡോക്ടർമാരുൾപ്പെടെയുള്ളവരുടെ പൊതുസമൂഹത്തിൽ നിന്ന് വലിയ എതിർപ്പാണ് ഫ്രോയ്ഡിന് നേരിടേണ്ടിവന്നത്. ഗുരുനാഥനായ ബ്രോയർ പോലും ഫ്രോയ്ഡിനെ കളിയാക്കി. ശൈശവത്തിലും ബാല്യത്തിലുമുള്ള ലൈംഗിക ചോദനകകളുടെ പരിണിതഫലമായിട്ടാണ് ഓരോരുത്തരുടെയും വ്യക്തിത്വം തന്നെ രൂപപ്പെടുന്നതെന്ന ഫ്രോയ്ഡിന്റെ സിദ്ധാന്തം മനഃശാസ്ത്രമേഖലയിൽ സജീവമായ ചർച്ചകൾക്ക് തിരികൊളുത്തിയ വിപ്ലവകരമായ ഒരു നിരീക്ഷണമായിരുന്നുവെങ്കിലും വ്യാപകമായ പ്രതിഷേധങ്ങൾക്ക് ഇടയാക്കി. ഒരു ജൂതനാണ് എന്ന കാരണത്താൽ ഫ്രോയ്ഡിനെ വിയന്നയിലെ ഡോക്ടർമാർ ബഹിഷ്കരിച്ചു. അദ്ദേഹത്തെക്കുറിച്ച് അപവാദങ്ങൾ പറഞ്ഞു പരത്തിയതു കാരണം രോഗികളൊന്നും കൺസൾട്ടേഷനെത്താതെയായി. കുടുംബ ച്ചെലവിനുള്ള പണം പോലും കണ്ടെത്താനാകാതെ കുറേക്കാലം അദ്ദേഹം കഷ്ടപ്പെട്ടു. എന്നിട്ടും അദ്ദേഹം തന്റെ നിഗമനങ്ങളിൽ ഉറച്ചുനിന്നുകൊണ്ട് നിരവധി ലേഖനങ്ങളും പ്രബന്ധങ്ങളും എഴുതി പ്രസിദ്ധീകരിച്ചു. ബോധമനസ്സ്, അബോധമനസ്സ്, ഉപബോധമനസ്സ് എന്നിവയെപ്പറ്റി ആദ്യമായി വിശദീകരിച്ചത് ഫ്രോയ്ഡാണ്. അദ്ദേഹത്തിൻറെ ഏറ്റവും പ്രസിദ്ധമായ പുസ്തകം, 'സ്വപ്നങ്ങളുടെ വ്യാഖ്യാനം ' പ്രസിദ്ധീകരിച്ചതോടെ അവഗണിക്കാനാവാത്ത ഒരു സ്ഥാനം തന്നെ മനഃശാസ്ത്ര ലോകത്ത് ഫ്രോയ്ഡിന് കൈവന്നു. ബാല്യകാലം മുതൽ അന്നന്നു താൻ കാണുന്ന സ്വപ്നങ്ങളെ ഓർത്തെടുക്കാനും വ്യാഖ്യാനിക്കാനും ശ്രമിച്ചിരുന്ന ഫ്രോയ്ഡിന് സ്വപ്നങ്ങളുടെ വിശകലനവും വ്യാഖ്യാനവും ആത്മാവിന്റെ മറ്റൊരുതരം ബഹിസ്ഫുരണം തന്നെയായിരുന്നു. പുസ്തകം വ്യത്യസ്ത തലങ്ങളിൽ വ്യാപകമായി ചർച്ച ചെയ്യപ്പെട്ടതോടെ ഫ്രോയ്ഡ് ലോകപ്രശസ്തനായിത്തീർന്നു.

ഒന്നാം ലോക മഹായുദ്ധത്തോടനുബന്ധിച്ച് നിരവധി പേരിൽ യുദ്ധവിഭ്രാന്തി ബാധിച്ചപ്പോൾ അതേ കുറിച്ച് പഠനം നടത്താൻ ഫ്രോയ്ഡ് നിയോഗിക്കപ്പെടുകയുണ്ടായി. മരണഭയവും അതിജീവനത്തിനുള്ള അഭിവാഞ്ഛയും തമ്മിലുള്ള സംഘർഷമാണ് വിഭ്രാന്തിയുടെ രൂപത്തിൽ പ്രകടമാകുന്നത് എന്നായിരുന്നു ഫ്രോയിഡിനെ നിരീക്ഷണം. അന്നേ

വരെ തുടർന്നുവന്ന ഷോക്ക് ട്രീറ്റ്മെൻറ് അതിനു ഫലപ്രദമല്ല എന്നും മനോ വിശകലനത്തിലൂടെ മാനസിക സംഘർഷത്തിന് അയവുവരുത്തുക മാത്രമാണ് ഇതിനുള്ള പ്രതിവിധിയെന്നും അദ്ദേഹം സമർത്ഥിക്കുകയും ചെയ്തു. പക്ഷേ തെളിവെടുപ്പിനായി രൂപീകരിച്ച കമ്മീഷനാകട്ടെ, യുദ്ധ വിഭ്രാന്തി ഒരു രോഗമല്ല എന്നും യുദ്ധരംഗത്തുനിന്ന് രക്ഷപ്പെടാനുള്ള ഒരു തന്ത്രം മാത്രമാണെന്നും അഭിപ്രായപ്പെട്ട് ഫ്രോയ്ഡിന്റെ നിഗമനങ്ങൾ തള്ളിക്കളയുകയാണ് ചെയ്തത്. ഫ്രോയിഡിന്റെ 'മരണാഭിവാഞ്ഛരാസിദ്ധാന്തം' യഥാർത്ഥത്തിലുള്ളതായിരുന്നില്ല. അദ്ദേഹത്തിന്റെ വിഷാദവും വിരഹ ദുഃഖവും നൈരാശ്യവുമൊക്കെ ചേർന്ന ഒരു തരം മനോഭാവം മാത്രമായിരുന്നു അത് എന്നാണ് പിന്നീട് നടന്ന പഠനങ്ങളിൽ കണ്ടെത്തിയത്.

മനുഷ്യ ജീവിതത്തിന്റെ സമസ്ത ചോദനകളെയും മനോവിശകലനത്തിന് വിധേയമാക്കുകയായിരുന്നു ഫ്രോയ്ഡ് ചെയ്തത്. നരവംശശാസ്ത്രവും സാമൂഹ്യശാസ്ത്രവുമെന്നുവേണ്ട, സാഹിത്യത്തിലേക്കും കലയിലേക്കും വരെ അദ്ദേഹത്തിന്റെ നിരീക്ഷണങ്ങൾ നീണ്ടു. മൈക്കലാഞ്ചലോവിന്റെ ശിൽപവും ലിയാ നാർഡോ ഡാവിഞ്ചിയുടെ ചിത്രങ്ങളുമൊക്കെ പഠിച്ച് അവരുടെ മനസ്സ് വായിക്കാൻ ശ്രമവും നടത്തി അദ്ദേഹം. സാഹിത്യകാരന്മാരോട് അങ്ങേയറ്റത്തെ ബഹുമാനമായിരുന്നു അദ്ദേഹത്തിന്. സർഗ്ഗ ശക്തികൾക്ക് പിന്നിലൊരു ദിവ്യത്വം ഉണ്ടെന്നും ആ ദിവ്യത്വം, മനോ വിശകലനം നടത്തുന്ന ഒരു മനഃശാസ്ത്രജ്ഞന്റേതിനോട് സമാനമാണെന്നും അദ്ദേഹം പറഞ്ഞിരുന്നു. ഫ്രോയ്ഡ് ചില സാഹിത്യകൃതികളും എഴുതിയിട്ടുണ്ട്. ഹാംലെറ്റിന്റെ വ്യാഖ്യാനമാണ് അദ്ദേഹത്തിന്റെ ആദ്യത്തെ സാഹിത്യ കൃതി. നിരവധി നാടകങ്ങൾക്കും നോവലുകൾക്കും നിരൂപണവും എഴുതിയിട്ടുണ്ട് അദ്ദേഹം. ഹെർമൻ ഹെസ്സെ, തോമസ്മൻ, റൊമേൻ റൊളാണ്ട് തുടങ്ങിയ, അക്കാലത്തെ പ്രശസ്ത സാഹിത്യകാരന്മാരുമായി അടുത്ത ബന്ധവും പുലർത്തിയിരുന്നു അദ്ദേഹം. യഥാർത്ഥത്തിൽ വൈദ്യശാസ്ത്ര ലോകത്തേക്കാൾ ഫ്രോയിഡിനെ അംഗീകരിച്ചത് സാഹിത്യലോകമായിരുന്നു. അക്കാലത്ത് യൂറോപ്പിലെ ഏറ്റവും ഉന്നത സാഹിത്യ പുരസ്കാരമായിരുന്ന ഗോയ്ഥേ സാഹിത്യ സമ്മാനം ഫ്രോയ്ഡിന് നൽകി അവർ അദ്ദേഹത്തെ ആദരിച്ചു.

അറുപത്തിമൂന്ന് വയസ്സായപ്പോഴാണ് വിയന്ന സർവ്വകലാശാല, ഫ്രോയ്ഡിന് പ്രൊഫസർ സ്ഥാനം നൽകിയത്. ജൂതനാണെന്ന എന്ന ഒറ്റ കാരണം കൊണ്ട് അത്രയും കാലം തനിക്ക് നിഷേധിക്കപ്പെട്ട ആ പദവി

കൈവന്നപ്പോൾ അദ്ദേഹത്തിന് പ്രത്യേകിച്ച് സന്തോഷമൊന്നും തോന്നിയില്ല. അപ്പോഴേക്കും ഫ്രോയ്ഡ് ഏറെ തിരക്കുള്ള ഒരു പ്രഭാഷകനായി മാറിയിരുന്നു. അദ്ദേഹത്തിന്റെ കൃതികളും മനോ വിശകലന സംബന്ധിയായ ഗ്രന്ഥങ്ങളും മാത്രം പ്രസിദ്ധീകരിക്കാൻ അന്താരാഷ്ട്ര മനോ വിശകലന പ്രസിദ്ധീകരണശാല എന്ന പേരിൽ ഒരു പുസ്തക പ്രസിദ്ധീകരണശാല തന്നെ ആരംഭിച്ചു. ഗസ്റ്റപ്പോകളുടെ തുടർച്ചയായ ചോദ്യം ചെയ്യലിൽ നിന്ന് രക്ഷനേടാൻ വിയന്നയിൽ നിന്ന് പലായനം ചെയ്ത ഫ്രോയ്ഡ് തന്റെ അവസാന കാലഘട്ടം ചെലവിട്ടത് ലണ്ടനിലാണ്. അദ്ദേഹത്തിന്റെ പ്രസിദ്ധമായ ചില ചിത്രങ്ങളിൽ നാം കാണുന്നതുപോലെ, സന്തതസഹചാരിയായിരുന്ന ചുരുട്ട് തന്നെയാണ് ഒടുവിൽ അദ്ദേഹത്തെ കൊടുംദുരിതത്തിലേക്ക് തള്ളിവിട്ടത്. വായിലുണ്ടായ ക്യാൻസർ ഒരു ചികിത്സക്കു മുന്നിലും കീഴടങ്ങിയില്ല. അതിന്റെ ദുസ്സഹമായ നാറ്റം കാരണം അദ്ദേഹത്തിന്റെ പ്രിയപ്പെട്ട നായ പോലും ദൂരേക്ക് അകന്നു പോയി. അതിതീവ്രമായ വേദനയിൽ അദ്ദേഹം പിടഞ്ഞു.സംസാരം നിലച്ചു. വെള്ളം കുടിക്കാൻ പോലും പ്രയാസമായി. മാക്സ് ഷൂർ എന്ന ഡോക്ടറായിരുന്നു അവസാനകാലത്ത് ഫ്രോയിഡിനെ പരിചരിച്ചത്. ഒരു ഘട്ടമെ ത്തിയാൽ തനിക്ക് ദയാവധം അനുവദിക്കണമെന്ന് ഫ്രോയ്ഡ് ഷൂറിനോട് പറഞ്ഞ് ഏർപ്പാടാക്കിയിട്ടുണ്ടായിരുന്നു. അതുപ്രകാരം, ഷൂർ കൂടിയ അളവിൽ മോർഫിൻ കുത്തിവെച്ച് ഫ്രോയ്ഡിനെ വേദനകളില്ലാത്ത ലോകത്തേക്ക് യാത്രയാക്കുകയായിരുന്നു.

ഫ്രോയ്ഡ് രചിച്ച പുസ്തകങ്ങൾ

1891 On Aphasia

1895 Studies on Hysteria (co-authored with Josef Breuer)

1899 The Interpretation of Dreams

1901 On Dreams (abridged version of The Interpretation of Dreams)

1904 The Psychopathology of Everyday Life

1905 Jokes and Their Relation to the Unconscious

1905 Three Essays on the Theory of Sexuality

1907 Delusion and Dream in Jensen's Gradiva

1910 Five Lectures on Psycho-Analysis

1910 Leonardo da Vinci, A Memory of His Childhood

1913 Totem and Taboo: Resemblances between the Psychic Lives of Savages and Neurotics

1915-17 Introductory Lectures on Psycho-Analysis

1920 Beyond the Pleasure Principle

1921 Group Psychology and the Analysis of the Ego

1923 The Ego and the Id

1926 Inhibitions, Symptoms and Anxiety

1926 The Question of Lay Analysis

1927 The Future of an Illusion

1930 Civilization and Its Discontents

1933 New Introductory Lectures on Psycho-Analysis

1939 Moses and Monotheism

1940 An Outline of Psychoanalysis

1967 Thomas Woodrow Wilosn: A Psychological Study, with William C. Bullit

Case histories

1905 Fragment of an Analysis of a Case of Hysteria (the Dora case history)

1909 Analysis of a Phobia in a Five-Year-Old Boy (the Little Hans case history)

1909 Notes upon a Case of Obsessional Neurosis (the Rat Man case history)

1911 Psycho-Analytic Notes on an Autobiographical Account of a Case of Paranoia (the Schreber case)

1918 From the History of an Infantile Neurosis (the Wolfman case history)

1920 The Psychogenesis of a Case of Homosexuality in a Woman[276]

1923 A Seventeenth-Century Demonological Neurosis (the Haizmann case)

Papers on sexuality

1906 My Views on the Part Played by Sexuality in the Aetiology of the Neuroses

1908 "Civilized" Sexual Morality and Modern Nervous Illness

1910 A Special Type of Choice of Object made by Men

1912 Types of Onset of Neurosis

1912 The Most Prevalent Form of Degradation in Erotic Life

1913 The Disposition to Obsessional Neurosis

1915 A Case of Paranoia Running Counter to the Psycho-Analytic Theory of the Disease

1919 A Child is Being Beaten: A Contribution to the Origin of Sexual Perversions

1922 Medusa's Head

1922 Some Neurotic Mechanisms in Jealousy, Paranoia and Homosexuality

1923 Infantile Genital Organisation

1924 The Disoslution of the Oedipus Complex

1925 Some Psychical Consequences of the Anatomical Distinction between the Sexes

1927 Fetishism

1931 Female Sexuality

1933 Femininity

1938 The Splitting of the Ego in the Process of Defence

Autobiographical papers

1899 An Autobiographical Note

1914 On the History of the Psychoanalytic Movement

1925 An Autobiographical Study (1935 Revised edition with Postscript).

സാൻ മിഷേലിന്റെ കഥ

ഡോക്ടർ എന്ന നിലയിൽ പുനരർപ്പണം ചെയ്യാൻ ഒരു പുസ്തകവായന നിങ്ങളെ സഹായിക്കുമെങ്കിൽ അതിന് ആദ്യം വായിക്കേണ്ട പുസ്തകങ്ങളിലൊന്ന് ആക്സൽ മുംതേയുടെ സാൻ മിഷേലിന്റെ കഥയാണ്. വൈദ്യ സംസ്കാരത്തെ പുനർവായനക്ക് വിധേയമാക്കുന്ന സാഹിത്യ കൃതികളിൽ പ്രകാശഗോപുരം പോലെ ഉയർന്നു നിൽക്കുന്ന ഒരു അപൂർവ്വ ഗ്രന്ഥം. പ്രശസ്തനായ ഒരു ഡോക്ടറുടെ ഓർമ്മക്കുറിപ്പുകളെന്ന നിലയിൽമുപ്പതോളം ലോകഭാഷകളിൽ വിവർത്തനം ചെയ്യപ്പെട്ട, ലോകത്തിലെ ഏറ്റവും പ്രിയപ്പെട്ട ഈ വൈദ്യ സാഹിത്യ ഗ്രന്ഥത്തിന് കാലം കഴിയുന്തോറും മിഴിവ് കൂടി വരികയാണ് ചെയ്തിട്ടുള്ളത്. ജീവിതത്തിൽ വിശ്വാസം വളർത്തുന്ന ഏറ്റവും മഹത്തായ ഗ്രന്ഥങ്ങളിൽ ആദ്യം പറയേണ്ട ഒന്നായി മലയാള വിവർത്തനത്തിന്റെ അവതാരികയിൽ എം.ടി.വാസുദേവൻ നായർ പരാമർശിച്ച ഈ പുസ്തകം ഡോക്ടർമാർ മാത്രല്ല, എല്ലാവരും വായിച്ചിരിക്കേണ്ട ഒരു ഉത്തമ ഗ്രന്ഥമാണ്.

ഒരു ഡോക്ടർക്ക്, താൻ ജീവിക്കുന്ന സമൂഹത്തോടുള്ള സമീപനം എങ്ങനെയാവണം എന്നതിന്റെ ഹൃദയസ്പർശിയായ മാതൃകയാണ് സാൻ മിഷേലിന്റെ കഥ. ധനാഢ്യരെ മാത്രം പരിഗണിച്ചു കൊണ്ട് സ്വപ്നമാളികയിൽ കഴിയേണ്ട ഒരു തൊഴിലായി വൈദ്യത്തെ കാണാതെ ചുറ്റുമുള്ള വേദനിക്കുന്ന മനുഷ്യരെയും മൃഗങ്ങളെയും പക്ഷികളെയുമൊക്കെ ഹൃദയത്തോട് ചേർത്ത് പിടിച്ച ആക്സൽ മുംതേ എന്ന ഡോക്ടറുടെ ജീവിതത്തിന്റെ പാഠപുസ്തകമാണിത്. രോഗികളുടെ ഇടയിൽ അവരുടെ കാണപ്പെട്ട ദൈവമായി ആരാധിക്കപ്പെടുമ്പോഴും ഒരു പച്ച മനുഷ്യനായി ഈ പ്രകൃതിയോടൊത്ത് ജീവിച്ച് മരിച്ച ഒരു ഡോക്ടറുടെ.

ആക്സൽ മുൻതേ1857 ൽ സ്വീഡനിൽ ജനിച്ചു. പാരീസിൽനിന്ന് മെഡിസിനിൽ ബിരുദം കരസ്ഥമാക്കി. 1882 ൽ 24-ാം വയസ്സിൽ ഫ്രാൻസിലെ ഏറ്റവും പ്രായം കുറഞ്ഞ എം.ഡി.യായി പ്രാക്ടീസ് തുടങ്ങി. റോമിലും പാരിസിലും ലണ്ടനിലും പ്രവർത്തിച്ചു. ദീർഘകാലം സ്വീഡനിലെ രാജ്ഞിയുടെ ഔദ്യോഗികഡോക്ടറായി. നല്ല കൈപ്പുണ്യമുള്ള ഒരു ഭിഷഗ്വരനായിരുന്നു മുംതേ. അതുകൊണ്ടുതന്നെ അദ്ദേഹത്തിന്റെ ചികിത്സയ്ക്ക് വിധേയരാകാൻ പണക്കാർ തിരക്കുകൂട്ടി. കിടന്നുറങ്ങിയും അ

മിതാഹാരം കഴിച്ചും സുഖലോലുപതയിൽ ആറാടിയിരുന്ന പാരീസിലെ പ്രഭുക്കളും പ്രഭുകുമാരിമാരും ചെറിയ ചെറിയ ആരോഗ്യ പ്രശ്നങ്ങൾക്കുള്ള ചികിത്സയ്ക്ക് പോലും ഡോക്ടർക്ക് ഭീമമായ പ്രതിഫലം നൽകാൻ തയ്യാറായിരിക്കേ അവരുടെ ക്ഷണം നിരസിച്ച് പാവങ്ങളുടെ കൂരയിലെത്തി അവരെ ചികിത്സിക്കാനായിരുന്നു മുംതേ ഇറങ്ങിയത്. പണം മോഹിച്ച്, കൂടുതൽ സമയവും ശ്രദ്ധയുമെടുത്ത് പ്രഭുവിനെ പരിശോധിക്കുകയും അവർ ഒരുക്കുന്ന സൽക്കാരത്തിൽ പങ്കെടുക്കുകയും ചെയ്യുമ്പോൾ പാവപ്പെട്ടവരെ നോക്കാനുള്ള മന:സ്ഥിതി നഷ്ടപ്പെടുമെന്ന യാഥാർത്ഥ്യം തുറന്നു പറയുന്നുണ്ട് മുംതേ.

വൈദ്യ പഠനത്തിന്റേയോ പരിശീലനത്തിന്റേയോ കേമത്തം കൊണ്ടല്ല, മറിച്ച് രോഗികളുടെ വിശ്വാസം ആർജ്ജിച്ചെടുക്കാൻ കഴിഞ്ഞതിലൂടെയാണ് അദ്ദേഹം തിരക്കേറിയ ഒരു ഡോക്ടറാകുന്നത്. ആ കഴിവ് തനിക്ക് ജന്മനാ ദിവ്യാനുഗ്രഹമായി കിട്ടിയതാണെന്ന് അദ്ദേഹം വിനയത്തോടെ പറയുന്നുണ്ടെങ്കിലും അങ്ങേയറ്റത്തെ അനുകമ്പയിലൂടെയാണ് ഇത്തരമൊരു വിശ്വാസം അദ്ദേഹം നേടിയെടുത്തതെന്ന് നമുക്ക് വായിച്ചെടുക്കാൻ സാധിക്കും. നിരുപാധികമായ അനുകമ്പയാണ് മുംതേയുടെ മുഖമുദ്ര. അത് പകരുന്നത് മനുഷ്യരിലേക്ക് മാത്രമല്ല, മൃഗശാലയിലെ സിംഹവും സുവോളജിക്കൽ ഗാർഡനിലെ ധ്രുവക്കരടിയുമൊക്കെ അദ്ദേഹത്തിന്റെ നേരെ ഇണക്കത്തോടെ മുരളുകയും കൈപ്പത്തിയിൽ തലോടുകയുമൊക്കെ ചെയ്യുന്നത് അവർക്ക് പോലും അതു തിരിച്ചറിയാനൊക്കുന്നതുകൊണ്ടാണ്. തന്റെ ഇഷ്ട മൃഗങ്ങൾക്ക് അസുഖം ബാധിച്ചതിന്റെ വിശദാംശങ്ങളിലേക്കു കടക്കുമ്പോൾ സ്വന്തം കുഞ്ഞിനു സംഭവിച്ചിട്ടെന്നോണം അടുപ്പത്തോടെയാണ് മുംതേ അത് വാക്കുകളിലേക്ക് ആവാഹിക്കുന്നത്.

ജാക്വിസ് എന്ന ആൾ കുരങ്ങ് മരണത്തിലേക്ക് നീങ്ങുന്ന രംഗം അവതരിപ്പിച്ചത് കാണുക.

'അവന്റെ ദേഹം വെണ്ണീറിന്റെ നിറമായി മാറി. കവിളുകൾ ഒട്ടുകയും കണ്ണുകൾ കുഴിയിലാഴുകയും ചെയ്തു. ഒരു ദിവസം ലക്ഷണം കെട്ട ഒരു ചുമയും തുടങ്ങി. ഞാൻ പലതവണ അവന്റെ പനി നോക്കി. അതു വളരെ ശ്രമിച്ചു വേണമായിരുന്നു. ഒരു ദിവസം എന്റെ കൈ പിടിച്ചുകൊണ്ട് മടിയിൽ ഇരിക്കുകയായിരുന്നു അവൻ. പെട്ടെന്ന് കഠിനമായി ചുമയ്ക്കാൻ തുടങ്ങി. ചോര ഛർദ്ദിച്ചു. മനുഷ്യരെപ്പോലെ ചോര കണ്ട് അവനും പകച്ചു. ഒരു ദിവസം തല മൂടിപ്പുതച്ചു കൊണ്ട് അവൻ കിടക്കുന്നത് ഞാൻ കണ്ടു. പുതപ്പിനുള്ളിൽ നിന്ന് കൈയ്യെടുത്ത് അവൻ

എന്റെ കൈക്കു പിടിച്ചു. അവന്റെ മുഖഭാവം ഏറെ മാറിയിരുന്നു.... സുഖമരണം.'

ഒരു ഡോക്ടർ എന്ന നിലയിൽ തന്നിലുള്ള അനുകമ്പ തുറന്നുവെച്ച്, പണം നൽകാനില്ലാത്ത, ദുരിതമനുഭവിക്കുന്ന എല്ലാവരുടേയും ഇടയിലേക്ക് അദ്ദേഹം ഇറങ്ങിച്ചെന്നു. മനുഷ്യർ മാത്രമായിരുന്നില്ല അവരിലുണ്ടായിരുന്നത്. കാഴ്ചബംഗ്ലാവിലെ വ്രണം പിടിച്ച സിംഹങ്ങളെയും തെരുവിലെ ചാവാളിപ്പട്ടികളെയും ഒക്കെ അദ്ദേഹം ചികിത്സിച്ചു. വൈദ്യശാസ്ത്ര സത്യങ്ങൾ വിവരിക്കുന്നതിനൊപ്പം താനുമായി ഇടപഴകിയ നായയുടെയും കടുവയുടെയും മന:ശാസ്ത്രം പങ്കുവെക്കുന്നിടത്താണ് ഒരു ഡോക്ടർ എന്ന നിലയിൽ അദ്ദേഹം വ്യത്യസ്തനാകുന്നത്. എങ്ങനെ ഒരു നായയെ വേദനിപ്പിക്കാതെ കൊല്ലാം എന്നതിനുള്ള ഉപായമടക്കം വിവരിക്കുന്നുണ്ട് അദ്ദേഹം. അദ്ദേഹത്തിന്റെ തന്നെ വാക്കുകളിൽ, 'എന്നെയും കാത്ത് ധനികരായ അമേരിക്കക്കാർ സന്ദർശക മുറിയിൽ ഇരിക്കുന്നു. കുറെയധികം പേർ കട്ടിലിൽ കിടക്കുകയും ചെയ്യുന്നു. അഥവാ ഞാൻ അങ്ങോട്ട് പോവുകയാണെങ്കിൽ സുവോളജിക്കൽ ഗാർഡനിലുള്ള കുരങ്ങുകളെയും ധ്രുവക്കരടികളെയും ആര് സമാശ്വസിപ്പിക്കും?'

ലൂയി പാസ്ചറിനൊപ്പം പേപ്പട്ടി വിഷ ബാധിതരെ ചികിത്സിച്ചതിന്റെ ഭീതിജനകമായ അനുഭവ വിവരണങ്ങളുണ്ട്. ആ രോഗാവസ്ഥ എത്രമാത്രം ബീഭത്സമാണെന്ന് വാക്കുകളിലൂടെ അദ്ദേഹം വരച്ചു കാട്ടുന്നു.രോഗലക്ഷണത്തിന്റെയും മരുന്നിന്റെയും സങ്കുചിതമായ ലോകത്തു നിന്ന് വഴുതിമാറി വിശാലമായ പ്രകൃതിയുടെ സൗന്ദര്യത്തിലേക്ക് ഇറങ്ങിച്ചെല്ലുകയും അതിലെ വേദനിക്കുന്ന ഏതൊരു ജീവിയേയും തന്റെ സ്വന്തം പോലെ കാണുകയും ചെയ്തു മുംതേ. തെരുവിൽ മഹാമാരി പടരുമ്പോൾ പാവങ്ങളുടെ രക്ഷകനായി അവർക്കിടയിൽ ഓടി നടന്ന് ഓരോ രോഗവും വെല്ലുവിളിയായി ഏറ്റെടുത്തുകൊണ്ട് പൊരുതുകയായിരുന്നു ഇദ്ദേഹം. രോഗത്തോടും മരണത്തോടുമുള്ള നിരന്തരമായ പോരാട്ടത്തിന്റെ മുൻ നിരയിലുണ്ടായിരുന്ന മുംതേ തന്റെ അറിവുമുഴുവൻ ചികിത്സകനെന്നനിലയിൽ വിനിയോഗിച്ചു. പകർച്ചവ്യാധികൾ പടർന്നു പിടിക്കുമ്പോഴാണ് അവിടുത്തെ മനുഷ്യരുടെ യഥാർത്ഥ മുഖം വെളിവാകുന്നത്. മറ്റാരെക്കാളും മുമ്പ് താനും വേണ്ടപ്പെട്ടവരും രക്ഷപ്പെടണമെന്ന് ആഗ്രഹിക്കുന്നവരും അങ്ങനെയല്ലാതെ മറ്റുള്ളവർക്ക് വേണ്ടി എന്തും ചെയ്യാൻ തയ്യാറാകുന്നവരും ഉണ്ടാവാം. ഒരു ഡോക്ടർ ഇത്തരത്തിലുള്ള പലരെയും നേരിട്ട് കണ്ടു കൊണ്ടിരിക്കുന്നു. അയാൾക്ക് ഒരിക്കലും പിൻ

വാങ്ങാനാവില്ല. ഹൃദയത്തിലെ അനുകമ്പ അയാളെ അവിടെ പിടിച്ചു കെട്ടിയിടും. ധനികരായ പ്രഭുക്കന്മാർ ക്യൂ നിൽക്കുന്ന ഡോക്ടറുടെ സന്ദർശക മുറിയെക്കുറിച്ച് അയാൾ മറന്നുപോകും. പതിനായിരങ്ങൾ മരിച്ചുവീണ നേപ്പിൾസിലെ കോളറാ കാലത്ത് മുംതേ അവിടുത്തെ തെരുവീഥികളിൽ അശരണരെ ചികിത്സിച്ചു കൊണ്ട് അലഞ്ഞു. ജീവിതവും മരണവും എതിരാളികളായി ഏറ്റുമുട്ടുന്നതിന്റെ ദൃഗ് സാക്ഷിയായി. മെസ്സിനയിലും വെർദുനിയയിലുമൊക്കെ അങ്ങനെയുള്ള മരണക്കാഴ്ചകൾ കണ്ട് പതം വന്ന മനസ്സിനെ ആത്മീയതയുടെയും സർഗ്ഗ സാഹിത്യത്തിന്റെയും ലോകത്തേക്ക് പറിച്ചുനടാനായിരുന്നു പിന്നീട് മുംതേയുടെ ശ്രമം.

കാപ്രിയിലെ പഴയ ഒരു റോമൻ ചക്രവർത്തിയുടെ വില്ലയുടെ അവശിഷ്ടങ്ങളിൽ നിർമ്മിച്ച ആക്സൽ മുംതേയുടെ വസതിയുടെ പേരാണ് പുസ്തകത്തിന്റെ തലക്കെട്ടായ 'സാൻ മിഷേൽ '. പ്രകൃതി രമണീയമായ അതിന്റെ പരിസരങ്ങളെക്കുറിച്ച് കാവ്യഭാവനയോടെ വിശദമായി പ്രതിപാദിക്കുന്നുണ്ട് അദ്ദേഹം.

'പാറയോട് പിണച്ചു നിർത്തിയിരിക്കുന്ന വലിയ ഇരുമ്പു വിജാഗിരികളുള്ള മടക്കു പാലത്തിന്റെ കമാനാകൃതിയിലുള്ള കവാടം കടന്നു. കാറ്റാടി മരങ്ങൾ കൊണ്ട് നാണം മറച്ച പോസിലിപ്പോ. തിളങ്ങുന്ന വെള്ളിരേഖ പോലെ നേപ്പിൾസ്. പനിനീർ പൂക്കളുടെ നിറമുള്ള പുകവിടുന്ന വെസൂവിയസ്, സെന്റ് ആൻജെലോ മലനിരകൾക്കു താഴെ മലർന്നു കിടക്കുന്ന സൊറെൻതോ താഴ് വര. അതിനുമപ്പുറം ആൽപൈൻ മലനിരകൾ മഞ്ഞുമൂടിക്കിടക്കുന്നു. ഞങ്ങളുടെ തലയ്ക്കു മീതെ, ചെങ്കുത്തായ പാറയിൽ ആണിയടിച്ചുറപ്പിച്ച പരുന്തിൻ കൂടു പോലെ തകർന്ന കൊച്ചു ദേവാലയം നിന്നു.'

ചുറ്റുമുള്ള പ്രകൃതിയിലെ ഓരോ പുല്ലിനോടും പുഴുവിനോടും പോലും അടുത്ത സുഹൃത്തിനെപ്പോലെ സല്ലപിച്ചു കൊണ്ട് മനുഷ്യജീവിതത്തെ പ്രകൃതിയോട് അത്രമേൽ ചേർത്തുനിർത്തി ആസ്വദിക്കുന്നത് ഏറെ രസകരമായ ഒരു വായനാനുഭവമാണ്. മലയാളത്തിലെ ബഷീർ ശൈലിയുടെ സ്മരണകളാണ് മുതേ പലയിടങ്ങളിലും ഉണർത്തുന്നത്. നിലാവിനോട് പറയുന്നത് നോക്കുക

'പരിശുദ്ധയായ ലൂനാ ദേവീ, രാത്രിയുടെ നിശ്ചലതയിലൂടെ നീയെന്നെ കേൾക്കുന്നുണ്ടോ? നീ ഇണക്കമുള്ളവളും ദു:ഖിതയുമായി തോന്നുന്നു. നിനക്ക് ദു:ഖത്തെ മനസ്സിലാകുമോ? നിനക്കു മാപ്പു കൊടുക്കാനാവില്ലേ? നിന്റെ വിശുദ്ധ വെളിച്ചമാകുന്ന കാശിത്തുമ്പ കൊണ്ട് മുറി

വുകൾ ഉണക്കാനാവില്ലേ? എല്ലാം മറക്കാൻ നീ പഠിച്ചിട്ടില്ലേ? വരൂ, പൊന്നു സഹോദരീ, എന്റെ അരികിലിരിക്കൂ.'

നമ്മുടെയൊക്കെ ചെറിയ ജീവിതങ്ങളെയും ചെറിയ സൗഹൃദവലയങ്ങളെയും വിശാലമായ ലോകത്തേക്ക് പടർത്താനും ലോകത്തിന്റെ സൗന്ദര്യം ഓരോ നിമിഷവും ആവോളം നുകർന്നു കൊണ്ട് ആയുസ്സിനെ പരമാവധി ഉപയോഗപ്പെടുത്താനുമുള്ള സന്ദേശം കൂടിയാണിത്. ഡേവിഡ് തോറോവിന്റെ 'വാൽഡണി' ലാണ് സമാനമായ വിവരണങ്ങൾ നമുക്ക് കാണാൻ കഴിയുക. കാവ്യഭംഗി തുളുമ്പുന്ന ഭാഷാശൈലിയൊന്നും ഒരു ഡോക്ടറുടെ അനുഭവ വിവരണങ്ങളിൽ പ്രതീക്ഷിക്കാവുന്നതല്ലെങ്കിൽപ്പോലും മുംതേയുടെ വാക്കുകളുടെ ചാരുത നമ്മളെ കൂട്ടിക്കൊണ്ടുപോകുന്നത്, നമ്മൾ ഒരിക്കലും അനുഭവിക്കാത്ത ലോകത്തിന്റെ ദൃശ്യവിസ്മയങ്ങളിലേക്കാണ്.

'കോരപ്പുല്ലുകൾ തിങ്ങി വളർന്ന താഴ് വരയിലൂടെ ഞങ്ങൾ അലഞ്ഞു നടന്നു. ചെറിയ കടുംമഞ്ഞപ്പഴങ്ങൾ പറിച്ചുതിന്നു. ഒറ്റപ്പെട്ട ബർച്ചു മരങ്ങൾ വളർന്ന് പടർന്നു പന്തലിച്ച തോട്ടങ്ങളായി മാറി. അവയ്ക്കിടയിൽ അരളികളും കാട്ടു മുന്തിരികളും കാടുപിടിച്ചു പടർന്നിട്ടുണ്ട് '.

കൃത്യമായ കാലത്തിന്റെ അകമ്പടിയോടെയല്ല ഇതിൽ അദ്ദേഹം തന്റെ ഓർമ്മകൾ പങ്കുവെയ്ക്കുന്നത്. രചയിതാവിന്റെ ജീവിതത്തിലെ പല കാലഘട്ടങ്ങളുടെയും ഓർമ്മപ്പെടുത്തലുകൾ ഇതിൽ അടങ്ങിയിരിക്കുന്നു. ജീൻ മാർട്ടിൻ ചാർകോട്ട്, ലൂയിസ് പാസ്ചർ, ഹെൻറി ജെയിംസ്, ഗീദുമൊപസോ എന്നിവരുൾപ്പെടെ അക്കാലത്തെ നിരവധി സെലിബ്രിറ്റികളുമായി അദ്ദേഹത്തിന് ബന്ധമുണ്ടായിരുന്നുവെങ്കിലും പാരീസിലെ ദരിദ്രരായ ഇറ്റാലിയൻ കുടിയേറ്റക്കാരുടെയും നേപ്പിൾസിലെ പ്ലേഗ് ബാധിതരുടെയും, ഗ്രാമീണ ജനങ്ങളായ കാപ്രി നിവാസികളുടെയുമൊക്കെ പ്രശ്നങ്ങളിൽ ഇടപെടാനും അവരെ സമാശ്വസിപ്പിക്കാനുമാണ് അദ്ദേഹം കൂടുതൽ സമയം ചെലവഴിച്ചത്. പുസ്തകത്തിൽ ഒരിടത്ത്, മുംതേ തന്റെ സുഹൃത്തായ നോർസ്ത്രോമിനോട് സംസാരിക്കുന്ന രംഗമുണ്ട്. തനിക്ക് രോഗികൾ കുറയാനും മുംതേയ്ക്ക് കൂടാനും കാരണമെന്താണെന്ന് തിരക്കുന്ന നോർസ്ത്രോമിനോട് മുംതേ പറയുന്നു 'അത് വെറും ഭാഗ്യത്തിന്റെ പ്രശ്നമാണ്. മനോഭാവത്തിന്റെയും' എന്ന്. നോർസ്ത്രോമിന് രോഗങ്ങളെക്കുറിച്ച് നല്ല ധാരണയുള്ളത് കൊണ്ട് അയാൾ തന്റെ രോഗികളെ അതൊക്കെ വിശദമായി പറഞ്ഞു മനസ്സിലാക്കിയപ്പോൾ മുംതേ അതിനു വിപരീതമായി രോഗത്തിന്റെ പ്രശ്നങ്ങൾ വിശദീകരിക്കാൻ നിൽക്കാതെ രോഗികളെ സമാശ്വസിപ്പിക്കാനാണ് കൂടുതൽ

സമയം ചെലവിട്ടത്. അതു തന്നെയാണ് അവർക്കു വേണ്ടിയിരുന്നതും.

മുന്തെയുടെ ജീവിതത്തിലെ പല പ്രമുഖരെയും ഈ പുസ്തകത്തിൽ പരാമർശിച്ചിട്ടില്ല. അദ്ദേഹത്തിന്റെ ഭാര്യയും മക്കളും ആഖ്യാനത്തിൽ ഉൾപ്പെടുന്നില്ല; ഇംഗ്ലണ്ടിലെ അദ്ദേഹത്തിന്റെ സമയം വളരെക്കുറച്ചേ പരാമർശിക്കപ്പെടുന്നുള്ളൂ. ഒന്നാം ലോകമഹായുദ്ധസമയത്ത് അദ്ദേഹം തന്നെ ഒരു ബ്രിട്ടീഷ് പൗരനായി. പേഴ്സണൽ ഫിസിഷ്യൻ, സ്വീഡൻ രാജ്ഞിയുടെ വിശ്വസ്തൻ എന്നീ നിലകളിൽ അദ്ദേഹം പതിറ്റാണ്ടുകളായി നടത്തിയ സേവനത്തെ ഏറ്റവും നേർത്ത രീതിയിൽ മാത്രമേ പരാമർശിച്ചിട്ടുള്ളൂ. ഒരു ഘട്ടത്തിൽ, 'ഒരു രാജ്യത്തിന് മുഴുവൻ അമ്മയാകേണ്ടവൾ'എന്ന് മാത്രം രാജ്ഞിയെ നാമകരണം ചെയ്യുമ്പോൾ, വില്ല സാൻ മിഷേലിൽ സംസ്കരിച്ച അവരുടെ ഒരു നായയുടെ ശവകുടീരത്തിനായി അവർ പതിവായി പൂക്കൾ കൊണ്ടുവരുമായിരുന്നുവെന്ന് കൂടി അദ്ദേഹം പരാമർശിക്കുന്നു.

ഈ പുസ്തകം എഴുതിക്കഴിഞ്ഞ് ഏതു സാഹിത്യ വിഭാഗത്തിൽപ്പെടുത്തണമെന്ന് ആശങ്കപ്പെടുന്നുണ്ട് മുംതേ. ആത്മകഥയുടെയും ഫാന്റസി യുടെയും അതിശയകരമായ ഒരു ചേരുവയാണ് സാൻ മിഷേൽ. പ്രക്ഷുബ്ധമായ ലാളിത്യം, നാണമില്ലാത്ത നിഷ്കാപട്യം, തിളക്കമാർന്ന പ്രസന്നത തുടങ്ങിയ സവിശേഷതകൾ കൊണ്ട് സാഹിത്യലോകത്ത് തലയെടുത്ത് നിൽക്കുന്ന ഒരു ദീപസ്തംഭം തന്നെയാണ് 'സാൻ മിഷേലിന്റെ കഥ' എന്ന് പറയാം. സുപ്രധാന തീരുമാനങ്ങളെടുക്കുമ്പോൾ ഒരു ഡോക്ടറെ സ്വാധീനിക്കേണ്ട ധാർമ്മിക ബോധങ്ങളെക്കുറിച്ചും വൈദ്യജീവനത്തിൽ ആത്മസമർപ്പണത്തിന്റെ അർത്ഥ തലങ്ങളെക്കുറിച്ചുമൊക്കെ ചർച്ച ചെയ്ത ഈ പുസ്തകം ഡോക്ടർമാർ ഒരു ബൈബിളായി കൊണ്ടു നടക്കേണ്ടതുണ്ട്.

മെഡിക്കൽ കോളേജുകൾ പഠിപ്പിക്കാത്തത്

സി.എൻ.എൻ.ഐ.ബി.എൻ ചാനൽ റിപ്പോർട്ടർ പ്രിയാളിസുർ ആന്ധ്ര യിലെ ഖമാം ഗ്രാമത്തിൽ നടത്തിയ അന്വേഷണാത്മക പഠനം ഒരു ഹ്രസ്വചിത്രമായി യു ട്യൂബിൽ കാണാം. എന്റോസൾഫാന്റെ തിക്തഫ ലങ്ങളനുഭവിക്കുന്ന കാസർഗോഡുകാരെപ്പോലെ ഇവിടെയും കുറേപ്പേർ കഷ്ടതകളനുഭവിക്കുന്നു.പക്ഷേ വില്ലൻ എന്റോസൾഫാനല്ല, മറിച്ച് വൻകിട കുത്തക ഔഷധ കമ്പനികൾ പഠനത്തിനായി ഉപയോഗിച്ച മരുന്നുകളാണെന്നു മാത്രം.

വിദേശികളുടെ ദയാവായ്പിൽ കൃതജ്ഞതയോടെ നമ്മുടെ പ്രൈമറി ഹെൽത്ത് സെന്ററുകളിൽ നിന്ന് സന്തോഷത്തോടെ സൗജന്യമരുന്നു കൾ വാങ്ങി മടങ്ങുന്ന പാവപ്പെട്ട ഗ്രാമീണരും ഒരു നിമിഷം ചിന്തിക്കേണ്ട സമയമായി. ചിലപ്പോൾ നിങ്ങളും പരീക്ഷണ മൃഗങ്ങളായേക്കാം!

രാസൗഷധങ്ങളുടെ വ്യത്യസ്ത ചേരുവകൾ മനുഷ്യനിൽ പ്രയോ ഗിക്കുമ്പോഴുള്ള പ്രശ്നങ്ങളും നേട്ടങ്ങളുംനിരീക്ഷിക്കാൻ തെരെഞ്ഞെ ടുക്കപ്പെടുന്ന അവികസിത-വികസ്വര മേഖലകളിൽ മുൻപന്തിയിലാണ് ഇന്ത്യയിലെ പല ഗ്രാമങ്ങളുമെന്നാണ് ഒറ്റപ്പെട്ട പല പഠനങ്ങളും കാണി ക്കുന്നത്. തൃശ്ശൂരിലെ 'ജനനീതി' എൻ.ജി.ഓർഗനൈസേഷൻ നടത്തിയ പഠനത്തിൽ 2010ൽ ഇന്ത്യയിൽ 670 മരണങ്ങൾ ക്ലിനിക്കൽ ട്രയലിനിട യിൽ നടന്നിട്ടുണ്ട്. രോഗങ്ങളും അംഗവൈകല്യങ്ങളും എത്രയാണെന്ന് ഊഹിക്കാവുന്നതേയുള്ളൂ.അടുത്തകാലത്ത് ഇന്ത്യാവിഷൻ എക്സ്ക്ലൂസീവായി റിപ്പോർട്ട് ചെയ്ത കേരളത്തിലെ ക്ലിനിക്കൽ ട്രയ ലുകളും ഭീതിജനകമായ ഒട്ടേറെ ആശങ്കകൾ പങ്കുവെക്കുന്നുണ്ട്. ഡോക്ടർമാരും ഔഷധ കമ്പനികളും തമ്മിലുള്ള പല അവിശുദ്ധബ ന്ധങ്ങളും മറനീക്കി പുറത്തുവന്നുകൊണ്ടിരിക്കുകയാണ്.

രോഗത്തിന്റെ വേദനാഗർത്തത്തിൽ നിന്നും കരകയറാൻ അനുഗ്രഹം പോലെയെത്തുന്ന വിശുദ്ധദ്രവ്യമാണ് ഔഷധം. തന്റെ രോഗം മാറ്റി ത്തരണേ എന്ന ഗാഢമായ പ്രർത്ഥനയോടെ രോഗി കഴിക്കുന്ന ഔഷധം അയാളും ഡോക്ടറും തമ്മിലുള്ള വിശ്വാസത്തിന്റെ ദൃഢമായ ഒരു അട യാളമാണ്. സ്നേഹം, ദയ, കാരുണ്യം തുടങ്ങിയ മാനസിക മൂല്യ ങ്ങൾ കൂടി ഇതിലടങ്ങിയിരിക്കുന്നു. അതുകൊണ്ടുതന്നെ ഔഷധത്തിന്റെ

വിശ്വാസ്യതയിൽവരുന്ന ആശങ്കകൾ നമ്മുടെ മൂല്യാപചയത്തിലേക്കുള്ള ചൂണ്ടുപലകകൾ കൂടിയാണ്.

ഇതിന്റെ മൂലകാരണങ്ങളന്വേഷിക്കുമ്പോൾ പുതിയ കാലത്തിന്റെ സാംസ്ക്കാരികാപചയത്തിലെത്തുമെങ്കിലും വൈദ്യ വിദ്യാഭ്യാസ കേന്ദ്രങ്ങളിൽ നിന്നും പൊളിച്ചുമാറ്റപ്പെട്ടുകൊണ്ടിരിക്കുന്ന മനുഷ്യത്വത്തിന്റെ നിലപാടു തറകളാണ് നമ്മെ ഏറെ അസ്വസ്ഥതരാക്കേണ്ടത്. സത്യസന്ധമായ അറിവിന്റെ ദീപജ്യോതിയുമായി ആതുരന്റെ ഹൃദയത്തിലേക്ക് പ്രവേശിച്ച് എല്ലാതരത്തിലും അവന് ആശ്വാസമായി അവതരിക്കേണ്ട ഡോക്ടർ എങ്ങനെയൊക്കെ പരിശീലിക്കപ്പെടുന്നില്ല എന്ന അന്വേഷണം പ്രസക്തമാവുന്നത് ഇവിടെയാണ്.

പാശ്ചാത്യവൈദ്യശാസ്ത്രത്തിലെ (Modern medicine) പുതിയ രീതികളുടെ കടുത്ത വിമർശകരിലൊരാളായ ഇവാൻ ഇല്ലിച്ച് (1926-2000), തന്റെ Medical Nemesis എന്ന പുസ്തകത്തിലൂടെ വൈദ്യരംഗത്തെ തെറ്റായ പ്രവണതകളെ നിഷ്കരുണം ചോദ്യം ചെയ്തിട്ടുണ്ട്. ഡോ. പീറ്റർ റോസ്റ്റിന്റെ The wistle blower-confessions of a health care hitsman എന്ന പുസ്തകം, ഔഷധോത്പാദകരായ കുത്തക കമ്പനികൾ വൈദ്യവ്യവസായ രംഗത്തു ചെയ്തുവരുന്ന നെറി കേടുകൾ തുറന്നു കാണിച്ചു. ഒറ്റപ്പെട്ട ഇത്തരം വിമർശനങ്ങളെയാകെ ചവിട്ടിത്താഴ്ത്തി, മരുന്ന്-ഡോക്ടർ-ലബോറട്ടറി, ആശുപത്രി തുടങ്ങിയ വലക്കണ്ണികളിലൂടെ സമൂഹത്തെയാകെ മൂടിക്കൊണ്ടിരിക്കുന്ന ചികിത്സാവ്യവസായം എക്കാലത്തും പടർന്നുവളർന്നിട്ടേയുള്ളൂ. ഇതിനു നടുവിലേക്കാണ് പ്രമുഖതത്ത്വചിന്തകനും ശാസ്ത്രജ്ഞനുമായ റസ്റ്റംറോയ്, ഇവാൻ ഇല്ലിച്ചിന്റെ പിൻഗാമിയെന്നു വിശേഷിപ്പിച്ച ഡോ.ബി.എം. ഹെഗ്ഡേ ഒരു ഒറ്റയാൾപ്പട്ടാളമായി സധൈര്യം ശബ്ദമുയർത്തുന്നത്. ശ്രദ്ധേയമായ പുസ്തകങ്ങളിലൂടെയും പ്രസംഗങ്ങളിലൂടെയും വർത്തമാന കാല വൈദ്യവ്യവസായത്തിന്റെ ഒളിച്ചുവെച്ച മുഖങ്ങൾ തുറന്നു കാട്ടാനുള്ള ഇദ്ദേഹത്തിന്റെ ശ്രമങ്ങൾക്ക് ശക്തി പകരാൻ പുതിയതലമുറ കൂടുതൽ ബോധവാന്മാരാകേണ്ടിയിരിക്കുന്നു.

രോഗങ്ങളിൽ നിന്ന് രോഗങ്ങളിലേക്ക് മാറി ദിനം പ്രതികഴിഞ്ഞുകൂടിക്കൊണ്ടിരിക്കുന്ന പുതിയ സമൂഹം, ആരോഗ്യവ്യവസായ ശാലയുടെ ചിലന്തിക്കെട്ടുകളിലാണ് തങ്ങളെന്ന യാഥാർത്ഥ്യം സ്വപ്നത്തിൽ പോലും തിരിച്ചറിയാനാവാത്ത വിധം അബോധാവസ്ഥയിലാണ്. കുത്തക ഫാർമസ്യൂട്ടിക്കൽ കമ്പനികളുടെ കണക്കുകൂട്ടലുകൾക്കനുസരിച്ചാണ് രോഗങ്ങളുണ്ടാകുന്നതും ചികിത്സിക്കപ്പെടുന്നതും. ഈ

പുതിയ സംവിധാനത്തിനിണങ്ങിയ ചക്രപ്പല്ലുകളായി ഡോക്ടർമാരെ പടച്ചുവിടുന്ന കേന്ദ്രങ്ങളാവുകയാണ് മെഡിക്കൽ കോളേജുകൾ. യാന്ത്രികതയിൽ നിന്ന് കൂടുതൽ യാന്ത്രികതയിലേക്ക് നീങ്ങിക്കൊണ്ടിരിക്കുന്ന ഈ സംവിധാനത്തിൽ മാനവിക മൂല്യങ്ങൾക്ക് അപചയം വന്നുകൊണ്ടിരിക്കുന്നു. ഔഷധ വ്യവസായത്തെ കൊഴുപ്പിക്കാൻ കൂട്ടുനിൽക്കുന്നവരായിക്കൊണ്ടിരിക്കുകയാണ് പുതിയ തലമുറ ഡോക്ടർമാർ. പ്രതിഫലത്തിന്റെ കണ്ണഞ്ചിപ്പിക്കുന്ന സ്വർണ്ണപ്രഭയിൽ സിദ്ധാന്തങ്ങളുംഗവേഷണഫലങ്ങളുമെല്ലാം വളച്ചൊടിച്ച് പാവനമായൊരു ശാസ്ത്രശാഖയെ വ്യഭിചരിക്കുകയാണ് പലരും.

ഈ വാക്കുകൾ ഏറെക്കാലത്തെ പ്രശസ്തസേവനത്തിനു ശേഷം മണിപ്പാൽ മെഡിക്കൽ അക്കാദമിയുടെ വൈസ്ചാൻസലറായി വിരമിച്ച ഡോ.ബി.എം.ഹെഗ്ഡേയുടേതാവുമ്പോൾ കൂടുതൽ ശ്രദ്ധേയമാകുന്നു.

ഔദ്യോഗിക ജീവിതത്തിന്റെ ഇടയിലെല്ലാം, താൻ കടന്നുവന്ന വഴികളുടെ മൂല്യാവബോധത്തോടെ അതുകാത്തുസൂക്ഷിക്കേണ്ടതിന്റെ ആവശ്യകത പുതുതലമുറയെ അറിയിക്കാനും വൈദ്യശാസ്ത്രത്തിന്റെ സനാതന മൂല്യങ്ങളെ ബോധ്യപ്പെടുത്താനും അദ്ദേഹം ശ്രമിച്ചിരുന്നു. ഏറെക്കാലത്തെ പഠന-ഗവേഷണ-അധ്യാപന-അധികാര ജീവിതത്തിനു ശേഷം വർത്തമാനകാല വൈദ്യമേഖലയെ വിലയിരുത്തുമ്പോൾ അദ്ദേഹത്തിനു തോന്നുന്ന വിലപ്പെട്ട ചില വിചാരങ്ങളുണ്ട്. അതിൽ ഏറ്റവും പ്രധാനപ്പെട്ടത്, മാനുഷിക മൂല്യങ്ങളുടെ അന്തർധാരയോടെ നടപ്പിലാക്കേണ്ട മെഡിക്കൽ വിദ്യാഭ്യാസമാണ്. ഈ വിഷയം പല തലങ്ങളിലായി വിശദീകരിക്കുന്ന പുസ്തകമാണ് അദ്ദേഹത്തിന്റെ What doctors do not get to study at the medical school. ഇതിനോടകം തന്നെ ഏറെ കോപ്പികൾ വിറ്റഴിയുകയും നിരവധി ചർച്ചകൾക്കും വിമർശനങ്ങൾക്കും വിധേയമാവുകയും ചെയ്ത പുസ്തകമാണിത്.

വൈദ്യശാസ്ത്രം-വികസനത്തിന്റെ പരിമിതികൾ

വളർന്നുപന്തലിക്കുന്ന ശാസ്ത്രശാഖകളുടെ സഹായത്തോടെ ഭൂമുഖത്ത് ഇന്നേവരെയുണ്ടായ വികസനങ്ങളെല്ലാം നമ്മുടെ ജീവിതത്തിൽ ഒട്ടേറെ സൗകര്യങ്ങൾ വർദ്ധിപ്പിച്ചിട്ടുണ്ടെന്നത് സത്യമാണ്. ഫിസിക്സ്, കെമിസ്ട്രി, ഗണിത ശാസ്ത്രം, ജീവശാസ്ത്രം തുടങ്ങിയ മേഖലകളിലെ ഗവേഷണത്തിന്റെ അതിസങ്കീർണ്ണമായ രീതിശാസ്ത്രങ്ങളിലൂടെ പുരോഗമിച്ച വൈദ്യമേഖലയിലും ഇതുവഴി നിരവധി വികസനങ്ങളുണ്ടായിട്ടുണ്ട്. രോഗനിർണ്ണയത്തിലും ചികിത്സാരീതികളിലും ഏറ്റവും നവീനവും

സൂക്ഷ്മവുമായ പദ്ധതികൾ രൂപീകരിക്കപ്പെട്ടു. മാതാപിതാക്കളില്ലാതെ പോലും കുട്ടികളെ ഉത്പാദിപ്പിക്കാവുന്ന ജനറ്റിക്ക് എഞ്ചിനീയറിങ്ങിന്റേയും സ്റ്റെംസെൽ റിസർച്ചിന്റെയും ലോകത്താണ് നാമിന്ന് ജീവിക്കുന്നത്!

എന്നിട്ടും, ലളിതവും അടിസ്ഥാനപരവുമായ ചില ആരോഗ്യപ്രശ്നങ്ങൾക്ക് ഉത്തരം നൽകാനോ കൃത്യമായ വിശദീകരണങ്ങൾ കൊടുക്കാനോ നമുക്ക് കഴിയുന്നില്ല. ശാസ്ത്രീയ വിശദീകരണങ്ങൾക്ക് അപ്പുറത്ത് നിലനിൽക്കുന്ന ചില പ്രപഞ്ചസത്യങ്ങൾ വിശദീകരണങ്ങളില്ലാതെ ഉൾക്കൊള്ളാനും അതിനുയോജിച്ച വിധം ശാസ്ത്രത്തെ രൂപപ്പെടുത്തിയെടുക്കാനും നാം തയ്യാറാകേണ്ടിയിരിക്കുന്നു. മനസ്സിനെ അത്തരത്തിൽ പാകപ്പെടുത്തുമ്പോൾ, ഇന്ന് നാം ആസ്വദിക്കുന്ന പല സൗകര്യങ്ങളും യഥാർത്ഥത്തിൽ മനുഷ്യന്റെആരോഗ്യനിലവാരത്തിലുണ്ടാക്കിയിട്ടുള്ള പാളിച്ചകൾ തിരിച്ചറിയാൻ കഴിഞ്ഞേക്കും.

പരിണാമപ്രക്രിയയുടെ പലഘട്ടങ്ങളിലും പരിസ്ഥിതിയും പ്രകൃതിയും സുപ്രധാനമായ നിരവധി ഇടപെടലുകൾ നടത്തിയാണ് നാമിന്നു കാണുന്ന ജീവിവർഗ്ഗങ്ങളുടലെടുത്തത്. തന്നെ തിന്നാൻ വരുന്ന ഓന്തിൽ നിന്നു പറന്നുരക്ഷപ്പെടാൻ ശ്രമിക്കുന്ന ഗർഭിണിയായ ഒരു പൂമ്പാറ്റ ഇതിനുദാഹരണമാണ്. രക്ഷപ്പെടുമ്പോൾ അത് തന്റെ ഉള്ളിലുള്ള പുതിയ തലമുറയുടെ ജീനുകളിൽ മ്യൂട്ടേഷനുണ്ടാക്കാൻ ശ്രമിക്കുമത്രേ. അത്തരത്തിലുള്ള അക്രമണങ്ങളെ മണം കൊണ്ടുതന്നെ തിരിച്ചറിയാനും ചിറകുകൾക്ക് കൂടുതൽ വലിപ്പം നൽകി പെട്ടെന്ന് കൂടുതൽ ഉയരത്തിലേക്ക് പറക്കാനും ഇത് കുഞ്ഞിനെ സഹായിക്കുന്നു. ഇതുപോലുള്ള പരിണാമപ്രക്രിയകൾ മനുഷ്യന്റെ കാര്യത്തിലും നടക്കുന്നുണ്ട്. ഒരു തരത്തിലിത് ശരീരത്തിന്റെ ബുദ്ധി തന്നെയാണ്.പല രോഗലക്ഷണങ്ങളും ഈ ബുദ്ധിയെ ഉദ്ദീപിപ്പിക്കാനുള്ളശരീരത്തിന്റെ ശ്രമഫലമായി ഉണ്ടാകുന്നതാണ്. അതുകൊണ്ടുതന്നെ ലക്ഷണങ്ങളെ അടക്കിവെക്കാനുള്ള താല്ക്കാലിക ഔഷധങ്ങൾ യഥാർത്ഥത്തിൽ ശരീരത്തിന്റെ ബുദ്ധിയെ അടിക്കടി മന്ദീഭവിപ്പിക്കുകയാണ് ചെയ്യുന്നത്. തെളിവുകളുടെ പിൻബലത്തിൽ മാത്രം ശാസ്ത്രത്തെ വ്യാഖ്യാനിക്കുന്നവർക്കിടയിൽ ഇത് അസംബന്ധമാണെന്നു തോന്നിയേക്കാമെങ്കിലും യാഥാർത്ഥ്യത്തിന് ശാസ്ത്രനിരീക്ഷണത്തിനതീതമായ ചില തലങ്ങൾ കൂടിയുണ്ട്. അതു തിരിച്ചറിഞ്ഞില്ലെങ്കിൽപ്പോലും, അങ്ങനെയൊരു തലമുണ്ടെന്ന അറിവ് പകരാൻ വിദ്യാഭ്യാസ കേന്ദ്രത്തിനു കഴിയുന്നില്ലെങ്കിൽ അവിടുത്തെ പദ്ധതികൾക്ക് നിലനിൽപില്ല. അടിസ്ഥാന തല

ത്തിലുള്ള ഈയൊരു പ്രശ്നമാണ് ഡോ.ഹെഗ്ഡേ മെഡിക്കൽ വിദ്യാഭ്യാസ രംഗത്ത് ഒന്നാമതായി കാണുന്നത്. ക്ലാസ് മുറിക്കുള്ളിൽ നിന്നും ലഭിക്കുന്ന, തെളിവുകൾ കുത്തിനിറച്ച കുറേ ശാസ്ത്രവിവരങ്ങൾ അതേപടി പഠിച്ചുവെക്കുകയുംതന്റെ മുന്നിലെത്തുന്ന രോഗികൾക്ക് ലക്ഷണത്തിനൊത്ത കുറച്ച് മരുന്നുകൾ കുറിച്ചുകൊടുക്കുകയും ചെയ്യുന്ന യന്ത്രങ്ങളായി ഡോക്ടർമാർ മാറുന്നത് ശാസ്ത്രമാനദണ്ഡങ്ങളുടെ ഈ സങ്കുചിതത്വം കൊണ്ടാണെന്ന് അദ്ദേഹം നിരീക്ഷിക്കുന്നു. അതിസങ്കീർണ്ണമായ രീതിശാസ്ത്രങ്ങളിലൂടെ രോഗനിർണ്ണയത്തിന്റെയും ചികിത്സയുടെയും പടികൾ കയറിയിറങ്ങുമ്പോഴെല്ലാം അതിനുമപ്പുറത്ത് മനുഷ്യമനസ്സിനെ തിരിച്ചറിയാനുള്ള ബോധപൂർവ്വമായ ശ്രമങ്ങൾ മെഡിക്കൽ വിദ്യാഭ്യാസകാലം മുതൽ പരിചയിക്കേണ്ടതിന്റെ ആവശ്യകതയിലേക്കാണിത് വിരൽ ചൂണ്ടുന്നത്.

വൈദ്യം ഒരു കല

ഹെന്റിഡേവിഡ് തോറോ കലയെ നിർവ്വചിച്ചിട്ടുള്ളത് അത് സഹജീവിയുടെ 'ഒരു ദിവസത്തെ സമ്പന്നമാക്കുന്ന ഒന്ന്' എന്നാണ്. ഇതിന്റെ ചുവടുപിടിച്ച് ഡോ.ഹെഗ്ഡേ, വൈദ്യശാസ്ത്രത്തെ നിർവ്വചിക്കുന്നത് 'രോഗിയുടെ ഓരോ ദിവസത്തെയും സമ്പന്നമാക്കുന്നതെന്തോ അത്' എന്നാണ്. വൈദ്യം ഒരു കലയായി മാറണമെങ്കിൽ അതുകൈകാര്യം ചെയ്യുന്നവരുടെ മനസ്സും പൂർണ്ണസമർപ്പണമായി അതിലിഴുകിച്ചേരണം. രോഗിയുടെ ഒരു നിമിഷമെങ്കിലും സന്തോഷഭരിതമാകും വിധം പെരുമാറാൻ രോഗിയെ അയാളുടെ രോഗത്തെക്കാൾ നന്നായി മനസ്സിലാക്കുക എന്നാണ് ഹിപ്പോക്രാറ്റസ് നൽകുന്ന ഉപദേശം.

പക്ഷേ ഇന്നത്തെ മെഡിക്കൽ കോളേജുകളിൽ പലപ്പോഴും രോഗിയുടെ കിടയ്ക്കരികിൽ പോവാതെ ലാബ് റിപ്പോർട്ടുകളും ഹൈ ടെക് ഉപകരണങ്ങൾവഴിയുള്ള റിസൽട്ടുകളും മാത്രം വെച്ച് രോഗനിർണ്ണയവും ചികിത്സയും നടത്തുന്ന പ്രവണത വളർന്നുവരികയാണ്. ഗൗരവപൂർവ്വം ഉൾക്കൊണ്ട് തിരുത്തേണ്ട വിഷയമാണിത്.

രോഗി പറയുന്ന കാര്യങ്ങൾ എല്ലാം പൂർണ്ണമായും കേൾക്കാൻ നിങ്ങൾ തയ്യാറാകുന്നുവെങ്കിൽ അതിനിടയിലെപ്പെഴോ അയാളുടെ കൃത്യമായ രോഗനിർണ്ണയവും അയാൾ പറഞ്ഞിരിക്കും എന്നെഴുതിയ Lord Platt ന്റെ ശിഷ്യൻമാർ തന്നെ രോഗനിർണ്ണയത്തിന് നവീന ഉപകരണങ്ങളെ മാത്രം ആശ്രയിക്കുകയും രോഗിയെ പരിശോധിക്കാൻ വിമുഖത കാണിക്കുകയും ചെയ്യുന്നതിൽ ഡോ. ഹെഗ്ഡേ പരിതപിക്കുന്നു.

ഹൈടെക് ഉപകരണങ്ങളോ ലാബോ ഇല്ലെങ്കിൽ രോഗനിർണ്ണയം അസാധ്യമാണെന്ന തോന്നലാണ് പുതിയതലമുറയിലേക്ക് പകർന്നു നൽകപ്പെടുന്നത്.

രോഗിയുമായി സംസാരിക്കുക എന്ന അതിപ്രധാനമായ രോഗനിർണ്ണയോപാധി അധ്യാപകനായ ഡോക്ടറിൽ നിന്നും വിദ്യാർത്ഥിയിലേക്ക് സംക്രമിക്കേണ്ട ഒരു ശീലമാണ്. ഒ.പി.യിലും കിടയ്ക്കക്കരികിലും വെച്ച് രോഗിയോട് എന്തൊക്കെ ചോദിക്കണമെന്നും എങ്ങനെ കേൾക്കണമെന്നുമുള്ളത് നിസ്സാരമെന്നു തോന്നാമെങ്കിലും ഏറെ പ്രസക്തമായ പാഠ്യവിഷയമാണ്. Prof. Calnal എഴുതിയ Talking with Patients എന്ന പുസ്തകം ഉദ്ധരിച്ചാണ് ഡോ.ഹെഗ്ഡേ ഇത് വിശദീകരിക്കുന്നത്. വാർഡിലെ കിടയ്ക്കക്കരികിൽ വെച്ചുനടത്തേണ്ട പരിശോധനകളും സംഭാഷണങ്ങളും അതിനെയധികരിച്ച് വിദ്യാർത്ഥികൾക്കിടയിൽ രൂപപ്പെടേണ്ട സംവാദങ്ങളുമെല്ലാം വാർഡിനകത്തു വെച്ചു തന്നെയാവണം. അവിടുത്തെ അന്തരീക്ഷവുമായി നന്നായി ഇടപഴകിക്കൊണ്ടുള്ള പഠനരീതി കൊണ്ടു മാത്രമേ വൈദ്യപഠനത്തിന് മാനുഷിക മുഖം ലഭിക്കൂ. ഡോക്ടർ ഒരു നല്ല സംവേദകൻ കൂടിയായിരിക്കണം (communicator) രോഗിയുടെ സഹനങ്ങളെ തന്മയീഭാവ (empathy) ത്തോടെ ഉൾക്കൊള്ളാനും അതിനനുസരിച്ച് പ്രതികരിക്കാനും സാധിക്കുമ്പോഴാണ് വൈദ്യവൃത്തിക്ക് ദൈവസമാനമായ പരിശുദ്ധികൈവരുന്നത്.

സ്റ്റെതസ്ക്കോപ്പിന്റെ ഗാനം- ആധുനികരോഗനിർണ്ണയത്തിന്റെ കാവ്യചിത്രം

മെഡിക്കൽ കോളേജ് പഠനം കഴിഞ്ഞയുടൻ ഒരു യുവാവ് സ്റ്റെതസ്ക്കോപ്പ് വാങ്ങി ക്ലിനിക്കിന്റെ ചുമരിൽ തൂക്കിയിട്ടു. കുറച്ചുദിവസങ്ങൾക്കു ശേഷം രോഗികളെ ഓരോരുത്തരെയായി അതുവെച്ച് പരിശോധിക്കാൻ തുടങ്ങി. നെഞ്ചിൽ അതുവെക്കുമ്പോൾ കേൾക്കുന്ന ശബ്ദത്തിനനുസരിച്ചായിരുന്നു രോഗനിർണ്ണയവും ചികിത്സയും. മറ്റ് ലക്ഷണങ്ങളൊന്നും അയാൾ ശ്രദ്ധിച്ചതേയില്ല. സ്റ്റെതസ്ക്കോപ്പിലൂടെ ചെവിയിൽ മുഴങ്ങിയ വിചിത്രമായ ശബ്ദങ്ങൾക്കനുസരിച്ച് അയാൽ ശസ്ത്രക്രിയ ചെയ്ത രോഗികളെല്ലാം മരിച്ചുപോവുകയാണ്. ഒടുവിൽ സ്റ്റെതസ്ക്കോപ്പ് അഴിച്ച് കുടഞ്ഞുനോക്കിയപ്പോഴാണ് രണ്ട് ക്ഷുദ്രജീവികൾ അതിൽ നിന്ന് പുറത്തുവീണത്!!

ഒലിവർ വെൽഡൽ ഹോംസിന്റെ ഈ കവിത, ആധുനിക രോഗ

നിർണ്ണയത്തിന്റെ നേർക്കു പിടിച്ച കണ്ണാടിയാണെന്ന് ഡോ.ഹെഗ്ഡേ പറയുന്നു. ഉപകരണങ്ങൽ വഴിയുള്ള നിരീക്ഷണങ്ങളെയും ലാബ്റിപ്പോർട്ടുകളെയും അമിതമായി ആശ്രയിക്കുന്ന പ്രവണത പുതിയ തലമുറയിൽ വർദ്ധിച്ചുവരികയാണ്. ഇവിടെ ഡോ.ഹെഗ്ഡേ പങ്കുവെക്കുന്ന ഒരു അനുഭവകഥ നമ്മുടെ കണ്ണു തുറപ്പിക്കേണ്ടതുണ്ട്.

ഭാര്യയും കുട്ടികളും നാട്ടിൽ കഴിയുന്ന ചെറുപ്പക്കാരനായ ഒരു ഗൾഫുകാരൻ. അവിടെ വെച്ചുണ്ടായ നെഞ്ചുവേദന രണ്ടു മൂന്നു ഡോക്ടർമാരെ മാറിമാറിക്കാണിച്ചിട്ടും ശമനം കാണാതായപ്പോൾ നാട്ടിലേക്കുവന്നു. നഗരത്തിലെ വലിയൊരാശുപത്രിയിൽ വിശദമായ ചെക്കപ്പുകൾ നടത്തി. 2 ദിവസം കൊണ്ട് എല്ലാ ലബോറട്ടറി പരിശോധനകളും കഴിഞ്ഞ് ഡോക്ടർമാർ പറഞ്ഞുവത്രേ. ഇത് ഹൃദയവുമായി ബന്ധപ്പെട്ട വേദനയല്ല എന്ന്. വേദനയെന്തു കൊണ്ടാണെന്നോ അതിനെന്ത് ചികിത്സ നൽകുമെന്നോ അവിടുത്തെ ഡോക്ടർമാർ പറഞ്ഞതേയില്ല. ഒറ്റക്കു താമസിക്കുമ്പോഴുള്ള അയാളുടെ വേദനകൾ കേൾക്കാനും സാന്ത്വനിപ്പിക്കാനും ഡോക്ടർ ശ്രമിച്ചപ്പോൾത്തന്നെ പ്രശ്നങ്ങൾ കുറഞ്ഞുവരാനും തുടങ്ങി.

ബി.പി, കൊളസ്ട്രോൾ, പ്രമേഹം തുടങ്ങിയ അസുഖങ്ങൾ ഉപകരണത്തിലും ലാബിലുമായാണ് തെളിയുന്നത്. ഇടനടി മരുന്നും ആരംഭിക്കുകയായി. ഓരോ മരുന്നും ആരംഭിക്കുമ്പോൾ നിരവധി പാർശ്വഫലങ്ങളിലേക്കുള്ള ആദ്യപടി കൂടിയാണെന്നതാണ് ഇതിന്റെ മറുവശം. ബ്രിട്ടീഷ് മെഡിക്കൽ ജേർണൽ പ്രസിദ്ധീകരിച്ച screening could seriously danger your health (Stewart-Browns & Farmer A 1997 BMJ 314, 533) ഇത്തരം പ്രശ്നങ്ങൾ വിശദമായി പഠിക്കുന്നുണ്ട്.രോഗങ്ങൾ ആദ്യാവസ്ഥയിൽത്തന്നെ കണ്ടെത്തി യോജിച്ച ചികിത്സ നൽകുന്നതാണ് അത് മൂർച്ഛിച്ച ശേഷം ചികിത്സിക്കുന്നതിനേക്കാൾ നല്ലതെന്ന് തോന്നാമെങ്കിലും ലാബ് റിപ്പോർട്ടുകളിൽ കാണുന്ന നേരിയ വ്യതിയാനങ്ങൾ ശരീരത്തിന്റെ സ്വാഭാവിക പരിണാമങ്ങളുടെ ഉൾക്കാഴ്ചയില്ലാതെ നിരീക്ഷിക്കുന്നതുമൂലം തുടർച്ചയായ തെറ്റുകളിലേക്കാണ് നാം നീങ്ങുന്നത്. രോഗങ്ങളെ പ്രതിരോധിക്കാൻ ജീവിതചര്യയിലും ഭക്ഷണരീതിയിലും ആരോഗ്യകരമായ ചിട്ടകൾ ഉണ്ടാക്കുക മാത്രമാണ് ഏക മാർഗ്ഗമെന്ന് ഡോ.ഹെഗ്ഡേ ഉറപ്പിച്ചു പറയുന്നു.

ഗവേഷണങ്ങൾ ഉണ്ടാകുന്നത്

ഇന്നു നിലവിലുള്ള 40,000 ൽപ്പരം മെഡിക്കൽ ജേർണലുകളിൽ പ്രസി

ദ്ധീകരിക്കപ്പെടുന്ന ഗവേഷണ പ്രബന്ധങ്ങൾ തയ്യാറാക്കപ്പെടുന്ന വിധവും ഗുണനിലവാരവും ചർച്ച ചെയ്യപ്പെടേണ്ടതുണ്ട്. സങ്കീർണ്ണമായ ചാർട്ടുകളും സ്റ്റാറ്റിസ്റ്റിക്സിന്റെ സാങ്കേതികതകളും കുത്തിനിറച്ച പല ഗവേഷണ ഫലങ്ങളും കുത്തക കമ്പനികളുടെ ഔഷധങ്ങളുടെ സാധുത തെളിയിക്കാനുള്ളതാണ്. പത്രാധിപസമിതിക്ക് വൻ തുക നൽകിയും ഫൈവ്സ്റ്റാർ ഹോട്ടലുകളിൽ വിരുന്നൊരുക്കിയമൊക്കെയാണത്രേ പല പ്രബന്ധങ്ങളും പ്രസിദ്ധീകരിക്കുന്നത്.

മൂന്നാം ലോകരാജ്യങ്ങളിലെ ദരിദ്രസമൂഹത്തിൽ ഔഷധ രാജാക്കൻമാർ (Pharmacuitical giants)നടത്തുന്ന ഗവേഷണങ്ങളിൽ മാനുഷിക മൂല്യങ്ങൾക്ക് യാതൊരു വിലയും കല്പിക്കാറില്ലെന്നതാണ് യാഥാർത്ഥ്യം. ഉദാഹരണമായി ഡോ.ഹെഗ്ഡേ ഒരു ഗവേഷണം ചൂണ്ടിക്കാണിക്കുന്നു.

കുട്ടികളിൽ വയറിളക്കം മൂലമുള്ള മരണനിരക്ക്കുറക്കാൻ Zinc tablet കൊടുത്ത് ഇന്ത്യയിലെ ഒരു ചേരിയിൽ നടത്തിയ ഗവേഷണം കാണിക്കുന്നത് അത്തരം ഗുളികകൾ വളരെ ഫലപ്രദമാണെന്നാണ്. ഇവിടെ കർശനമായി പാലിച്ച ചില ചട്ടങ്ങളുണ്ടായിരുന്നു.

- ഇങ്ങനെയൊരു ഗവേഷണത്തിൽ പങ്കെടുക്കുന്ന വിവരംകുട്ടികളോ രക്ഷിതാക്കളോ അറിഞ്ഞിരുന്നില്ല.
- കുട്ടികളുടെ അനാരോഗ്യത്തിന്റെ കാരണങ്ങൾ കണ്ടെത്താനോ പ്രതിരോധിക്കാനോ യാതൊരു നടപടിയുമുണ്ടായില്ല.
- കനാലുകളിൽ കെട്ടിനിൽക്കുന്ന വെള്ളമാണ് പലപ്പോഴും ഈ കുട്ടികൾ കുടിച്ചിരുന്നത്. (പാശ്ചാത്യരാജ്യങ്ങളിൽ ഇത്തരം വെള്ളം മൃഗങ്ങൾക്കു പോലും നൽകാറില്ല)

മനുഷ്യത്വരഹിതമായ ഈ ഗവേഷണത്തിനു തടയിടാൻ ഒരു മനുഷ്യാവകാശകമ്മീഷനും തയ്യാറായില്ല എന്നത് പരിതാപകരമാണ്. വലിയ അളവിൽ Zinc tablets ഉണ്ടാക്കിവെച്ച ശേഷമാണ് ഈ ഗവേഷണം നടന്നത്. അതിനു ചെലവിട്ട തുക ഇവിടുത്തെ മാലിന്യങ്ങൾ നീക്കം ചെയ്യാനോ കുടിവെള്ള ശുദ്ധീകരണത്തിനോ ആരോഗ്യബോധവത്ക്കരണത്തിനോ വിനിയോഗിച്ചിരുന്നുവെങ്കിൽ ഗുളികകളില്ലാതെ തന്നെ വയറിളക്കവും മരണനിരക്കും നിയന്ത്രിക്കാമായിരുന്നു. ആരോഗ്യത്തിന്റെ പേരിൽ നടക്കുന്ന വൻ ഔഷധക്കച്ചവടങ്ങൾക്ക് മുതൽകൂട്ടാവാൻ കണക്കുകളുടെയും തെളിവുകളുടെയും വ്യാജചിത്രങ്ങൾ പ്രദർശിപ്പിച്ച് കൂട്ടിക്കൊടുപ്പുകാരാവുകയാണ് യഥാർത്ഥത്തിൽ ഗവേഷകർ. ഇത്തരം ഗവേഷണങ്ങളെ പശ്ചാത്തലമാക്കിയാണ് മെഡിക്കൽ കോളേജുകളിൽ പല

വിഷയങ്ങളും പഠിപ്പിക്കുന്നത്. ഇതു തിരിച്ചറിയാനുള്ള സാമൂഹ്യവിജ്ഞാനവും ഹൃദയ വിശാലതയും വളർത്തിയെടുക്കുന്നില്ലെങ്കിൽ വൈദ്യശാസ്ത്രത്തിന്റെ അന്ത:സത്ത ഉൾക്കൊള്ളാനാവാതെ വരും.

ജീവിതത്തിന്റെ യാന്ത്രികതയിൽ നമുക്ക് നഷ്ടപ്പെട്ടുകൊണ്ടിരിക്കുന്ന മൂല്യങ്ങൾ യഥാർത്ഥത്തിൽ ശാരീരികവും മാനസികവുമായ ആരോഗ്യത്തെയും പ്രതികൂലമായി ബാധിക്കുന്നുണ്ടെന്നത് വർത്തമാന കാലത്ത് വളരെ ശ്രദ്ധേയമായ ഒരു നിരീക്ഷണം തന്നെയാണ്. ഹൃദ്രോഗം, പ്രമേഹം, കൊളസ്ട്രോൾ തുടങ്ങിയ ജീവിതശൈലീ രോഗങ്ങളുടെ ഉത്പാദനത്തിൽ പുതിയ ആഹാരരീതികളും വ്യായാമക്കുറവും മാത്രമല്ല, വ്യക്തി -കുടുംബ ബന്ധങ്ങളിലെ ശൈഥില്യവും മാനസിക സംഘർഷങ്ങളും കൂടി പ്രധാന പങ്കു വഹിക്കുന്നുണ്ട്. സ്നേഹം, സഹിഷ്ണുത, ദയ, സത്യം, ത്യാഗം എന്നു തുടങ്ങി, ഒരു മെഡിക്കൽ കോളേജിലും സിലബസ്സിലുൾപ്പെടുത്താത്ത വിഷയങ്ങൾക്ക് സാമൂഹ്യാരോഗ്യ സംവിധാനത്തിൽ എത്രമാത്രം പ്രസക്തിയുണ്ടെന്നത് ചിന്തിക്കണം. രോഗത്തെക്കുറിച്ചുള്ള പഠനം ഒരു ഗവേഷണ ഫ്രെയിമിനുള്ളിൽ ചിട്ടപ്പെടുത്തുമ്പോഴും ഇത്തരം മൂല്യങ്ങളെ തിരിച്ചറിയാനുള്ള ഒരു കണ്ണുകൂടി ഗവേഷകർ ഒരുക്കിവെക്കണം.

ഭയമെന്ന താക്കോൽ

ബ്രിട്ടീഷ് മെഡിക്കൽ ജേർണലിൽ എഡിറ്റർ റിച്ചാർഡ് സ്മിത്ത് എഴുതിയ ഒരു മുഖപ്രസംഗത്തിൽ നിരവധി നിരീക്ഷണങ്ങൾക്കൊടുവിൽ അദ്ദേഹം കണ്ടെത്തിയ ഞെട്ടിപ്പിക്കുന്ന ഒരു സത്യമായാണ് സ്ക്രീനിങ്ങ് വ്യവസായത്തെ അവതരിപ്പിച്ചിട്ടുള്ളത്. ഇന്ത്യ രോഗാതുരരുടെ രാജ്യമായി മാറാൻ ഇത് ഒരു പ്രധാന കാരണമാണത്രേ. ഏറ്റവും കൂടുതൽ മരുന്ന് വിറ്റഴിക്കപ്പെടുന്നതും ഇവിടെയാണ്.മരണഭയമാണ് ഏറ്റവും വലിയ ഭയം. രോഗത്തിന്റെ നീരാളിപ്പിടിത്തത്തിൽപ്പെട്ട് കഷ്ടപ്പെട്ടുമരണമടയേണ്ടി വന്നേക്കാവുന്ന ഭീതി ഓരോരുത്തരിലേക്കും കുത്തിവെച്ച് അതിനേക്കാൾ നല്ലൊരു ഓപ്ഷൻ എന്ന നിലയിൽ മരുന്നിന്റെ വലക്കെട്ടിനകത്തേക്ക് നിസ്സഹായരായി നടത്തിക്കുകയാണ് നമ്മെയോരോരുത്തരെയും.

ദൃശ്യശ്രാവ്യമാധ്യമങ്ങളൊഴിച്ചു വെച്ചൊരു ജീവിതം നമുക്കിന്ന് അസാധ്യമാണ്. അതുകൊണ്ടുതന്നെ, നമ്മിലേക്ക് പ്രവേശിക്കാനുള്ള ഒരെളുപ്പവഴി കൂടിയാണ് ഈ മാധ്യമങ്ങൾ. മനസ്സിനെ വല്ലാതെയാകർഷിക്കുന്ന പരസ്യങ്ങൾ വഴിയോ രോഗഭയവും മരണഭയവും സൃഷ്ടിക്കുന്ന

വാർത്തകൾ വഴിയോ നമ്മിലേക്ക് കടന്നുകയറുന്ന ഒരു അറിവിനെ ഏറ്റവും സമർത്ഥമായി, മാർക്കറ്റിലെ ഒരു ഔഷധം വാങ്ങാൻ നിർബ ന്ധിതരാക്കുകയാണ് ഇത്തരം സ്പോൺസേർഡ് പ്രോഗ്രാമുകൾ.

ഹൃദ്രോഗം, പ്രമേഹം, കാൻസർ തുടങ്ങിയ കൊലയാളി രോഗങ്ങൾ ഇന്ത്യയിൽ പടർന്നു പിടിക്കുന്നതിനെക്കുറിച്ചും അടിയന്തിരമായി രോഗ നിർണ്ണയത്തിനായുള്ള സ്ക്രീനിങ്ങിന് വിധേയരാകേണ്ടതിന്റെ ആവശ്യ കതയെക്കുറിച്ചും നിലവിലുള്ള ആരോഗ്യ സംവിധാനങ്ങൾ വഴി പര മാവധി ബോധവത്ക്കരണം നടത്തിയ ശേഷം മനുഷ്യശരീരത്തിന്റെ കാലപരിണാമങ്ങളടക്കം രോഗാവസ്ഥയാണെന്ന് തെറ്റിദ്ധരിപ്പിച്ച് ഔഷ ധീകരിക്കുന്നത് (Medicalization) നാം നേരിടുന്ന വലയൊരു ഭീഷണി യായി വേണം കാണാൻ.

The truth about drug companies, how they deceive us, what to do about it (2006, Random house) എന്ന പുസ്തകത്തിൽ Angel.m. നട ത്തുന്ന ചില സുപ്രധാന നിരീക്ഷണങ്ങളുണ്ട്. പല പാശ്ചാത്ത്യ കമ്പ നികളും രോഗികളിൽ നടത്തേണ്ട ഔഷധ പരീക്ഷണങ്ങൾക്കായി ഇന്ത്യ യെയോ ആഫ്രിക്കൻ രാജ്യങ്ങളെയോആണ് തെരെഞ്ഞെടുക്കുന്നത്. ഇതിന് പ്രധാനമായും 3 കാരണങ്ങളാണുള്ളത്.

1. തങ്ങൾ കഴിക്കുന്ന മരുന്നിന്റെ ഗുണനിലവാരമോ പാർശ്വഫല ങ്ങളോ ഒന്നും ഇവിടുത്തെ രോഗികൾ അന്വേഷിക്കാറില്ല.
2. നല്ല ഓഫർ ലഭിക്കുന്ന മരുന്നുകളേതായാലും അതിന്റെ യാഥാർത്ഥ്യങ്ങളന്വേഷിക്കാതെ എഴുതിവിടാൻ തയ്യാറാണ് ഇവിടുത്തെ ഡോക്ടർമാർ.
3. നന്നായി സംഭാവന നൽകുകയാണെങ്കിൽ അത് ഏതു തര ത്തിലും പരസ്യം ചെയ്യാൻ മാധ്യമങ്ങളും സംഘടനകളും തയ്യാറാണ്.

നമ്മുടെ വൈദ്യരംഗത്ത് നിലനിൽക്കുന്നഅധാർമ്മികതയും കെടു കാര്യസ്ഥതയും തുറന്നുകാണിക്കുന്നതാണ് ഈ നിരീക്ഷണം. ജനമന സ്സിലേക്ക് കടക്കാൻ രോഗഭീതിയുടെ താക്കോലാണ് ഏറ്റവും നല്ലതെന്ന് ഔഷധരാക്ഷസന്മാർ കണ്ടെത്തിക്കഴിഞ്ഞു. ഡോ.ഹെഗ്ഡേ പറയുന്നു, നമ്മുടെ ജനങ്ങൾ ഭയരഹിതരായി ജീവിക്കണം.തെറ്റായ ജീവിതശീ ലങ്ങൾ ഉപേക്ഷിച്ച് ശരീരത്തിനും മനസ്സിനും ആരോഗ്യമരുളുന്ന ജീവി തശൈലി അനുവർത്തിക്കുക മാത്രമാണ് രോഗങ്ങൾ ഇല്ലാതാക്കാൻ വേണ്ടി ചെയ്യാൻ കഴിയുക. ഒരു ഗുളികയ്ക്കും അതിന് പകരമാവാൻ കഴിയില്ല.

സത്യസന്ധമായ സ്ഥിതിവിവരങ്ങൾ പ്രകാരം, നല്ല വ്യായാമവും നല്ല

ഭക്ഷണങ്ങളും മാനസികോല്ലാസങ്ങളുമടങ്ങിയ ഇന്ത്യയിലെ പഴയകാല ജീവിതശൈലിയാണ് രോഗങ്ങൾ വരാതിരിക്കാൻ ഏറ്റവും നല്ലതെന്ന് ലോകാരോഗ്യസംഘടന തന്നെ വ്യക്തമാക്കിയിട്ടുണ്ട്. (PLOS medicine.com) ഇത് നമുക്ക് എവിടെയാണ് കൈമോശം വന്നുപോയത്? യാഥാർത്ഥ്യങ്ങളിലേക്ക് തുറന്നുവെച്ച കണ്ണുകളോടെ വേണം വൈദ്യശാസ്ത്രം പരിചയിക്കേണ്ടത്.

ഡോക്ടർമാർ പരിശീലിക്കപ്പെടുന്നത് രോഗങ്ങളെ ചികിത്സിച്ച് മാറ്റിയെടുക്കാനാണ്. രോഗത്തിന്റെ കാരണം, പുസ്തകത്തിൽ പറയുന്ന ചില വസ്തുതകളാവാം എന്നല്ലാതെ യഥാർത്ഥ കാരണങ്ങളെക്കുറിച്ച് പലപ്പോഴും അജ്ഞരാണിവർ. രോഗങ്ങളുണ്ടാകുന്നതിനെക്കുറിച്ച് സമൂഹത്തെ ബോധവത്ക്കരിക്കേണ്ട ഉത്തരവാദിത്തം കൂടി ഇവർക്കുള്ളപ്പോഴാണ് കുറ്റകരമായ ഈ അജ്ഞത വെച്ചു പുലർത്തുന്നത്. പക്ഷേ ഈ അജ്ഞതയും ബോധപൂർവ്വമല്ല എന്നതാണ് സത്യം.

വിപണി കേന്ദ്രീകൃതമായ ആധുനിക സമൂഹത്തിൽ ഉത്പന്നങ്ങളെല്ലാം ലാഭം പ്രതീക്ഷിച്ചുള്ളതാവുമ്പോൾ അതുണ്ടാക്കുന്ന ആരോഗ്യപ്രശ്നങ്ങൾ ബോധവത്ക്കരിക്കപ്പെടാതെ പോവുകയാണ്. നിത്യേന നമ്മളുപയോഗിച്ചുവരുന്ന സോപ്പിലും ടൂത്ത് പേസ്റ്റിലും ഡിറ്റർജന്റിലും പ്ലാസ്റ്റിക്കലും അടുക്കളപ്പാത്രങ്ങളിലുമെല്ലാം അടങ്ങിയിട്ടുള്ള ചിലതരം രാസപദാർത്ഥങ്ങൾ പെട്ടെന്നല്ലെങ്കിൽ പോലും വളരെ ക്രമികമായി പ്രശ്നകാരികളാണ്. ലണ്ടനിലെ Daily Mail 2005ൽ നടത്തിയ ഗവേഷണത്തിൽ തന്നെ ഇത്തരം രാസപദാർത്ഥങ്ങളുടെ അളവ് മനുഷ്യരക്തത്തിൽ അനുവദനീയമായതിലും എത്രയോമടങ്ങ് കൂടുതലാണെന്ന് കണ്ടെത്തുകയുണ്ടായിട്ടുണ്ട്. ഇത്തരം പൊതു വിജ്ഞാന ശകലങ്ങൾ കൂടി മെഡിക്കൽ വിദ്യാർത്ഥികളുടെ അറിവിലേക്ക് ഇഴചേർക്കപ്പെടേണ്ടതുണ്ട്.

അറിയപ്പെടാത്ത അറിവുകൾ

വീട്ടുപണിക്കുള്ള നല്ല മരങ്ങൾ തേടി ഒരു കാട്ടിലെത്തിയാൽ ചിലപ്പോൾ അതുലഭിച്ചേക്കാമെങ്കിലും ആ കൊടുങ്കാട്ടിലെപ്പോഴോ വന്യമൃഗങ്ങളാൽ ആക്രമിക്കപ്പെടാനാണ് കൂടുതൽ സാധ്യത.

ഡോ. ഹെഗ്ഡേ പലയിടത്തും പറയാറുള്ള ഈ ഉദാഹരണം വൈദ്യശാസ്ത്രപുസ്തകത്തിൽ സത്യം തെരെയുന്നവർക്കുള്ളതാണ്. വൈദ്യശാസ്ത്രത്തിൽ എന്തുപഠിക്കണമെന്നും എങ്ങനെ പഠിക്കണമെന്നുമെല്ലാം ചില വിപണി നയങ്ങൾക്കനുസരിച്ച് മാറ്റിയെടുത്തുകൊണ്ടിരി

ക്കുകയാണ്. വ്യാജത്തെളിവുകളുടെ അടിസ്ഥാനത്തിൽ രൂപപ്പെടുത്തുന്ന ഗവേഷണ ഫലങ്ങൾ കൊണ്ട് പുതിയ സിദ്ധാന്തങ്ങളും രോഗനിർണ്ണയ രീതികളും ചികിത്സാപദ്ധതികളുമൊക്കെയുണ്ടായിക്കൊണ്ടിരിക്കുന്നു. യാന്ത്രികമായ ഒരു പഠനസമ്പ്രദായത്തിൽ ഇതിനുപുറത്തുള്ളതൊന്നും അറിയേണ്ട ആവശ്യം വരുന്നില്ല. ഇതിന് പിൻബലമായി ശ്രദ്ധേയമായ ചില പഠനങ്ങളാണ് ഇദ്ദേഹം ചൂണ്ടിക്കാണിക്കുന്നത്. കൂടുതലൊന്നും അറിയപ്പെടാത്ത വിജ്ഞാനങ്ങളാണവ.

കൊളസ്ട്രോൾ കുറക്കുന്ന സ്റ്റാറ്റിൻ മരുന്നുകൾ കൂടിയ അളവിൽ കഴിച്ചുകൊണ്ട് ഹൃദ്രോഗത്തെ പ്രതിരോധിക്കാൻ കഴിയുമെന്നാണ് പുതിയ ധാരണ. ഈ മരുന്നുകൾ രക്തക്കുഴലിലെ കൊളസ്ട്രോളിന്റെ കട്ടി കുറക്കുന്നതായുള്ള നിരവധി ഗവേഷണഫലങ്ങളും പുറത്തുവിടുന്നുണ്ട്. എന്നാൽ ഇതോടൊപ്പം കൂടുതൽ പ്രചാരം ലഭിക്കാത്ത ചില സത്യങ്ങൾ കൂടി തിരിച്ചറിയേണ്ടതുണ്ട്. ബ്രിട്ടീഷ് ഹാർട്ട്ഫൗണ്ടേഷൻ ഡയരക്ടറുടേതായി പുറത്തുവന്ന ഗവേഷണ ഫലങ്ങളാണ് താഴെ പറയുന്നവ.

1. രക്തധമനീ ഭിത്തിയിലുള്ള കട്ടിയേറിയ രക്തകട്ടകൾ ഒരിക്കലും ഹൃദ്രോഗമുണ്ടാക്കില്ല.
2. കൊളസ്ട്രോൾ കുറക്കുന്നതുകൊണ്ട് ഹൃദ്രോഗം കുറക്കാൻ കഴിയില്ല
3. കൊളസ്ട്രോൾ ഒരു പരിധിയിലും താഴുന്നത് കാൻസറിന് കാരണമായേക്കാം
4. സ്റ്റാറ്റിൻ വിഭാഗത്തിൽപ്പെട്ട മരുന്നുകൾക്ക് ഏറെ പാർശ്വഫലങ്ങളുണ്ട്.
5. ശരീരപോഷണത്തിന് അത്യന്താപേക്ഷിതവും ഏറെ പ്രയോജനപ്രദവുമാണ് കൊളസ്ട്രോൾ.

കൊഴുപ്പും കൊളസ്ട്രോളും ഹൃദ്രോഗവും തമ്മിൽ നിലവിലുണ്ടെന്ന് പറയപ്പെടുന്ന അനാരോഗ്യകരമായ ബന്ധങ്ങളും ഭീഷണികളും അത്രത്തോളം ഗുരുതരമൊന്നുമല്ലെന്ന് തെളിയിക്കുന്ന നിരവധി ഗവേഷണ ഫലങ്ങൾ വെളിച്ചം കാണപ്പെടാതെ കിടക്കുന്നുണ്ട്. ഈ തമസ്കരണത്തിന് പ്രധാനകാരണക്കാർ ഔഷധക്കമ്പനികൾ തന്നെയാണ്.

സ്ക്രീനിങ്ങ് വ്യവസായത്തെക്കുറിച്ച് ഡോ.സ്മിത്ത്.ആർ ബ്രിട്ടീഷ് മെഡിക്കൽ ജേർണലിൽ (2003, 326, 889-890) പ്രസിദ്ധീകരിച്ച സത്യസന്ധമായ പഠനം, പ്രമേഹത്തിനും രക്താതിമർദ്ദത്തിനുമുള്ള സ്ക്രീനിങ്ങ് ഏറ്റവും വലിയ വിഢിത്തമാണെന്ന് വിശദീകരിക്കുന്നുണ്ട്. ഹൃദയത്തിലെ രക്തക്കുഴലുകളുടെ ബ്ലോക്ക്കണ്ടെത്താനുപയോഗിക്കുന്ന ആൻജിയോഗ്രാം 70% വരെ തെറ്റായ ഫലങ്ങൾ തരാനുള്ള സാധ്യതയുണ്ടത്രേ.

കാൻസറിന്റെ സ്ക്രീനിങ്ങിലും ഇത്തരം പിഴവുകൾ വരാം. ഇതിൽ നേരത്തേ നൽകുന്നുവെന്ന് പറയുന്ന ചികിത്സകളെല്ലാം വലിയ ബിസിനസ് ലോബികളുടെ ഇടപെടൽ മൂലമാണെന്ന് തെളിവുകൾ സഹിതം ഡോ.ഹെഗ്ഡേ വിശദീകരിക്കുന്നുണ്ട്.

ശ്രദ്ധേയമായ മറ്റൊരു നിരീക്ഷണം വാക്സിനേഷനെകുറിച്ചാണ്. കഴിഞ്ഞ 100 വർഷങ്ങൾക്കുള്ളിൽ വില്ലൻ ചുമയിലുണ്ടായ ഗണ്യമായ കുറവ് വാക്സിനേഷൻ മൂലമാണെന്നാണ് വാദം.1900–1935 കാലത്ത് വില്ലൻചുമ 79% കുറഞ്ഞതായി കാണുന്നു.പക്ഷേ 1940ലാണ് വില്ലൻ ചുമയ്ക്കുള്ള വാക്സിൻ നിലവിൽ വന്നത്. മാത്രവുമല്ല, വാക്സിനെടുത്ത് 3 ദിവസങ്ങൾക്കുള്ളിൽ കുട്ടികൾക്കുണ്ടാകുന്ന പല പാർശ്വഫലങ്ങളും ദീർഘകാലത്തേക്ക് നിലനിൽക്കുന്നതാണെന്ന് പഠനങ്ങളുണ്ട്.

വാക്സിനേഷന്റെ നിരർത്ഥകതയും പ്രശ്നങ്ങളും ഉള്ളുകള്ളികളും തുറന്നുകാട്ടുന്ന Healthmyths exposed (Shane Ellison), Confessions of a medical heretic (Robertmedel sophen) തുടങ്ങിയ പുസ്തകങ്ങളുടെയും മറ്റ് ശാസ്ത്രീയ സത്യങ്ങളുടെയും സഹായത്തോടെ, വാക്സിനേഷന്റെ ഫലം കേവലം 1 മാസം മുതൽ 1 വർഷം വരെ മാത്രമേ നിൽക്കൂ എന്ന് ഡോ.ഹെഗ്ഡേ ഉറപ്പിച്ചു പറയുന്നു. New England journel of medicine റിപ്പോർട്ട് ചെയ്ത ഓഹിയോവിലെ ഒരു സംഭവമുണ്ട്. അവിടെ വില്ലൻചുമ പടർന്നു പിടിച്ചപ്പോൾ അതുബാധിച്ച 82% പേരും ചെറുപ്രായത്തിൽ അതിനുള്ള വാക്സിൻ എടുത്തവരായിരുന്നു!

ഓറൽ പോളിയോ വാക്സിൻ (ഒ.പി.വി.) ഫലപ്രദമല്ലെന്ന് വികസ്വര രാജ്യങ്ങളിലെ അനുഭവം വെച്ച് WHO തന്നെ നിരീക്ഷിച്ചിട്ടുണ്ട്. എന്നിട്ടും ഇന്നും നാമത് ആഘോഷമായി കൊണ്ടാടുകയാണ്. എന്നാൽ പോളിയോ നിർമ്മാർജ്ജനം നമ്മുടെ രാജ്യത്ത് നടപ്പിലാക്കാൻ പറ്റുന്നതേയുള്ളൂ. പക്ഷേ ഒ.പി.വി. വഴിയല്ലെന്നു മാത്രം. ഇൻഞ്ചെക്ടബിൾ പോളിയോ വാക്സിൻ (ഐ.പി.വി), ഒ.പി.വി എന്നീ രണ്ടുതരം രീതികളാണ് പോളിയോ വാക്സിനേഷനുള്ളത്. ആദ്യചെലവ് കുറച്ച് കൂടുതലാണെങ്കിലും ഒരു ഡോസുകൊണ്ടു തന്നെ കൂടുതൽ കാലം ശരീരത്തിൽ പലപ്രദമായത് ഐ.പി.വിയാണെന്ന് ഡോ.പുഷ്പ ഭാർഗവ നടത്തിയ പഠനത്തിൽ തെളിഞ്ഞിട്ടുള്ളതാണ്. (The politics of polio, The hindu June 11, 2008) എന്നിട്ടും തുടർച്ചയായ ഒ.പി.വി. പരീക്ഷണത്തിനുള്ള ഇരകളായി നമ്മുടെ കുട്ടികൾ മാറിക്കൊണ്ടിരിക്കുകയാണ്.

വൈദ്യവ്യവസായത്തിന്റെ പലമുഖങ്ങളും നമ്മെ ഞെട്ടിപ്പിക്കുന്നതാണ്. അമേരിക്കയിലെ ആരോഗ്യപ്രശ്നങ്ങളിൽ ഡോക്ടർമാരുടെ പിഴ

വുകൽ കൊണ്ടുണ്ടാകുന്നവ വളരെ കൂടുതലാണ്. ഒരു ലക്ഷം കേസുകളിൽ എണ്ണായിരത്തോളം, മരുന്നുകളുടെ തെറ്റായ ചേരുവകൾ കൊണ്ട് സംഭവിച്ചതാണത്രേ. അതിൽപ്പലതിനും, ഡോക്ടർമാരുടെ മോശം കയ്യെഴുത്ത് മൂലം ഫാർമസിസ്റ്റ് തെറ്റായി നൽകിയ മരുന്നുകളാണത്രേ കാരണമായത്!

ചില വൃക്കരോഗികളിൽ ആരോഗ്യകരവും അമിതനഷ്ടമില്ലാത്തതുമാണ് വൃക്കമാറ്റ ശസ്ത്രക്രിയയെന്നിരിക്കിലും അതിനുള്ള സൗകര്യങ്ങൾ ഒത്തുവന്നാൽ പ്പോലും അതു ചെയ്യാതെ തുടർച്ചയായ ഡയാലിസിസ് നിർദ്ദേശിക്കുന്ന ചില ലാഭകേന്ദ്രീകൃത ആശുപത്രികളെ (Hospital for profit) നിരീക്ഷണ വിധേയമാക്കിയിട്ടുണ്ട്. (Devereaux et.al - comparison of mortality between private for profit set ups- N.Engl.J.Med. 1999.341, 16531691).

അമേരിക്കയിൽ ഒരു വർഷം 2,00,000 രോഗികൾ ഡയാലിസിസിന് വിധേയരാകുന്നുണ്ടെന്നും അതിൽ 67% പേരും ഇത്തരം ആശുപത്രികളിലാണ് ഇത് ചെയ്യുന്നതെന്നും ഈ പഠനം വെളിവാക്കുന്നു.

Man, wheather in the palace or pad, castle or cottage, is governed by the same emotions and passions എന്ന ഷേക്സ്പിയർ വചനങ്ങൾ ഉദ്ധരിച്ചുകൊണ്ട് ഡോ.ഹെഗ്ഡേ തുടരുന്നു.

സാങ്കേതിക വിദ്യയുടെ അഭൂതപൂർവ്വമായ സഹായമുള്ളതുകൊണ്ട് ജനനം മുതൽ മരണം വരെയുള്ള മനുഷ്യന്റെ എല്ലാ പ്രശ്നങ്ങളും വൈദ്യശാസ്ത്രം കൊണ്ട് തിരുത്തിക്കളയാമെന്നു കരുതുന്നതിന്റെ മൗഢ്യം ഡോക്ടർമാർ തിരിച്ചറിയണം. നമുക്ക് ഇടപെടാൻ പറ്റാത്തതായി നിരവധി മേഖലകളുണ്ട്. പണക്കാരനും പാവപ്പെട്ടവനും ഒരുപോലെ സഹായം നൽകേണ്ടതിന്റെ മാനുഷിക മൂല്യം തിരിച്ചറിഞ്ഞുകൊണ്ടാവണം ഒരു ഡോക്ടർ ചികിത്സ നൽകേണ്ടത് .

പുതിയ മരുന്നുകളുടെയും ശസ്ത്രക്രിയയുടെയും സഹായത്താലാണ് ഇന്നത്തെ സമൂഹത്തിൽ രോഗങ്ങൾ കുറഞ്ഞതെന്നു ധാരണ തെറ്റാണ്. ശുചിത്വം, ജീവിതശൈലിയിലെ മാറ്റങ്ങൾ, പോഷകാഹാരം എന്നീ ഘടകങ്ങളാണ് ഡോ. ഹെഗ്ഡേയുടെ നിരീക്ഷണത്തിൽ രോഗങ്ങൾ കുറയണമെങ്കിൽ നാം ശ്രദ്ധിക്കേണ്ടത്. മനുഷ്യജീവിതത്തിന്റെ ദൈർഘ്യം (Human life span) മോഡേൺ മെഡിസിൻ വഴി വർദ്ധിപ്പിച്ചിട്ടുണ്ട് എന്ന ധാരണയും തെറ്റാണ്. ഈ ദൈർഘ്യമേറിയ വർഷങ്ങളിലേക്ക് ജീവിതം നൽകാൻ ഇവർക്കു കഴിയുന്നില്ലല്ലോ (Those efforts might end up adding years to life, but not life to those years)

എന്നദ്ദേഹം പരിതപിയ്ക്കുന്നു.

ദീർഘകാലത്തെ അനുഭവങ്ങളുടെ പശ്ചാത്തലത്തിൽ ഡോ. ഹെഗ്ഡേ പറയുന്നു, modern medicine is not all that safe and effective as it is made out to be. Every single advance in therapy with modern methods is fraught with the danger of unforeseen side effects.

ഇതുകൊണ്ടുതന്നെ, മരുന്നുകളും ഡോക്ടർമാരും ആശുപത്രികളുമാണ് വരുംകാലത്ത് ഏറ്റവുംകൂടുതൽ ആരോഗ്യപ്രശ്നങ്ങളുണ്ടാക്കാനിടയുള്ളത്.

ബദൽ ആരോഗ്യനയം

വളരെ അടിയന്തിരമായ വൈദ്യസഹായം ആവശ്യമുള്ള 10% ആൾക്കാർക്കു മാത്രമാണ് മോഡേൺ മെഡിസിന്റെ സംരക്ഷണം ആവശ്യമുള്ളത്. മറ്റുള്ളവയെല്ലാം ജീവിതശൈലിയിലെ മാറ്റം കൊണ്ടും തനത് വൈദ്യശാസ്ത്രത്തിന്റെ ലളിതമായ പ്രയോഗങ്ങൾ കൊണ്ടും ശരിയാവുന്നതേയുള്ളൂ. ആധുനിക വൈദ്യശാസ്ത്രത്തിന്റെ ഊതിവീർപ്പിച്ച ആഢംബരങ്ങളെ തുറന്നുകാട്ടുമ്പോൾ ഒരു ബദൽ എന്ന നിലയിൽ പലപ്പോഴും ഇദ്ദേഹം ചൂണ്ടിക്കാണിക്കുന്നത് ആയുർവേദത്തെയാണ്. ഭാരതീയ വൈദ്യശാസ്ത്രത്തിന്റെ സമഗ്രസമീപനം ഏറെ നിദർശനങ്ങളോടെ സ്ഥാപിച്ചെടുക്കാനും ഇദ്ദേഹം ശ്രമിക്കുന്നുണ്ടെന്നത് ശ്രദ്ധേയമാണ്.

പ്രകൃതി നിയമങ്ങൾക്ക് ഏറ്റവും അടുത്തുനിന്നുകൊണ്ട് മനുഷ്യന്റെ ആരോഗ്യസുരക്ഷയ്ക്കുള്ള ശീലങ്ങൾ പറഞ്ഞുതരുന്നുവെന്നതും ആത്മാവും മനസ്സും ശരീരവും ഉൾക്കൊണ്ട സമഗ്രതയെ ഉൾക്കാഴ്ചയോടെ തിരിച്ചറിഞ്ഞ് ചികിത്സിക്കുന്നുവെന്നതുമാണ് ആയുർവേദത്തിന്റെ പ്രത്യേകതകളായി കാണുന്നത്. ആയുർവേദ ഗ്രന്ഥങ്ങളിലെ പല ശ്ലോകങ്ങളും ഉദ്ധരിച്ച് അത് ശാസ്ത്രീയമായി വിശദീകരിക്കാനും ഡോ.ഹെഗ്ഡേ ശ്രമിച്ചിട്ടുണ്ട്. (ആയുർവേദത്തിന്റെ ഈ സമഗ്ര സമീപനം പുതിയ തലമുറയിലെആയുർവേദ ചികിത്സകർ പരിശീലിക്കുന്നുണ്ടോ എന്നത് സംശയമാണ്.) മോഡേൺ മെഡിക്കൽ സയൻസ് രംഗത്തെ അതികായനായി വിരാജിക്കുമ്പോഴും ഭാരതീയ തത്വശാസ്ത്രത്തിന്റെ പരിസരങ്ങളെ പരിചയപ്പെടാനും ഈ അറിവുകൾ വെച്ച് വൈദ്യശാസ്ത്രത്തെ കൂടുതൽ ഉൾക്കാഴ്ചയോടെ വീക്ഷിക്കാനുമുള്ള ഇദ്ദേഹത്തിന്റെ പ്രയത്നങ്ങൾ അഭിനന്ദനീയമാണ്. മറ്റൊരു ഹൃദ്രോഗവിദഗ്ദ

നായ ഡോ.എം.എസ്.വല്ല്യത്താൻ, ചരകസംഹിത, സുശ്രുതസംഹിത, അഷ്ടാംഗഹൃദയം എന്നീ ബൃഹത്ത് ആയുർവേദ ഗ്രന്ഥങ്ങൾ പഠിച്ച് ഇംഗ്ലീഷിലേക്ക് തർജ്ജമ ചെയ്തതും സ്മരണീയം. ഹൃദയത്തെക്കുറിച്ചുള്ള അറിവിന്റെ പാരമ്യം ആയുർവേദത്തിലേക്കുള്ള വാതിലായി മാറുന്നത് അത് ശരീരത്തിലുമപ്പുറമുള്ള മനുഷ്യന്റെ സൂക്ഷ്മതലങ്ങളിലേക്ക് വെളിച്ചം കാണിക്കുന്ന ശാസ്ത്രമായതുകൊണ്ടായിരിക്കാം.

വൈദ്യശാസ്ത്രം ഉദാത്തമായ കുറേ ബന്ധങ്ങൾക്കുള്ള ഉപാധിയാണ്. അതൊരു കലയാണ്.മൂല്യബോധത്തോടെയും ഉൾക്കാഴ്ചയോടും കൂടെ നടത്തേണ്ട ഒരു ജോലികൂടിയാണ്. കടന്നുവന്ന വഴികളിൽ പലയിടത്തും വെച്ച് ഇതിലെ സങ്കേതങ്ങൾക്ക് അപായം സംഭവിച്ചിട്ടുണ്ട്. വർത്തമാനകാലത്തെ ഏറ്റവും വലിയൊരു വ്യവസായമായും മനുഷ്യനെ സൂചിമുനയിൽ നിർത്തുന്ന ഭീതി ജനകമായ മുന്നറിയിപ്പായുമൊക്കെ പരിണാമം നടന്നു കഴിഞ്ഞ വൈദ്യശാസ്ത്രത്തെക്കുറിച്ച് വളരെ കൂലംകഷമായിത്തന്നെ പുനർവിചിന്തനം ചെയ്യേണ്ടതുണ്ട്. വിചാരബോധങ്ങളെ വിശാലമായ വെളിച്ചത്തിലേക്ക് തുറന്നുവെച്ചുകൊണ്ട് ഇത് പരിചയിക്കാൻ ശ്രമിക്കുന്നവരിലൂടെ മാത്രമേ മനുഷ്യകുലത്തിന് നന്മപകരുന്ന ഒന്നായി മെഡിക്കൽ സയൻസ് മാറുകയുള്ളൂ. അതുകൊണ്ടുതന്നെ, വാക്കും ചെയ്തിയും ജീവിതം തന്നെയും ഇതിലേക്കുള്ള ചൂണ്ടുപലകയാക്കുന്ന ഡോ.ബി.എം.ഹെഗ്ഡേയെ പ്പോലുള്ളവർ കൂടുതൽ വായിക്കപ്പെടണം, കേൾക്കപ്പെടണം.

പത്മഭൂഷൺ ഡോ..ബി.എം. ഹെഗ്ഡേ

(ബെല്ലെ മോണപ്പ ഹെഗ്ഡേ) 1938ൽ കർണ്ണാടകയിൽ ജനനം.മദ്രാസ് യൂനിവേഴ്സിറ്റിയിൽ നിന്ന് എം.ബി.ബി.എസിൽ ബിരുദം നേടിയ ശേഷം MD, MRCP, FRCP തുടങ്ങിയ ഉന്നത ബിരുദങ്ങൾ ഇന്ത്യയിലെയും വിദേശത്തെയും പ്രശസ്ത യൂനിവേഴ്സിറ്റികളിൽ നിന്നായി കരസ്ഥമാക്കി. കസ്തൂർബാ മെഡിക്കൽ കോളേജിന്റെ പ്രിൻസിപ്പാളുമായും ഡീനായും സേവനമുഷ്ഠിച്ചു. മണിപ്പാൽ അക്കാദമിയുടെ വൈസ്ചാൻസലറായി വിരമിച്ചു. ഹൃദ്രോഗ വിദഗ്ദ്ധനാണ്. നിരവധി വിദേശയൂനിവേഴ്സിറ്റികളിൽ വിസിറ്റിങ്ങ് പ്രൊഫസറും മാംഗ്ലൂർ ഭാരതീയ വിദ്യാഭവന്റെ ചെയർമാനുമാണിപ്പോൾ. നാല്പതോളംപുസ്തകങ്ങൾ രചിച്ചിട്ടുള്ള ഇദ്ദേഹത്തിന് പ്രശസ്തമായ നിരവധി അവാർഡുകളുംലഭിച്ചിട്ടുണ്ട്.വിദ്യാഭ്യാസ വിചക്ഷണൻ, പ്രാസംഗികൻ എന്നീ നിലകളിലും പ്രശസ്തനാണ്.

ആത്മഹത്യയ്ക്കും കൊലയ്ക്കുമിടയിലൂടെ

"Truth is incontrovertible, Panic may resent it,Ignorance may deviate it, Maliace may distort it, But there it is"

- Sir Winston Churchill

മെഡിക്കൽ കോളേജുകളിൽ വൈദ്യ നൈതികത പഠിപ്പിക്കുന്നത് ഫോറൻസിക് മെഡിസിൻ വിഭാഗത്തിലാണ്. കുറ്റാന്വേഷണങ്ങൾക്കു വേണ്ടി വൈദ്യശാസ്ത്ര തത്വങ്ങളെ പ്രയോജനപ്പെടുത്തുന്ന മാർഗങ്ങളാണ് ഫോറൻസിക് ശാഖയിൽ കൈകാര്യം ചെയ്യുന്നത്. വാർത്തകളിൽ നിറഞ്ഞ് നമ്മൾ നിരന്തരം കേട്ടും കണ്ടും കൊണ്ടിരിക്കുന്ന ആത്മഹത്യകളുടെയും കൊലകളുടെയും പിന്നാമ്പുറങ്ങൾ ചികഞ്ഞു കൊണ്ട് പോലീസ് നടത്തുന്ന അന്വേഷണങ്ങൾ യഥാർത്ഥത്തിൽ തുറന്നു കാട്ടുന്നത് മനുഷ്യമനസ്സിന്റെ ഇരുളടഞ്ഞ അകത്തളങ്ങൾ കൂടിയാണ്. പെട്ടെന്നുള്ള വികാരവിക്ഷോഭത്തിൽ ചെയ്തു പോകുന്ന കൈയ്യബദ്ധങ്ങൾ മുതൽ ഏറെ നാൾ നീണ്ട ഗൂഢാലോചനകൾക്കു ശേഷം ആസൂത്രിതമായി ചെയ്യുന്ന കുറ്റകൃത്യങ്ങൾ വരെയുണ്ടാവാം അതിൽ. ഏതായാലും ഈ അന്വേഷണങ്ങളെ കേന്ദ്രീകരിച്ച് എഴുതപ്പെടുന്ന സാഹിത്യകൃതികൾ എക്കാലത്തും വായനക്കാരുടെ ശ്രദ്ധ യാകർഷിച്ചിട്ടുണ്ട്. കുറ്റകൃത്യങ്ങളുടെ പശ്ചാത്തലവും സാഹചര്യങ്ങളും ചെയ്ത രീതികളുമൊക്കെ ചേർത്തുള്ള വിശദമായ എഴുത്തുകൾക്ക്, വിവരണാത്മകത (Narrative) എന്ന സാഹിത്യ സ്വഭാവം വരുന്നതുകൊണ്ടുതന്നെ കുറ്റാന്വേഷണ ശാസ്ത്ര പുസ്തകങ്ങളും സാഹിത്യകൃതികളും തമ്മിലുള്ള അതിർ വരമ്പ് രേഖപ്പെടുത്തുക അത്ര എളുപ്പമല്ല.

ആർതർ കോനൻ ഡോയൽ, കാത്തി റേയ്ക്ക്, അഗതാക്രിസ്റ്റി തുടങ്ങിയവരുടെ ഡിറ്റക്റ്റീവ് കഥകളും അതിന്റെ ചുവടുപിടിച്ചുണ്ടായ ഒട്ടനവധി ക്രൈം ഫിക്ഷൻ നോവലുകളും ടെലിവിഷൻ സീരിയലുകളും സിനിമകളുമൊക്കെ കുറ്റാന്വേഷണ സാഹിത്യത്തിന്റെ മേഖലകൾ വളരെ വിശാലമായമാക്കിയിട്ടുണ്ട്. കുറ്റകൃത്യങ്ങളുടെയും കുറ്റാന്വേഷണങ്ങളുടെയുമൊക്കെ ഭൂതകാലം പരിശോധിച്ചാൽ മനുഷ്യചരിത്രത്തോളം തന്നെ അതിന് പഴക്കമുള്ളതായി കാണാം. എത്ര വിദഗ്ധമായി കൊ

ലപാതകം നടത്തിയാലും അതിനിടയിൽ എവിടെയെങ്കിലും കുറ്റവാളി ഒരു തെളിവ് ബാക്കി വെച്ചിരിക്കുമെന്നാണ് പറയാറുള്ളത്. ആ ഒരു തെളിവിന്റെ തുമ്പ് പിടിച്ച് കുറ്റാന്വേഷകർ നടത്തുന്ന സൂക്ഷ്മമായ വിശകലനങ്ങളിൽ പലപ്പോഴും ഏറ്റവും നിർണായക പങ്കു വഹിക്കാറുള്ളത് ഫോറൻസിക് വിദഗ്ധരും പോലീസ് സർജ്ജന്മാരും നടത്തുന്ന നിരീക്ഷണങ്ങളാണ്. അതുകൊണ്ടുതന്നെ ഇവർ നേരിട്ട് എഴുതുന്ന കുറിപ്പുകൾക്ക് മികവ് ഒന്നുകൂടി കൂടുതലായിരിക്കും.

മെഡിക്കൽ ഡിഗ്രി കഴിഞ്ഞ ശേഷം ഫോറൻസിക് മെഡിസിനിൽ ഉന്നത പഠനവും കഴിഞ്ഞവരാണ് പോലീസ് സർജ്ജന്മാരാകുന്നത്. പിഞ്ചു കുട്ടികളുടേതു മുതൽ ചെറുപ്പക്കാരായ യുവതീയുവാക്കളുടെയും മറ്റും പല തരത്തിലുള്ള മൃതദേഹങ്ങൾ കണ്ടു കണ്ട് മരവിച്ചും കൊലക്കേസുകളിലെ രാഷ്ട്രീയ ഇടപെടലുകൾ കൊണ്ട് സംഘർഷഭരിതമായുമിരിക്കുന്ന മനസ്സും വെച്ച് അവർ എന്തെങ്കിലും സാഹിത്യ സൃഷ്ടികൾ നടത്തുമെന്ന് പ്രതീക്ഷിക്കുക തന്നെ വയ്യ. സിനിമയെയും സംഗീതത്തെയും നൃത്തത്തെയും മറ്റും ആശ്രയിക്കുന്നവരുണ്ട്. എന്റെ രണ്ട് ഫോറൻസിക് സുഹൃത്തുക്കളിൽ ഒരാളുടെ ഹോബി വീണ വായനയാണ്. മറ്റേയാളാണെങ്കിൽ കഥകളിഭ്രാന്തനും. ഇത്തരത്തിലെവിടേയ്ക്കെങ്കിലും തുറന്നു വിട്ടിട്ടില്ലെങ്കിൽ ഭ്രാന്തു പിടിച്ചു പോകാവുന്ന മനോനിലയാവും പലർക്കുമുണ്ടാവുക. വായനയെയും എഴുത്തിനെയും ഒരു മോചനോപായമായി സ്വീകരിച്ചവരും ഇക്കൂട്ടത്തിലുണ്ട് മെഡിക്കൽ സിലബസ്സിനൊത്ത് ഫോറൻസിക് പാത്തോളജിയിലും ഫോറൻസിക് മെഡിസിനിലും മെഡിക്കൽ എത്തിക്സിലും പുസ്തകമെഴുതിയവരുണ്ട്. സാമാന്യ ജനങ്ങൾക്കു പോലും ഫോറൻസിക് മെഡിസിന്റെ ഉള്ളറകൾ തുറന്നു കാണാനുതകും വിധം ലളിതവും ആകാംക്ഷാഭരിതവുമായി അനുഭവങ്ങൾ വിവരിച്ചവരുമുണ്ട്. ഇക്കൂട്ടത്തിൽ പ്രശസ്തരായ രണ്ട് മലയാളികളാണ് ഡോ. ബി. ഉമാദത്തനും ഡോ. ഷേർളി വാസുവും. ഒരു അപസർപ്പക നോവൽ എന്ന പോലെ വായനക്കാരെ ഉദ്വേഗത്തിന്റെയും ആകാംക്ഷയുടെയും മുനയിൽ തളച്ചിടുന്നവയാണ് ഇവരുടെ അനുഭവക്കുറിപ്പുകൾ.

പോലീസ് സർജ്ജന്റെ ഓർമ്മപ്പുസ്തകം

ഡോ. ബി. ഉമാദത്തന്റെ 'ഒരു പോലീസ് സർജ്ജന്റെ ഓർമ്മക്കുറിപ്പുകൾ' യഥാർത്ഥത്തിൽ അനുഭവ രേഖകളെന്നതിനെക്കാൾ ആത്മകഥയെന്നോ ഫോറൻസിക് വൈദ്യശാസ്ത്രത്തെക്കുറിച്ചുള്ള ഒരു വൈജ്ഞാ

നിക ഗ്രന്ഥമെന്നോ വിളിക്കാവുന്ന തരത്തിലുള്ള ഒരു പുസ്തകമാണ്. ഫോറൻസിക് മെഡിസിൻ പ്രൊഫസർ, പോലീസ് സർജ്ജൻ, കേരളാ പോലീസിന്റെ മെഡിക്കോ ലീഗൽ വിദഗ്ധൻ, തിരുവനന്തപുരം മെഡിക്കൽ കോളേജ് പ്രിൻസിപ്പാൾ, കേരള സർക്കാറിന്റെ മെഡിക്കൽ വിദ്യാഭ്യാസ ഡയരക്ടർ, ലിബിയൻ അറബ് റിപ്പബ്ലിക്കിന്റെ മെഡിക്കോ ലീഗൽ കൺസൾട്ടന്റ് എന്നിങ്ങനെ വിവിധ ഔദ്യോഗിക സ്ഥാനങ്ങളിൽ ജോലി ചെയ്ത ഡോ.ഉമാദത്തൻ, ഇതിലെ നാല്പതോളം അധ്യായങ്ങളിലായി വിവരിച്ചിരിക്കുന്ന വ്യത്യസ്തമായ കേസ് അനുഭവങ്ങൾ കുറ്റാന്വേഷണ വൈദ്യശാസ്ത്ര-സാഹിത്യമെന്ന ഒരു സ്വതന്ത്ര ശാഖയെത്തന്നെ അടയാളപ്പെടുത്തുന്നുണ്ട്.

തിരുവനന്തപുരം മെഡിക്കൽ കോളേജിലെ പഠനകാലം മുതൽ ജൂനിയർ ഡോക്ടർ എന്ന നിലയിലും തുടർന്ന് മെഡിക്കോ ലീഗൽ വിദഗ്ധനെന്ന നിലയിലും അദ്ദേഹത്തിന് സംഭവബഹുലമായ അനുഭവങ്ങളിലൂടെയാണ് കടന്നു പോകേണ്ടി വന്നത്. പല കാരണങ്ങളാലുള്ള ആത്മഹത്യകളും കൊലപാതകങ്ങളും. അനുഭവങ്ങൾ അതേപടി വിവരിക്കുന്നതിനു പകരം, ഓരോ അനുഭവത്തെയും വിശകലനം ചെയ്യാനും ഫോറൻസിക് മെഡിസിന്റെ സാധ്യതകളും പരിമിതികളും അവലോകനം ചെയ്യാനും കൂടെ ശ്രമിക്കുന്നുണ്ട് അദ്ദേഹം. ഒരു ആത്മഹത്യ കേസ് പറയുന്നിടത്ത് കാണുക –

'ഇന്ന് പ്രബുദ്ധ കേരളത്തിൽ ആത്മഹത്യകൾ കൂടി വരുന്നതായിട്ടാണ് ആധികാരികമായ പഠനങ്ങളും സ്ഥിതി വിവരക്കണക്കുകളും സൂചിപ്പിക്കുന്നത്. ആത്മഹത്യ ചെയ്യുന്നതിന് എന്തെല്ലാം കാരണങ്ങളുണ്ട്? സാമ്പത്തിക ബുദ്ധിമുട്ടുകൾ, മാറാരോഗം, പ്രേമനൈരാശ്യം, പരീക്ഷയിലെ തോൽവി മുതലായവ കാരണങ്ങളായി പറയുന്നുവെങ്കിലും ഇവയൊന്നും അടിസ്ഥാന കാരണങ്ങളല്ല. ഇതെല്ലാം കാഞ്ചി വലിക്കുന്ന ഘടകങ്ങൾ മാത്രം. വിഷാദ രോഗമാണ് (mental depression) എല്ലാ ആത്മഹത്യകളുടെയും കാരണം.'

എന്നിങ്ങനെ വിഷാദ രോഗത്തിലേക്കും അതിന്റെ അടിസ്ഥാന കാരണമായ തലച്ചോറിലെ പ്രശ്നങ്ങളിലേക്കുമൊക്കെ അദ്ദേഹം വായനക്കാരെ കൊണ്ടു പോകുന്നു. അതു കൊണ്ടാണ് ഒരു വൈജ്ഞാനിക ഗ്രന്ഥത്തിന്റെ സ്വഭാവം കൂടി ഇതിന് കൈവരുന്നുണ്ടെന്ന് സൂചിപ്പിച്ചത്. ലോക്കപ്പ് മരണങ്ങൾ പറയുന്നിടത്ത്, പോലീസിന്റെ നേരിട്ടുള്ള മർദ്ദനങ്ങളില്ലാതെയും തടവുപുള്ളികൾ മാനസിക പിരിമുറുക്കം കൊണ്ട് കുഴഞ്ഞുവീണ് മരിക്കാനുള്ള കാരണങ്ങൾ കൃത്യമായി വിവരിക്കുന്നുണ്ട്.

സാഹചര്യത്തെളിവുകളുടെ വെളിച്ചത്തിൽ, ഒറ്റനോട്ടത്തിൽ തോന്നാവുന്ന ചില മരണകാരണങ്ങൾ വച്ച് മാധ്യമങ്ങളും സമൂഹവും പലതരത്തിലുള്ള വാർത്തകളും പടച്ച് വിടാറുണ്ട്. അതിന്റെ പേരിൽ നിരപരാധികൾ പോലും കുറ്റവാളികളായി ചിത്രീകരിക്കപ്പെടാറുമുണ്ട്. അത്തരം നിരവധി കേസുകളിൽ യഥാർത്ഥ കാരണം കണ്ടെത്താനായി ഫോറൻസിക് വിദഗ്ധർ നടത്തിയ ആഴത്തിലുള്ള അന്വേഷണങ്ങളും നിഗമനങ്ങളും ത്രസിപ്പിക്കുന്ന വായനാനുഭവമാണ് സമ്മാനിക്കുന്നത്. അന്വേഷണ ഉദ്യോഗസ്ഥൻ എന്ന നിലയിൽ കോടതിയിൽ സാക്ഷി പറയേണ്ടുന്ന സാഹചര്യവും അവിടുത്തെ നടപടികളും എല്ലാം വളരെ വിശദമായിത്തന്നെ വിവരിച്ചു തരുന്നുണ്ട് പുസ്തകത്തിൽ. ഫോറൻസിക് മെഡിസിനിൽ അന്താരാഷ്ട്ര പ്രശസ്തി നേടിയ പ്രൊഫസർ സിഡ്നി സ്മിത്ത്, ഫ്രാൻസിസ് ക്യാമ്പസ് തുടങ്ങിയവരുടെ മാതൃകകൾ സ്വന്തം പഠനങ്ങളിലും നിരീക്ഷണങ്ങളിലും ഉൾപ്പെടുത്താൻ ശ്രമിച്ച ഡോ. ഉമാദത്തൻ, Exhumation, Superimposition തുടങ്ങിയ പാശ്ചാത്യ രീതികൾ കേരളത്തിൽ പ്രചാരത്തിൽ വരുത്തുന്നതിലും സുപ്രധാന പങ്കുവഹിച്ച ആളാണ്.

സംശയാസ്പദമായ മരണങ്ങളിൽ, മറവുചെയ്ത മൃതദേഹങ്ങൾ പിന്നീട് കുഴിച്ചെടുത്ത് പരിശോധന നടത്തുന്നതാണ് exhumation. Superimposition ആണെങ്കിൽ മുഖാസ്ഥിയുടെ ആകൃതിക്കൊത്ത് ഫോട്ടോഗ്രാഫിക് സങ്കേതങ്ങൾ ഉപയോഗിച്ച് മുഖാകൃതി സൃഷ്ടിച്ചെടുക്കുന്ന പ്രക്രിയയും. ഹൈദരാബാദിലെ കേന്ദ്ര ഫോറൻസിക് ലബോറട്ടറിയിൽ മാത്രം ചെയ്തുവന്ന സൂപ്പർ ഇമ്പൊസിഷൻ ടെക്നിക്ക് കേരളത്തിൽ ഉപയോഗിക്കാൻ തുടങ്ങിയത് ഡോ. ഉമാദത്തന്റെ നേതൃത്വത്തിലാണ്. ആദ്യഘട്ടത്തിൽ അതിന്റെ സാങ്കേതികത്തികവുകൾക്കായി ഏറെ ബുദ്ധിമുട്ടിയെങ്കിലും പിന്നീട് നിരവധി കേസുകളിൽ ഈ രീതി വളരെ ഫലപ്രദമായി പ്രയോജനപ്പെടുത്തുകയുണ്ടായി. അനുഭവങ്ങൾ വിവരിക്കുന്നതിനൊപ്പം അതിന്റെ സാങ്കേതിക വശങ്ങൾ കൂടി ലളിതമായി അവതരിപ്പിച്ചിട്ടുണ്ട് ഇദ്ദേഹം. ഫോറൻസിക് സയൻസ് എന്ന അതിസങ്കീർണമായ വൈജ്ഞാനിക മേഖലയെ സാമാന്യ ജനങ്ങൾക്കു പോലും വ്യക്തമായി മനസ്സിലാകുന്ന ഭാഷാശൈലിയിൽ എഴുതുന്നതിൽ ഇദ്ദേഹം വിജയിച്ചിട്ടുണ്ട്.

ഫോറൻസിക് ശാസ്ത്രത്തിൽ വ്യാപരിക്കുന്ന വിദഗ്ധൻമാർക്കും ആ വിഷയം മെഡിക്കൽ കോളേജിൽ പഠിപ്പിക്കുന്ന അധ്യാപകർക്കും പഠിക്കുന്ന വിദ്യാർത്ഥികൾക്കും മാത്രമല്ല ക്രിമിനൽ നിയമ ശാഖയിൽ വ

ക്കീൽ ഉദ്യോഗം നടത്തുന്നവർക്കും അത്യന്തം പ്രയോജനകരമായ, പ്രായോഗിക മൂല്യമുള്ള നിരവധി വിലപ്പെട്ട നിർദ്ദേശ ശകലങ്ങൾ അദ്ദേഹത്തിന്റെ ഓർമക്കുറിപ്പുകളിൽ കാണാൻ കഴിയും. സാധാരണ കുറ്റാന്വേഷണ ഉദ്യോഗസ്ഥന്മാരെ തീർത്തും കുഴയ്ക്കുന്ന കുഴഞ്ഞുമറിഞ്ഞ കേസുകളുടെ ഇഴകൾ സൂക്ഷ്മതയോടെ വേർതിരിച്ചെടുക്കുന്ന നിരവധി പഠന മാതൃകകളാണ് അവതരിപ്പിച്ചിട്ടുള്ളത്. കുപ്രസിദ്ധമായ പാനൂർ സോമൻ കേസ്, സുകുമാരക്കുറുപ്പ് കേസ്, പോളക്കുളത്ത് പീതാംബരൻ കേസ്, രാമങ്കരി സോമൻ കേസ്, മുതുവ തീവെപ്പ് കേസ്, ചാവക്കാട് ജോണി കേസ്, പാലാരിവട്ടം പ്രൊഫസർ ചാക്കോ കേസ്, അഭയാക്കേസ് തുടങ്ങിയവ ചില ദൃഷ്ടാന്തങ്ങളാണ്. പ്രൊഫഷണൽ പരിജ്ഞാനത്തിനപ്പുറം, അനുഭവ സമ്പത്തു കൊണ്ടു നടത്തുന്ന ചില ഊഹാപോഹങ്ങൾ കേസന്വേഷണത്തിൽ എത്രമാത്രം പ്രസക്തമാണെന്ന് പല അനുഭവങ്ങളും കാണിച്ചു തരുന്നുണ്ട്.

കൊലപാതകമെന്ന് സംശയിക്കുന്ന തരത്തിലുള്ള ആത്മഹത്യാരീതികൾ സ്വീകരിക്കുക, വിരോധമുള്ളവർക്ക് തന്റെ മരണത്തിൽ പങ്കുണ്ടെന്ന് വരുത്തി ത്തീർക്കാൻ വേണ്ടി കൃത്രിമമമായി തെളിവു ണ്ടാക്കുക, മരണ സമയത്ത് പോലും ശത്രുക്കളെ കുടുക്കാനുള്ള മൊഴികൾ പറയുക എന്നിങ്ങനെയുള്ള മനുഷ്യ മനസ്സിന്റെ വിചിത്രമായ ഭാവഭേദങ്ങളുടെ കൂടി പുസ്തകമാണിത്. പകൽ വെളിച്ചത്തിൽ മാന്യരെന്ന് നടിക്കുന്ന പലരുടെയും പുറം പൂച്ച് കൃത്യമായ ചോദ്യം ചെയ്യലിനും പഴുതടച്ച അന്വേഷണത്തിനും മുന്നിൽ അഴിഞ്ഞു വീഴുന്ന അനുഭവങ്ങൾ നിരവധിയാണ്. പണത്തിനും സ്വത്തിനും പെണ്ണിനും അധികാരത്തിനും വേണ്ടിയുള്ള മത്സരം മനുഷ്യമനസ്സിൽ എത്രമാത്രം തമസ്സു നിറയ്ക്കുന്നുവെന്നതിന് ഇതിലെ പല കേസുകളും തെളിവ് നിരത്തുന്നു. ആ അർത്ഥത്തിൽ, മനുഷ്യ മനസ്സിന്റെ മൃഗീയതകളെ വെളിപ്പെടുത്തുന്ന ഒരു പുസ്തകം കൂടിയാണ്, ഒരു പോലീസ് സർജ്ജന്റെ ഓർമ്മക്കുറിപ്പുകൾ.

പോസ്റ്റ്മോർട്ടം ടേബിൾ

'സാക്ഷി ബോധിപ്പിക്കേണ്ടത് സത്യം,സത്യം മാത്രം. പൂർണ സത്യം അയാൾക്ക് അപ്രാപ്യം. മനുഷ്യനെ സംബന്ധിച്ചിടത്തോളമെങ്കിലും ഒരു മിഥ്യാ സങ്കൽപ്പം. മർദ്ദിതന്റെയും പീഡിതന്റെയും പക്ഷത്താണ് താനെന്ന് പ്രഖ്യാപിച്ച, ലോകം കണ്ട ഏറ്റവും വലിയ സാമൂഹിക പരിഷ്കർത്താവ് അവരിലൊരാളായി കുരിശിലേറി മരിച്ചു. നീതിന്യായ വ്യവസ്ഥയാൽ ശിക്ഷിക്കപ്പെട്ട ഒരു കുറ്റവാളിയായിരുന്നു അയാൾ. വിധി കൽ

പ്പിച്ച നീതിപതിയെപ്പറ്റി അധികമാരും ഓർക്കാറില്ല. എന്നാൽ വിധിയേറ്റു വാങ്ങിയ വനെ - കുറ്റവാളിയെ - ഉള്ളോടു ചേർത്തുവെച്ച് നൂറ്റാണ്ടുകൾക്കു ശേഷവും അവൻ പോലുമറിയാത്ത ദേശങ്ങളിൽ, ഭാഷകളിൽ, അവനോട് മാത്രം നിത്യം പരിതാപങ്ങൾ പറയുന്നു. വഴികാട്ടാൻ അപേക്ഷിക്കുന്നു. മർദ്ദനത്തിനും നിന്ദയ്ക്കും പീഡനത്തിനുമെതിരെ അവനേക്കാൾ വലിയ സാക്ഷിയാര്? അവൻ തൊട്ടുണർത്താത്ത മനമല്ലേ യഥാർത്ഥ ജഡം?'

ഏറെ ആകർഷകമായ കാവ്യാത്മക ശൈലിയിലാണ് ഡോ.ഷെർലി വാസു തന്റെ ഓർമ്മകളിലൂടെ കടന്നു പോകുന്നത്. കോഴിക്കോട് മെഡിക്കൽ കോളേജ് ഫോറൻസിക് വിഭാഗം മേധാവി എന്ന നിലയിൽ അഭിമുഖീകരിച്ച അനുഭവങ്ങളാണ് കൂടുതലും പോസ്റ്റ്മോർട്ടം ടേബിളിൽ അവതരിപ്പിച്ചിട്ടുള്ളത്. വൈദ്യത്തിന്റെയും പോസ്റ്റ്മോർട്ടത്തിന്റെയും ചരിത്രത്തിൽ തുടങ്ങി തന്റെ വിദ്യാഭ്യാസ കാലത്തും ഔദ്യോഗിക ജീവിതത്തിലും മുഖാമുഖം കണ്ട അനുഭവങ്ങളിലൂടെ അവർ യാത്ര ചെയ്യുന്നു.

ഭൂത പ്രേത പിശാചുക്കളും മാന്ത്രിക ചികിത്സാരീതികളും സാമൂഹ്യ ആചാര നിയമങ്ങളുമൊക്കെയായി കെട്ടുപിണഞ്ഞുകിടന്ന വൈദ്യത്തെ അന്ധവിശ്വാസങ്ങളിൽ നിന്ന് കരകയറ്റി ശാസ്ത്രീയതയുടെ ചട്ടക്കൂട്ടിൽ അവതരിപ്പിക്കാൻ നിരവധി ആളുകൾ നടത്തിയ അശ്രാന്തപരിശ്രമത്തിന്റെ ഭാഗമായാണ് വൈദ്യശാസ്ത്രം തന്നെയുണ്ടായത്. ശരീരശാസ്ത്രം പഠിപ്പിക്കാനും മരണ കാരണം കണ്ടെത്താനും ശവഛേദം നടത്തി നോക്കുന്ന രീതി രൂപപ്പെട്ടു വന്നതുമുതൽ കുറ്റാന്വേഷണ മേഖലയിൽ സുപ്രധാന പങ്കാണ് പോസ്റ്റുമോർട്ടത്തിനു ലഭിച്ചത്. നീതിയിലേക്കുള്ള വഴിയിൽ ഇരുട്ടിൽ തപ്പി യലയാതെ കൃത്യവും വിശ്വാസയോഗ്യമായ തെളിവുകൾ നിരത്തി വെക്കാൻ ഫോറൻസിക് വൈദ്യം മുന്നോട്ടുവയ്ക്കുന്ന നിരവധി മാർഗങ്ങളുണ്ട് ശാസ്ത്രീയമായ തെളിവുകൾ എന്ന നിലയിൽ ഇത് വളരെ പ്രസക്തവുമാണ്. ഹൃദയാഘാതം മൂലമുള്ള മരണങ്ങൾ, വാഹനാപകട മരണങ്ങൾ, വെള്ളത്തിൽ മുങ്ങിയുള്ള മരണങ്ങൾ, പൊള്ളലേറ്റുള്ള മരണങ്ങൾ, കത്തിക്കുത്തും ബോംബേറുമൊക്കെക്കൊണ്ടുള്ള മരണങ്ങൾ എന്നിങ്ങനെ വ്യത്യസ്ത വിഭാഗങ്ങളിലായാണ് ഈ പുസ്തകത്തിൽ ഡോക്ടർ ആ അനുഭവങ്ങൾ വിവരിക്കുന്നത്.

ഒരു മെഡിക്കൽ വിദ്യാർഥിനി എന്ന നിലയിൽ വാർഡിൽ കണ്ട ചില മരണങ്ങളിൽ നിന്നാണ് അവരുടെ ഓർമ്മകൾ ആരംഭിക്കുന്നത്. ഹൃ

ദയസ്പർശിയായ രീതിയിലാണ് പല രംഗങ്ങളും അവതരിപ്പിച്ചിട്ടുള്ളത്.

'മെഡിക്കൽ ഫീമെയിൽ വാർഡിലെ ലേഖ എന്ന കൊച്ചുകുട്ടിക്ക് രക്താർബുദമായിരുന്നു. മരണ സംബന്ധമായ ലേഖയുടെ ചോദ്യങ്ങളിൽ നിന്ന് എല്ലാവരും ഒഴിഞ്ഞു മാറി. ജോർജ് സാർ മാത്രം എല്ലാറ്റിനും ഉത്തരം പറഞ്ഞു. മരിക്കുമ്പോൾ വേദനിക്കുമോ? എന്നതായിരുന്നു ലേഖയുടെ ഒരു നിഷ്കളങ്ക ചോദ്യം. മരണം എല്ലാവർക്കും ഉള്ളതാണെന്നും അത് പ്രത്യേകിച്ച് വേദനയൊന്നും ഉണ്ടാക്കില്ലെന്നും ഉറക്കത്തിലേക്കാണ്ടു പോകുന്നതുപോലെയാണതെന്നാണ് തന്റെ വിചാരമെന്നും ജോർജ്ജ് സാർ പറഞ്ഞു. എങ്കിൽ തന്റെ മരണം അടുത്തുവെന്നു തോന്നുന്നുവെന്നും തന്റെ കൈ പിടിക്കണമെന്നും ലേഖ പറഞ്ഞു. ആ കുഞ്ഞു കൈ തന്റെ വലിയ കൈയ്ക്കകത്തു വെച്ച്, മരണം ആ കുരുന്നു ജീവൻ അടർത്തിക്കൊണ്ടു പോകുന്നതുവരെ അവളോട് സംസാരിച്ചു കൊണ്ട് ജോർജ് സാർ അടുത്തിരുന്നു. എല്ലാം കഴിഞ്ഞ് എഴുന്നേറ്റ് പോകുമ്പോൾ അദ്ദേഹത്തിന്റെ കണ്ണു നനഞ്ഞിരുന്നു.'

പോസ്റ്റുമോർട്ടത്തിന്റെ ചരിത്രവും പ്രാധാന്യവും സൂചിപ്പിക്കുന്ന ആദ്യഭാഗത്ത് വെസേലിയസിന്റെ അന്ത്യത്തെ കുറിച്ച് പറയുന്നുണ്ട്. പ്രശസ്തനായ ഒരു ശവ ഛേദകനായിരുന്നു മെഡിക്കൽ സയൻസിന്റെ ഉപജ്ഞാതാക്കളിൽ ഒരാളായ വെസേലിയസ്. ജീവിതാന്ത്യത്തിൽ അദ്ദേഹം സ്പെയിനിൽ വെച്ച് ഒരു ധനികന്റെ ശരീരം ഹൃദയസ്പന്ദനം നിലയ്ക്കും മുമ്പേ ഓട്ടോപ്സി നടത്തിയെന്നും തൽഫലമായി അയാൾ മരിച്ചെന്നും ആരോപിച്ച് ബന്ധുക്കൾ അദ്ദേഹത്തിനെതിരെ രംഗത്തുവന്നു. രാജാവ് അദ്ദേഹത്തെ നിർബന്ധപൂർവ്വം തീർത്ഥാടനത്തിനയച്ചതായും ഒരു കപ്പൽച്ചേതത്തിൽ അദ്ദേഹം മരണപ്പെട്ടതായുമാണ് കഥ. സർജ്ജന് സംഭവിച്ചേക്കാവുന്ന പിഴവുകൾ ഗുരുതരമായ പ്രത്യാഘാതങ്ങളിലേക്ക് നയിച്ചേക്കാം എന്ന കരുതലോടെ മാത്രമേ ഈ ജോലിയിലേർപ്പെടാവൂ എന്നതിന്റെ സൂചനയാണിത്.

'മരിക്കുന്നതുവരെ ഒരാളെ ഭാഗ്യവാൻ എന്ന് വിളിക്കരുത്' എന്ന് ഒരു ചൈനീസ് പഴമൊഴിയുണ്ട്. കാരണം, അയാൾ ഏതു വിധം മരണപ്പെടുമെന്ന് പ്രവചിക്കാൻ കഴിയില്ലല്ലോ. ചില മരണങ്ങൾ, അവ സംഭവിക്കുന്ന സമൂഹത്തിന്റെ വിശ്വാസങ്ങൾ മൂലമോ കടന്നുപോകുന്ന കാലഘട്ടത്തിന്റെ പ്രത്യേകതകൾ മൂലമോ സമൂഹത്തിന്റെ തന്നെ പക്വതയില്ലായ്മ കാരണമോ ഒക്കെ സംശയത്തിന്റെ കുന്ത മുനയിൽ നിർത്തി വിചാരണ ചെയ്യപ്പെടാം. രാഷ്ട്രീയ കൊലപാതകങ്ങളുടെ പേരിൽ കുപ്രസിദ്ധമായിരുന്നു തലശ്ശേരിയിൽ 1980കളിൽ നടന്ന നിരവധി കൊലപാ

തകങ്ങളിൽ ഇരയായവരെ അടുത്തുള്ള മെഡിക്കൽ കോളേജ് എന്ന നിലയിൽ പോസ്റ്റ് മോർട്ടം പരിശോധനകൾക്കായി കോഴിക്കോടാണ് എത്തിച്ചത്. അതുമായി ബന്ധപ്പെട്ട നിരവധി അനുഭവങ്ങൾ പുസ്തകത്തിൽ വിവരിക്കുന്നുണ്ട്.

ഉറക്കത്തിനിടയിൽ സംഭവിക്കുന്ന മരണങ്ങളെക്കുറിച്ച് പറയുന്നിടത്താണ് പ്രശസ്ത തിരക്കഥാകൃത്തും സംവിധായകനുമായ പത്മരാജന്റെ പോസ്റ്റ് മോർട്ടത്തെക്കുറിച്ച് സൂചിപ്പിക്കുന്നത്. ഒരു പോലീസ് സർജ്ജനു മാത്രം വിവരിക്കാനാകുന്ന തനതായ ശൈലിയിൽ അവരത് പറയുന്നു

'പ്രശാന്ത ഭാവത്തിൽ ഒരു നിദ്രയിലെന്ന വണ്ണം തന്റെ ഉജ്ജ്വല നേത്രങ്ങൾ മിക്കവാറും അടഞ്ഞ്, കൈകൾ നെഞ്ചിൽ പിണച്ചു വെച്ച് നേരെ നിവർന്ന് അദ്ദേഹം കിടന്നു. പേശീ ദാർഢ്യം (Rigor mortis) മുഖഭാവം വലിച്ചു മുറുക്കുന്ന തരത്തിൽ ആയി കാണപ്പെട്ടില്ല. നിറവ്യത്യാസമൊന്നും മുഖത്തും മറ്റിടങ്ങളിലും ഉണ്ടായിരുന്നില്ല. ഹൃദയാഘാതംമൂലം നടക്കുന്ന സാധാരണ മരണങ്ങളിൽ മിക്കവാറും കണ്ണുകൾ കലങ്ങി, മുഖം കുറച്ചു വീങ്ങിയും നീലിച്ചും, മൂക്കിലൂടെ ചോരയെടുത്തും മറ്റുമാണ് കാണപ്പെടുക. ശ്വാസതടസ്സമുണ്ടായതിന്റെ അടയാളങ്ങളാണിവ. തിങ്ങിനിറഞ്ഞ മുടിയും താടിയുമൊക്കെ അലങ്കോലപ്പെടാതെയും ശുഭ്ര വസ്ത്രങ്ങൾ ഉടയാതെയും ദ്രവങ്ങൾ വീണു മലിനപ്പെടാതെയും പത്മരാജൻ പോസ്റ്റ്മോർട്ടം ടേബിളിൽ കിടന്നു. കുളിമുറി വിട്ടിറങ്ങിയപ്പോഴെന്നവണ്ണം ത്വക്ക്, കൈകാലുകൾ ഇവ പുതുമയോടെ കാണപ്പെട്ടു. വലതു കൈയും കൈവിരലുകളും ഞാൻ പ്രത്യേകം നോക്കിനിന്നു. സർഗ്ഗപ്രതിഭ തന്നിൽ ഒതുങ്ങിപ്പോകാതെ അനുവാചകരിലെത്തിക്കാൻ അദ്ദേഹത്തെ തുണച്ച വിരലുകളാണ്. ചിന്തകൾക്കൊത്ത് എന്നും ചലിച്ച വിരലുകൾ, അദ്ദേഹത്തിന്റെ ചേതന പറന്നുപോയത് മാത്രം അറിഞ്ഞില്ല എന്നു തോന്നി. ഉറങ്ങാൻ കിടന്നപ്പോഴുള്ളതു പോലെ തന്നെ ഇടത് കൈ മുട്ടിനുള്ളിൽ നെഞ്ചോട് ചേർന്നിരുന്നു അവ.'

മോർച്ചറികളിലെത്തുന്ന കേസുകളിൽ ഏറിയപങ്കും വാഹനാപകടങ്ങളാണ്. വാഹനം തട്ടിയ ശേഷം നിർത്താതെ പോകുന്നതും മനഃപൂർവമിടിച്ചു കൊല്ലുന്നതുമൊക്കെ സർവ്വ സാധാരണമായിരിക്കുന്നു. യഥാർത്ഥ കുറ്റവാളിയെ പിടികൂടുക എന്നത് കുറേ പേരുടെ ആത്മാർത്ഥമായ അന്വേഷണം കൊണ്ട് മാത്രം സാധിക്കുന്ന കാര്യമാണ്. ചെറുപ്പത്തിന്റെ തിളപ്പിൽ റോഡ് നിയമങ്ങൾ പാലിക്കാതെ ബൈക്കോടിക്കുന്നതു മൂലം യുവാക്കൾ വരുത്തിവെയ്ക്കുന്ന ദുരന്തങ്ങളും വർദ്ധിച്ചുവരികയാ

ണ്. തിക്കുറിശ്ശി സുകുമാരൻ നായരുടെ മകൾ, കൽപ്പറ്റയിലെ ഡോക്ടറായിരുന്ന കനകശ്രീയുടെ മരണം ഭർത്താവിന്റെ ബൈക്ക് വീലിൽ സാരി കുടുങ്ങി വീണിട്ടായിരുന്നു. അവരുടെ പോസ്റ്റുമോർട്ടം നടത്തിയ അനുഭവങ്ങളും വിവരിക്കുന്നുണ്ട്.

പലതരം ആത്മഹത്യകളിൽ മലയാളിക്ക് തൂങ്ങി മരണത്തോടെയാണ് താല്പര്യം കൂടുതലെന്ന് എന്ന് അവർ നിരീക്ഷിക്കുന്നു. വസ്ത്രധാരണരീതി, മരം കയറി ജീവിതമാർഗം തേടേണ്ടി വരുന്നത്, കയറിന്റെ ലഭ്യത, വീടിനുള്ളിലെ പരിത:സ്ഥിതി ഇതെല്ലാം ഇതിന് അനുകൂല ഘടകങ്ങളാണ്. മിക്ക തൂങ്ങി മരണങ്ങളും ശബ്ദരഹിതമായും വേഗത്തിലും നടപ്പാക്കുന്ന തരത്തിലുള്ളതാണ്. പൊതുവേ ജീവിതത്തിൽ നിന്നുള്ള ഒരു നിശബ്ദമായ തിരിച്ചുപോക്ക് എന്ന് പറയാം. പക്ഷേ തൂങ്ങിക്കിടക്കുന്നതായി കാണപ്പെടുന്നവരെല്ലാം സ്വയം തൂങ്ങിമരിച്ച വർ തന്നെയാണോ? കൊലപ്പെടുത്തിയശേഷം കെട്ടിത്തൂക്കിയതായിക്കൂടേ? എന്നിങ്ങനെയുള്ള ചോദ്യങ്ങൾക്ക് ഉത്തരം കണ്ടെത്തേണ്ട ചുമതല ഭാരിച്ചതാണ്.

വളരെ വിസ്തൃതമായ ആയ ഒരു മേഖലയാണ് കൊലപാതകങ്ങളുടെ മന:ശാസ്ത്രം.കാലം മാറി വരുന്നതിനനുസരിച്ച് ഹത്യാ രീതികൾ നവീകരിക്കപ്പെടുന്നുണ്ടെങ്കിലും മനുഷ്യരുടെ മനസ്സിലെ മൃഗീയ വാസനകൾ സംസ്കരിക്കപ്പെടുന്നതേയില്ല എന്നതിന്റെ ഉദാഹരണങ്ങളാണ് വർദ്ധിച്ചു വരുന്ന കൊലപാതകങ്ങൾ. ഇവയുടെ യഥാർത്ഥ കാരണങ്ങൾ തിരക്കി പോകുമ്പോഴാണ് യഥാർത്ഥത്തിൽ മനുഷ്യൻ എത്ര മാത്രം അസംസ്കൃതനാണ് എന്ന് ബോധ്യപ്പെടുന്നത്.

മുങ്ങിമരണങ്ങൾ, തീപ്പൊള്ളലേറ്റുള്ള മരണങ്ങൾ, കത്തിക്കുത്ത് കൊണ്ടും വടിവാൾ കൊണ്ടുമുള്ള മരണങ്ങൾ എന്നിങ്ങനെ വ്യത്യസ്തമായ മരണങ്ങളിൽ ഫോറൻസിക് വിദഗ്ദ്ധർ നടത്തുന്ന വിശകലനങ്ങളും സൂക്ഷ്മ നിരീക്ഷണങ്ങളും ഒരേസമയം കാവ്യാത്മകവും ആകാംക്ഷാജനകവുമായ രീതിയിൽ വിവരിക്കുന്നത് സാധാരണ ജനങ്ങൾക്ക് പോലും മനസ്സിലാകുന്ന ലളിതമായ ഭാഷയിലാണ് എന്നത് പോസ്റ്റ്മോർട്ടം ടേബിളിനെ കൂടുതൽ ആസ്വാദ്യമാക്കുന്നു.

ആരോഗ്യമേഖലയിലെ തിരുമുൽപ്പാട് മോഡൽ

"വൈകുന്നേരത്തോടെ ട്രെയിൻ അവിടെയെത്തിച്ചേർന്നു. അന്നു രാത്രി എനിക്കു തീരെ ഉറങ്ങുവാൻ കഴിഞ്ഞില്ല. എന്റെ ജീവിതം ആ പുസ്തകത്തിൽ പറഞ്ഞ ആശയങ്ങൾക്കനുസരിച്ച് മാറ്റിമറിയ്ക്കാൻ ഞാൻ തീരുമാനിച്ചിരുന്നു. പിന്നീട് ഞാൻ ആ പുസ്തകം 'സർവ്വോദയ' എന്ന പേരിൽ ഗുജറാത്തിയിലേക്ക് വിവർത്തനം ചെയ്തു."

-മഹാത്മാഗാന്ധി

ജോൺ റസ്കിന്റെ Un to this last എന്ന പുസ്തകം വായിച്ചതിന്റെ അനുരണനങ്ങൾ തന്റെ ചിന്താഗതിയിലും സാമൂഹ്യ പ്രവർത്തന കാഴ്ചപ്പാടുകളിലും സൃഷ്ടിച്ച മാറ്റങ്ങളെക്കുറിച്ച് മഹാത്മാഗാന്ധി നിരവധി തവണ സൂചിപ്പിച്ചിട്ടുണ്ട്. നിർണ്ണായകമായ തീരുമാനങ്ങൾ എടുക്കും മുമ്പ്, ഏറ്റവും ദരിദ്രനും ദുർബലനുമായ ഒരുവന്റെ മുഖം സ്വന്തം മനസ്സിലേക്ക് കൊണ്ടുവരാനും അങ്ങനെയൊരു തീരുമാനം കൊണ്ട് അവന് എന്തുപകാരമുണ്ടാകുമെന്ന് ആലോചിച്ചശേഷം മാത്രം നിലപാടെടുക്കാനും തന്നെ പ്രേരിപ്പിച്ചത് റസ്ക്കിനാണെന്ന് ഗാന്ധിജി എഴുതി. ഇങ്ങ് കേരളത്തിൽ, റസ്ക്കിന്റേയും ഗാന്ധിജിയുടേയും പുസ്തകങ്ങൾ വായിച്ച്, താൻ കൈകാര്യം ചെയ്ത ആയുർവ്വേദചികിത്സാ മേഖലയിൽ അവരുടെ ആശയങ്ങളും തത്വശാസ്ത്രവും ഇഴ ചേർക്കാൻ ശ്രമിച്ച ഒരു മനുഷ്യനുണ്ടായിരുന്നു. തിരുമുല്പാട് എന്നറിയപ്പെട്ട വൈദ്യഭൂഷണം ശ്രീ. രാഘവൻ തിരുമുൽപ്പാട്.

ചികിത്സാമേഖലയ്ക്കു സമാന്തരമായി സാഹിത്യസാമൂഹ്യ-രാഷ്ട്രീയ രംഗങ്ങളിലും തന്റേതായ വ്യക്തിമുദ്ര പതിപ്പിച്ച ഈ ബഹുമുഖ പ്രതിഭയെ രാഷ്ട്രം പത്മഭൂഷൺ ബഹുമതി നല്കി ആദരിച്ചിരുന്നു. അദ്ദേഹത്തിന്റെ ജീവിതത്തെയും പ്രവർത്തനങ്ങളെയും കാഴ്ചപ്പാടുകളേയും കുറിച്ച് -

ആയുർവ്വേദ കോളേജ് സിലബസ്സിലുള്ള സംസ്കൃതപുസ്തകങ്ങളുടെ മലയാളവിവർത്തകൻ എന്ന നിലയ്ക്കാണ് ആദ്യം ശ്രീ. രാഘവൻ തിരുമുൽപ്പാടിനെ അറിയുന്നത്. പിന്നീട് അദ്ദേഹത്തെ കാണാനും കേൾ ക്കാനും അവസരമുണ്ടായപ്പോൾ ആയുർവ്വേദ ചികിത്സാമേഖല

യുടെ പൊതുധാരയിൽ നിന്നു വേറിട്ട കുറേ അഭിപ്രായങ്ങൾ ഉള്ളയാളാണെന്നു മനസ്സിലായി. പത്തു പന്ത്രണ്ടു വർഷം മുമ്പ് മാതൃഭൂമി ഓണപ്പതിപ്പിനായുള്ള ഒരു അഭിമുഖത്തിനുവേണ്ടി ദീർഘനേരം സംസാരിക്കാൻ അവസരം ലഭിച്ചപ്പോഴാണ് വ്യത്യസ്തമായ ഈ അഭിപ്രായങ്ങൾക്കു പിന്നിൽ വ്യക്തമായ പശ്ചാത്തലവും അനുഭവങ്ങളുടെ വെളിച്ചത്തിൽ രൂപപ്പെടുത്തിയ തത്വശാസ്ത്രവുമുണ്ടെന്ന് മനസ്സിലായത്. വൈദ്യശാസ്ത്രമേഖലയിലുള്ള ഏതൊരാളും മാതൃകയാക്കേണ്ട ഈ കാഴ്ചപ്പാടുകൾ യഥാർത്ഥത്തിൽ എല്ലാ കാലത്തും പ്രസക്തമാണ്.

ചാലക്കുടിക്കാരനായ തിരുമുൽപ്പാട് വൈദ്യത്തിലേക്ക് വരുന്നത് വളരെ യാദൃച്ഛികമായാണ്. ചെറുപ്പത്തിൽ സംസ്കൃതവും കാവ്യങ്ങളുമൊക്കെ പഠിച്ചിരുന്നെങ്കിലും റയിൽവേയിൽ ജോലി കിട്ടി മദ്രാസിലെത്തിയ ശേഷം ഭാഷയോടും സാഹിത്യത്തോടുമുള്ള താല്പര്യം വളർത്താനുള്ള സാഹചര്യങ്ങളൊന്നുമുണ്ടായില്ല. അതിനിടയിൽ ഗുരുതരമായ ശ്വാസരോഗം പിടിപെട്ട് നാട്ടിലേക്ക് തിരിച്ചെത്തുകയും വാസുദേവൻ നമ്പീശൻ എന്ന വൈദ്യന്റെ നിർദ്ദേശപ്രകാരം കുറച്ചുകാലത്തെ തുടർച്ചയായ ആയുർവ്വേദ ചികിത്സയിലൂടെ രോഗത്തിൽ നിന്ന് കരകയറുകയും ചെയ്തു. വ്യക്തിപരമായ ഈ അനുഭവത്തിൽ നിന്ന് ആയുർവ്വേദത്തോട് തോന്നിയ ആകർഷണമാണ് അദ്ദേഹത്തെ വൈദ്യ പഠനത്തിലേക്ക് നയിച്ചത്. ആദ്യം അന്നത്തെ രീതിയിൽ ഗുരുകുല സമ്പ്രദായത്തിലും പിന്നീട് ഔദ്യോഗികമായി വൈദ്യഭൂഷണം ഡിഗ്രിതലത്തിലും അഭ്യസിച്ച അദ്ദേഹം, ആയുർവ്വേദത്തിന്റെ അടിസ്ഥാനശിലകളായ ഭാരതീയ ദർശനങ്ങളിലും അവഗാഹജ്ഞാനം നേടുകയുണ്ടായി.

അക്കാലത്ത് സാമ്പത്തികശേഷിയിലുള്ളവർക്കു മാത്രം സമീപിക്കാവുന്ന അലോപ്പതി പിൻതുടരാതെ, ചികിത്സയ്ക്കായി നാട്ടുവൈദ്യനായ ആയുർവ്വേദത്തെ ആശ്രയിക്കാനുള്ള പ്രധാനകാരണം തന്റെ ദാരിദ്ര്യമായിരുന്നുവെന്ന് അദ്ദേഹം തുറന്നു പറഞ്ഞിട്ടുണ്ട്. അത് കണ്ടറിഞ്ഞ വാസുദേവൻ നമ്പീശൻ അദ്ദേഹത്തിനുള്ള മരുന്നുകൾ തെരഞ്ഞെടുക്കുമ്പോഴും ആഴത്തിൽ ചിന്തിച്ച് ചെലവു കുറഞ്ഞ ഔഷധങ്ങൾ തന്നെ തെരഞ്ഞെടുക്കാൻ ശ്രദ്ധ കാണിച്ചു. ലളിതമായ മരുന്നുകൾ കൊണ്ട് തന്റെ രോഗം മാറ്റിയ വൈദ്യനോടും ആയുർവ്വേദത്തോടുമുള്ള കടപ്പാട് തീർക്കാൻ തിരുമുൽപ്പാട് കണ്ടെത്തിയ വഴികൂടിയായിരുന്നു ചികിത്സാവൃത്തി.

ആരോഗ്യമേഖലയെന്നത് ലോകത്തിലെ തന്നെ ഏറ്റവും വലിയ ബിസ്സിനസ്സായി മാറുകയും കുത്തക മരുന്നു കമ്പനികൾ വീശിയെറിഞ്ഞ

വലക്കുള്ളിലെ ഇരകളായി സാധാരണക്കാർ മാറുകയും ചെയ്തതോടെ ചൂഷകരുടെ സ്ഥാനത്ത് വൻകിട ഔഷധകമ്പനികളും മർദ്ദിതരുടെ സ്ഥാനത്ത് പാവപ്പെട്ട രോഗികളും വന്നു. ഔഷധകേന്ദ്രീകൃതമായ ചികിത്സാനയങ്ങളിലൂടെ ചുറ്റുമുള്ള ആരോഗ്യ പ്രവർത്തകരും മുതലാളിത്തത്തിന്റെ കുഴലൂത്തുകാരായപ്പോൾ എളുപ്പത്തിലൊന്നും അത് അട്ടിമറിക്കാൻ കഴിയില്ലെന്നറിഞ്ഞിട്ടും ഈ ഒഴുക്കിനെതിരെ നീന്താൻ ശ്രമിച്ചുവെന്നതാണ് തിരുമുൽപ്പാടിന്റെ സവിശേഷത. ആരോഗ്യ മേഖലയിലെ ഒരു മികച്ച ചൂഷകനാകാനുള്ള എല്ലാ സാധ്യതകളും നിലനിൽക്കെ, ഇരയുടെ ഭാഗത്തുനിന്നു ചിന്തിക്കാനും അവർക്കു താങ്ങാനാകുംവിധം ചികിത്സാ പദ്ധതികളെ പുനരവതരിപ്പിക്കാനും അദ്ദേഹം ശ്രമിച്ചു. അന്നുവരെ തുടർന്നുവന്ന ആയുർവ്വേദ ചികിത്സയുടെ വ്യവസ്ഥാപിത രീതികളിൽ നിന്നും മാറി, തന്റേതായ ചില മൗലിക നിർദ്ദേശങ്ങൾ അദ്ദേഹത്തിന്റെ ചികിത്സയിലുണ്ടായിരുന്നു. അതാകട്ടെ കാലികമായ മാറ്റങ്ങൾ ഉൾക്കൊണ്ടും മാനവിക മുഖത്തിന് പ്രാധാന്യം കൊടുത്തുമുള്ളതായിരുന്നു. ഇതിൽ അദ്ദേഹത്തിന് കൂട്ടായതാകട്ടെ, ഭാരതീയ ദർശനങ്ങളും റസ്കിന്റേയും കാൾമാക്സിന്റേയും ഗാന്ധിജിയുടേയും മറ്റും കാഴ്ചപ്പാടുകളും. രോഗം, മരുന്ന്, ചികിത്സ, ലാബ്, ആശുപത്രി തുടങ്ങിയ സമവാക്യങ്ങൾക്കിടയിൽ കിടന്ന് നട്ടംതിരിയുകയാണ് ആരോഗ്യമേഖല. സുസ്ഥിരമായ ആരോഗ്യത്തിന് എന്തുവേണമെന്നതിനെക്കുറിച്ച് കൂടുതൽ പ്രചരണങ്ങളില്ല. യഥാർത്ഥത്തിൽ ആരോഗ്യം എന്ന നന്മയെ കേന്ദ്രീകരിച്ചാവണം ആരോഗ്യമേഖല വളരേണ്ടത്. ചികിത്സാധിഷ്ഠിതമായ ആരോഗ്യസംവിധാനം എന്ന ആശയം വെടിഞ്ഞ് ആരോഗ്യാധിഷ്ഠിതമായ ചികിത്സാ സംവിധാനം എന്ന തിരിച്ചറിവിലേക്ക് നാം വളരേണ്ടതുണ്ട്. രോഗമില്ലാതിരിക്കാൻ ശ്രദ്ധിക്കേണ്ട സാമൂഹികവും വ്യക്തിപരവുമായ ശീലങ്ങൾക്ക് പ്രാധാന്യം നൽകിയാവണം അത് നടപ്പിലാക്കേണ്ടത്. ആരോഗ്യത്തിന്റെ അസ്തിത്വപരമായ അടിത്തറകൾ നശിപ്പിക്കപ്പെടുമ്പോൾ വൈദ്യശാസ്ത്രം ആരോഗ്യം നൽകാൻ കെൽപ്പുള്ളതായിരിക്കില്ല എന്ന് ഇവാൻ ഇല്ലിച്ചിനെപ്പോലെയുള്ള തത്ത്വചിന്തകർ പറഞ്ഞുകൊണ്ടിരുന്നപ്പോൾ ഈ സന്ദേശം വളരെ കാര്യക്ഷമമായി, തന്റെ പഥ്യ നിർദ്ദേശങ്ങളിലൂടെ തിരുമുല്പ്പാട് പ്രാവർത്തികമാക്കി.

രോഗ പ്രതിരോധത്തിലൂന്നിയ ആഹാരശീലങ്ങളും പ്രവൃർത്തികളും പിന്തുർന്ന് ആരോഗ്യത്തിനുവേണ്ട പശ്ചാത്തലമൊരുക്കുന്നുവെങ്കിൽ രോഗങ്ങളെക്കുറിച്ച് ഇത്രമാത്രം വേവലാതി പ്പെടേണ്ടകാര്യമില്ല. തന്റെ മുന്നിലെത്തുന്നയാൾ രോഗിയായാലും ആരോഗ്യവാനായാലും ആദ്യം

അദ്ദേഹം ചോദിച്ചത് ആഹാരശീലങ്ങളെക്കുറിച്ചാണ്. അത് അയാളുടെ ദഹനസാഹചര്യങ്ങളുമായി ചേർന്നുപോകുന്നതല്ല എന്നു തോന്നിയെങ്കിൽ അതിൽ മാറ്റം വരുത്താൻ അദ്ദേഹം നിർദ്ദേശിച്ചു. എന്തൊക്കെ കഴിക്കണമെന്നും എന്തൊക്കെ പാടില്ല എന്നും കൃത്യമായി പറഞ്ഞു കൊടുത്തു. അത്യാവശ്യമെങ്കിൽ മാത്രം ഒന്നുരണ്ട് ചെറിയ മരുന്നുകൾ. ശരിയായ പഥ്യമുണ്ടെങ്കിൽ ലളിതമായ മരുന്നുകൾ കൊണ്ടുതന്നെ അസുഖങ്ങൾ ഭേദമാക്കാൻ പറ്റുമെന്ന് അദ്ദേഹം തെളിയിച്ചു. ഒരുപാട് മരുന്നുകൾകൊണ്ടും മാറാത്ത നിരവധി രോഗങ്ങളാണ് ഇത്തരത്തിൽ അദ്ദേഹത്തിനു മുന്നിൽ കീഴടങ്ങിയത്.

ചികിത്സയുടെ ചിലവ് കുറയ്ക്കാനുള്ള ഏറ്റവും നല്ല വഴിയായി അദ്ദേഹം കണ്ടത് ആഹാരശീലത്തിലെ ഈ നിഷ്ഠ തന്നെയാണ്. കർശന പഥ്യത്തോടെയാണ് ചികിത്സ ചെയ്യുന്നതെങ്കിൽ മരുന്നുകൾ വളരെ കുറച്ചുമതി എന്നതിന്റെ തെളിവുകളായിരുന്നു എല്ലാ ചികിത്സാ വിജയങ്ങളും. ഇത് അദ്ദേഹത്തെ ഒരു ജനകീയ വൈദ്യനാക്കി മാറ്റി.ജനങ്ങൾക്ക് കറകളഞ്ഞ വിശ്വാസമായിരുന്നു തിരുമുല്പ്പാടിനെ.വൈദ്യത്തിന്റെ സങ്കീർണ്ണതത്ത്വങ്ങളെ അനുഭവങ്ങളുടെ വെളിച്ചത്തിൽ ഏറ്റവും ലളിതമായി വ്യാഖ്യാനിച്ചതും അതിലും ലളിതമായി മുന്നിലെത്തിയ രോഗിയിൽ അത് പ്രയോഗിച്ചതും ചികിത്സയ്ക്ക് പ്രത്യേകം പ്രതിഫലം ചോദിച്ചു വാങ്ങാത്തതുമൊക്കെ ഈ വിശ്വാസത്തിന്റെ മാറ്റ് കൂട്ടി.

ഖാദിയുടെ ഒറ്റമുണ്ടുടുത്ത് വീടിന്റെ ഉമ്മറത്തിരിക്കും. ചികിത്സ തേടിയെത്തുന്നവരെ അവിടെയിരുന്നു പരിശോധിച്ച് മരുന്നെഴുതിക്കൊടുക്കും. പരസ്യങ്ങളോ കെട്ടുകാഴ്ചകളോ ഒന്നുമില്ല. ഓർമ്മയിലേക്ക് വരിക ആരോഗ്യനികേതനമെന്ന ഇന്ത്യൻ ക്ലാസിക്കിലെ ജീവൻ മശായ് എന്ന മഹാവൈദ്യനെയാണ്.

പരന്ന വായനയും നിരന്തരമായ എഴുത്തും കൊണ്ട് സ്വന്തം ധിഷ്ണയെ എന്നും ജ്വലിപ്പിച്ചു നിർത്തുന്നതിൽ ബദ്ധശ്രദ്ധനുമായിരുന്നു അദ്ദേഹം. ഗഹനമായ പല ആയുർവേദ ഗ്രന്ഥങ്ങളും സംസ്കൃത സാഹിത്യ ഗ്രന്ഥങ്ങളും ഭഗവത്ഗീതയും തിരുക്കുറലുമൊക്കെ മലയാളത്തിലേക്ക് വിവർത്തനം ചെയ്തതിനൊപ്പം ആനുകാലിക ആരോഗ്യ മാസികകളിൽ ആരോഗ്യശീലങ്ങളെക്കുറിച്ച് അതിലളിതമായ ലേഖനങ്ങളും എഴുതി. വിവിധ മേഖലകളിൽ അഗാധ പാണ്ഡിത്യമുണ്ടായിരുന്നതുകൊണ്ടു തന്നെ നിരവധി പേർ സംശയനിവൃത്തിക്കായി അദ്ദേഹത്തെ തേടിയെത്തിയിരുന്നു.

ഇന്ത്യ കണ്ട മികച്ച കാർഡിയാക് സർജ്ജന്മാരിലൊരാളായ ഡോ.

എം.എസ്. വല്യത്താൻ, തന്റെ ഔദ്യോഗിക ജീവിതത്തിനൊടുവിൽ ആയുർവേദം പഠിക്കണമെന്ന ആഗ്രഹവുമായി രാഘവൻ തിരുമുല്പ്പാടിന്റെ അടുത്താണെത്തിയത്. തിരുമുല്പ്പാടിന്റെ ഉപദേശനിർദ്ദേശങ്ങളനുസരിച്ച് ചരക സംഹിത ആഴത്തിൽ പഠിച്ച വല്യത്താൻ സമയം കിട്ടുമ്പോഴെല്ലാം അദ്ദേഹത്തെ തേടിയെത്തിയിരുന്നു. ഈ കൂടിക്കാഴ്ചകളുടെ ഊർജ്ജമുൾക്കൊണ്ടാണ് ആയുർവേദത്തിലെ ക്ലാസിക്കുകളായ മൂന്ന് ഗ്രന്ഥങ്ങൾ ഡോ. എം.എസ്. വല്യത്താൻ ഇംഗ്ലീഷിലേക്ക് വിവർത്തനം ചെയ്തത്.

ഏതെങ്കിലും രാഷ്ട്രീയ കക്ഷികളോട് അമിത വിധേയത്വമോ, താല്പര്യമോ അദ്ദേഹം പ്രകടിപ്പിച്ചിരുന്നില്ലെങ്കിലും ഗാന്ധിജിയെ പിന്തുടർന്ന് സർവ്വോദയ, മദ്യവർജ്ജനം, ഖാദി പ്രചരണം, ഹിന്ദി ഭാഷാപ്രചരണം തുടങ്ങിയ രംഗങ്ങളിൽ ആദ്യകാലങ്ങളിൽ വളരെ സജീവമായി പങ്കെടുത്തിരുന്നു. ഇതിന്റെ ചുവടുപിടിച്ചാണ് ചാലക്കുടി മുൻസിപ്പാലിറ്റി രൂപം കൊണ്ടിട്ട് ആദ്യത്തെ തെരഞ്ഞെടുപ്പിൽ കണ്ണമ്പുഴ വാർഡിലെ കോൺഗ്രസ് സ്ഥാനാർത്ഥിയായി മത്സരിച്ചത്. അതിൽ തിരുമുല്പ്പാട് തോറ്റുപോയെങ്കിലും ജയിച്ച കൗൺസിലർ രണ്ടുദിവസങ്ങൾക്കകം കോൺഗ്രസ്സിൽ ചേർന്നു എന്നതാണ് രസകരം. തന്റെ വൈദ്യഗതി തിരിച്ചുവിടാതെ ജീവിത വിജയത്തിലേക്ക് നയിക്കുന്നതിൽ ഈ തോൽവി പ്രധാന പങ്കുവഹിച്ചതായി തിരുമുല്പ്പാട് പലപ്പോഴും അനുസ്മരിക്കാറുണ്ടായിരുന്നു.

ഇസവും മഹാത്മാവും എന്ന പുസ്തകം ഒഴിച്ചുനിർത്തി തിരുമുല്പ്പാടിനെക്കുറിച്ചുള്ള കുറിപ്പ് അവസാനിപ്പിക്കാനാവില്ല. ദ മഹാത്മാ ആന്റ് ഇസം എന്ന പുസ്തകത്തിലൂടെ ഇ.എം.എസ്. നമ്പൂതിരിപ്പാട് ഗാന്ധിജിയുടെ നയങ്ങളും പ്രവർത്തനങ്ങളും വിമർശിച്ചപ്പോൾ പലർക്കും അഭിപ്രായ വ്യത്യാസങ്ങളുമുണ്ടായിരുന്നെങ്കിലും ഇ.എം.എസ്. എന്ന ബൗദ്ധിക അതികായകനോട് നേർക്കുനേർ ഏറ്റുമുട്ടാൻ ഭയന്നു. ഈ സാഹചര്യത്തിലാണ് ഇസവും മഹാത്മാവുമായി തിരുമുല്പ്പാട് മുന്നോട്ടുവന്നത്.

കാര്യങ്ങളെ യഥാതഥമായും ലളിതമായും കാണുന്നതിന് പകരം മാർക്സിസത്തിന്റെ സങ്കീർണ്ണ തത്ത്വങ്ങളോട് ബന്ധിപ്പിച്ച് ഏറെ മുൻധാരണകളോടെയാണ് ഇ.എം.എസ്. കാണുന്നതെന്ന് തിരുമുല്പ്പാട് തുറന്നെഴുതി. ഇ.എം.എസ്. രാഷ്ട്രീയാധികാരത്തെക്കുറിച്ചും അടവുതന്ത്രങ്ങളെക്കുറിച്ചും സംസാരിച്ചപ്പോൾ തിരുമുല്പ്പാട് അതിലെല്ലാമുണ്ടായിരിക്കേണ്ട മാനവികതയെക്കുറിച്ചാണ് ഓർമ്മിപ്പിച്ചത്. ഇ.എം.എസിന്റെ

പരികല്പനകൾ ഭൂതകാലത്തെക്കുറിച്ച് വാചാലമായപ്പോൾ തിരുമുല്പ്പാട് അതേ പരികല്പനകളെ സ്വന്തം ജീവിതത്തിന്റെയും വർത്തമാന സാഹചര്യത്തിന്റെയും വെളിച്ചത്തിൽ പരിശോധിക്കാൻ ആവശ്യപ്പെട്ടു. അക്കാലത്ത് ഈ പുസ്തകത്തിന് അധികം പ്രചാരം കിട്ടിയില്ല എങ്കിലും ഇ.എം.എസിന്റെ കൃതിയെക്കുറിച്ച് പുറത്തിറങ്ങിയ സംയമനമാർന്നതും ഗഹനവുമായ ഒരു പോളിമിക്സ് എന്ന പേരിൽ പിന്നീട് ഇത് അറിയപ്പെട്ടു.

തിരുമുല്പ്പാടിന്റെ ചികിത്സാ സമീപനങ്ങൾ മാത്രമല്ല, ജീവിതത്തിലും ബന്ധങ്ങളിലും കാത്തുസൂക്ഷിച്ച നൈർമ്മല്യവും കറ കളഞ്ഞ രാഷ്ട്രീയ നിലപാടുകളും നിരന്തരമായ പഠനശീലങ്ങളുമെല്ലാം പുതുതലമുറയ്ക്ക് ഒരു മാതൃകയാണ്. ചാലക്കുടിയിലെ രാജവിഹാർ ആസ്ഥാനമാക്കി, വൈദ്യഭൂഷണം രാഘവൻ തിരുമുല്പ്പാട് ഫൗണ്ടേഷൻ എന്ന ഒരു സംരംഭം ആരംഭിച്ചിട്ട് കുറച്ചു വർഷങ്ങളാകുന്നു. അദ്ദേഹത്തിന്റെ മകൻ ശ്രീ. കെ. മുരളി, ശിഷ്യൻ ഡോ. എം. പ്രസാദ് എന്നിവരുടെ നേതൃത്വത്തിൽ പ്രസിദ്ധീകരണങ്ങളായും സംവാദങ്ങളായും തിരുമുല്പ്പാടിന്റെ ആശയങ്ങൾ ഫൗണ്ടേഷനിലൂടെ പ്രചരിപ്പിക്കുന്നുണ്ട്. ഇതുകൂടാതെ കേന്ദ്ര ഗവൺമെന്റ് മുൻകൈയ്യെടുത്ത് തിരുമുല്പ്പാട് സ്മരണയിൽ വിപുലമായ സൗകര്യങ്ങളോടെ ഒരു ആയുർവേദാശുപത്രിക്കുള്ള പദ്ധതിയും തയ്യാറായി വരുന്നുണ്ട്. അദ്ദേഹത്തിന്റെ കാഴ്ചപ്പാടുപോലെത്തന്നെ, സമൂഹത്തിലെ അങ്ങേയറ്റം പാവപ്പെട്ടവർക്ക് എങ്ങനെ പ്രയോജനപ്പെടുത്താമെന്ന ഉദ്ദേശ്യത്തോടെ ഇത് രൂപകല്പന ചെയ്യുമെന്നും ശരിയായ ആരോഗ്യതത്ത്വങ്ങളും ആയുർവേദ ചികിത്സയും താഴെത്തട്ടിലുള്ളവർക്കുപോലും ലഭ്യമാക്കും വിധം പ്രവർത്തിക്കുമെന്നും പ്രത്യാശിക്കാം.

സ്മൃതി സൗന്ദര്യത്തിലേക്ക് തുറന്നിട്ട വൈദ്യജാലകം

വൈദ്യത്തെയും സാഹിത്യത്തെയും ചേർത്തിണക്കിയ മഹാരഥന്മാരെക്കുറിച്ച് ചിന്തിക്കുമ്പോൾ ആദ്യം മനസ്സിലെത്തുന്ന പേര് ഡോ. കെ. രാജശേഖരൻ നായരുടേതാണ്. കാരണം. അദ്ദേഹമാണ് അങ്ങനെയൊരു ചിന്തയിലേക്കുള്ള വഴി തന്നെ നമുക്കു മുന്നിൽ തുറന്നിട്ടത്. യാദൃച്ഛികമായി ലൈബ്രറിയിൽ നിന്നെടുത്ത 'വൈദ്യവും സമൂഹവും' എന്ന പുസ്തകത്തിൽ വായിച്ച ഹൃദയഹാരികളായ ചില മെഡിക്കൽ സ്റ്റോറികളാണ് അദ്ദേഹത്തിന്റെ മറ്റ് രചനകളൊക്കെ തേടിപ്പിടിച്ച് വായിക്കാൻ എനിക്ക് പ്രേരണയായത്. അന്നു തന്നെ തോന്നിയ കാര്യമാണ്, ഈ രചനകളൊക്കെ മെഡിക്കൽ കോളേജിലെ വിദ്യാർത്ഥികളൊക്കെ ഒരിക്കലെങ്കിലും വായിച്ചിരിക്കേണ്ടതാണെന്ന്. മാനവികതയുടെയും ധാർമ്മികതയുടെയും ലളിതമായ പാതയിലൂടെ വൈദ്യം മുന്നേറണമെങ്കിൽ അതു കൈകാര്യം ചെയ്യുന്നവർക്ക് അവരവർ നടക്കുന്ന മണ്ണിനെക്കുറിച്ചും അതിന്റെ ചരിത്രത്തെക്കുറിച്ചും സാധ്യതകളെക്കുറിച്ചും ഒരു ഏകദേശ ധാരണ വേണ്ടതുണ്ടല്ലോ. അതു കൊണ്ടാണ് വൈദ്യമേഖലയിൽ ഏറെ അനുഭവങ്ങളുള്ള, ഏറ്റവും ഉയർന്ന നിലയിൽ പ്രവർത്തിച്ച മുതിർന്ന ഒരു മുത്തച്ഛൻ കുട്ടികൾക്ക് പറഞ്ഞു കൊടുക്കും പോലുള്ള ഈ അനുഭവങ്ങളും കഥകളും പുതുതലമുറ വായിച്ചെങ്കിൽ എന്ന് ആശിച്ചു പോയത്. ഏതായാലും വൈദ്യ സംബന്ധിയായി അദ്ദേഹം എഴുതിയ ലേഖനങ്ങൾക്കും പുസ്തകങ്ങൾക്കും വേണ്ടി ഇനി പലയിടങ്ങളിൽ തെരെഞ്ഞു നടക്കേണ്ട ഗതികേടില്ല. അതെല്ലാം ഒറ്റ പുസ്തകമായി കൈയ്യിലെത്തുകയാണ് ഡി സി ബുക്സ് പുറത്തിറക്കിയ 'വൈദ്യത്തിന്റെ സ്മൃതി സൗന്ദര്യം' എന്ന പുസ്തകത്തിലൂടെ.

ചരകനിലും സുശ്രുതനിലും ഹിപ്പോക്രാറ്റസിലും കോനൻ ഡോയലിലും വില്യം ഓസ്ലറിലുമൊക്കെ ആരംഭിക്കുന്ന ചരിത്ര വിവരണങ്ങൾ, അടുത്ത കാലത്തെ സമുന്നത വൈദ്യസാഹിത്യകാരനായ ഒലിവർ സാക്സിലെ ത്തുമ്പോൾ രാജശേഖരൻ നായർ അദ്ദേഹവുമൊത്തുള്ള സൗഹൃദത്തിന്റെയും ഒരുമിച്ച് അവതരിപ്പിച്ച പ്രബന്ധത്തിന്റെയുമൊക്കെ

കഥകൾ പറയാൻ തുടങ്ങുന്നു. ചരിത്രവും വർത്തമാനവും തമ്മിൽ വേർതിരിച്ചറിയാനാവാതെ നമ്മൾ ആശയക്കുഴപ്പത്തിലായേക്കാം. കുറച്ചുകഴിഞ്ഞ് ശാന്തമായിരുന്നൊന്ന് ആലോചിക്കുമ്പോഴാണ് വൈദ്യ ചരിത്ര ഭൂമിയിലൂടെ ദീർഘദൂരം നടന്നുവന്ന് താൻ കണ്ടതും കേട്ടതുമായ സംഭവങ്ങളെല്ലാം കൗതുകപൂർവ്വം വിവരിച്ച ഒരു യാത്രികന്റെ പുഞ്ചിരി മുന്നിൽ തെളിയുക. തന്റെ വൈദ്യ ജീവിതത്തിലെ ഓർമ്മകളുടെ സൗരഭ്യം കൊണ്ട് മലയാള സാഹിത്യ മേഖലയിൽ വേറിട്ട ഒരു ഉദ്യാനം തന്നെ ഒരുക്കിയെടുത്ത എഴുത്തുകാരനാണ് ഡോ. കെ. രാജശേഖരൻ നായർ. ലോകപ്രശസ്തനായ ഒലിവർ സാക്സ്, തന്റെ ലേഖനങ്ങൾ പ്രസിദ്ധീകരിക്കും മുമ്പ് പ്രീപ്രിൻറ് അയച്ചുകൊടുത്ത് അഭിപ്രായമാരാഞ്ഞ ഒരാൾ കേരളത്തിലുണ്ട് എന്നത് തന്നെ നമ്മൾ മലയാളികൾക്ക് അദ്ദേഹത്തെയോർത്ത് അഭിമാനിക്കാൻ വക നൽകുന്നു.

സംസ്കൃത പണ്ഡിതനായ ഡോ. ശൂരനാട് കുഞ്ഞൻപിള്ളയുടെ മകൻ എന്ന നിലയിൽ ഭാഷയും സാഹിത്യവും അദ്ദേഹത്തിന് പൈതൃകമായി കിട്ടിയതാണ്. അതോടൊപ്പം ഒരു ജീവിത നിയോഗമായി കയറിച്ചെല്ലേണ്ടി വന്ന വൈദ്യമെന്ന തൊഴിൽ മേഖലയിലെ അനുഭവങ്ങളും കൂട്ടത്തിൽ, വായനയും യാത്രകളും ഒക്കെ ചേർന്ന് അദ്ദേഹത്തിന്റെ സ്മൃതി മണ്ഡലത്തെ ഏറെ സമ്പുഷ്ടമാക്കി. വൈദ്യശാസ്ത്രത്തിനും സാഹിത്യത്തിനും ഇടയ്ക്ക് എഴുത്തിന്റേതായ ഒരു മൂല്യ പദ്ധതി കണ്ടെത്താൻ അദ്ദേഹം ശ്രമിക്കുന്നു. വൈദ്യ ചരിത്രത്തെയും വ്യക്തികളെയും സാഹിത്യ ബന്ധങ്ങളെയുമൊക്കെ സുസൂക്ഷ്മം നിരീക്ഷിക്കുകയും ആഴത്തിലുള്ള പഠനങ്ങൾക്ക് വിധേയമാക്കുകയും ചെയ്തതിന്റെ ഈടുവെപ്പായിട്ടാണ് കാമ്പുള്ള രചനകൾ അദ്ദേഹം നടത്തിയിട്ടുള്ളത്. അവ തുറന്നുകാട്ടുന്ന ലോകങ്ങളാകട്ടെ, മറ്റൊരിടത്തും നാം പരിചയപ്പെട്ടിട്ടില്ലാത്ത വൈദ്യ മാനവികതയുടെ മഹാ ഭൂഖണ്ഡങ്ങൾ കൂടിയാണ്.

ഒരു കഥാകഥനത്തിന്റെ ശൈലിയിൽ വൈദ്യ ചരിത്രത്തിലെ പല നിർണായക മുഹൂർത്തങ്ങളും അവതരിപ്പിക്കുന്നതിൽ അസാധാരണമായ മികവാണ് അദ്ദേഹം കാണിച്ചിട്ടുള്ളത്. ഭാരതീയ വൈദ്യ ചരിത്രത്തെക്കുറിച്ച് പറയുമ്പോൾ വേദകാല ഇതിഹാസ കഥകളെയും ഇംഗ്ലീഷ് വൈദ്യത്തെക്കുറിച്ച് പറയുമ്പോൾ ഗ്രീക്ക് ഇതിഹാസ കഥകളെയും കൂട്ടുപിടിക്കുന്നു. പലതും സങ്കല്പകഥകളാ ണെങ്കിലും അക്കാലത്തെ സാമൂഹ്യ ജീവിതത്തെക്കുറിച്ചുള്ള അറിവ് പകരുന്നവയായതുകൊണ്ട് ആ ശൈലി പകരുന്ന ദൃശ്യചാരുത വായനയെ അതീവ ഹൃദ്യമാക്കു

ന്നുണ്ട്. വൈദ്യ ചരിത്ര കഥനത്തെ ആകർഷകമാക്കാനുള്ള വെറും ഉപരിപ്ലവമായ ദൃശ്യകല്പനകളെന്നതിലപ്പുറം ഇതിഹാസം,ചരിത്രം, സാഹിത്യം തുടങ്ങിയ വൈജ്ഞാനിക മേഖലകളിൽ ആഴത്തിൽ അറിവുള്ള ഒരാളുടെ പാണ്ഡിത്യവും വിജ്ഞാന തൃഷ്ണയും ആ വാക്കുകളിൽ പ്രകടമാണ്. മരുന്ന് കുറിപ്പടിയുടെ മുകളിൽ ഒരു ചിഹ്നമായി കാണുന്ന ഇംഗ്ലീഷ് അക്ഷരം 'ആറിന്റെ വാലിൽ ഒരു വെട്ട് ' ലാറ്റിൻ ഭാഷയിൽ ഉള്ള റെസിപ്പി എന്ന വാക്കിന്റെ ചുരുക്കെഴുത്താണെന്ന് പറയാറുണ്ടെങ്കിലും ഏതൊരു എഴുത്തിന്റെയും തുടക്കത്തിൽ വെക്കേണ്ട ശുഭ ചിഹ്നമായി കണക്കാക്കുന്നത്, അത് ഗ്രീക്ക് ഇതിഹാസമായ ഹോറസ്സിന്റെ ഇടതുകണ്ണിനെ പ്രതിനിധീകരിക്കുന്നതുകൊണ്ടാണ്. ഇടതു കണ്ണ് ശുഭ ചിഹ്നമാവാനും കാരണമുണ്ട്. ഗ്രീക്ക് മിഥോളജിയുമായി കൂടിക്കുഴഞ്ഞു കിടക്കുന്ന വൈദ്യശാസ്ത്രത്തിന്റെ ഉത്പത്തിയിലേക്കും സങ്കേതങ്ങളിലേക്കും ഇത്തരത്തിൽ അന്വേഷണങ്ങൾ നീളുമ്പോഴാണ് വൈദ്യത്തെ ശരിക്കും സ്നേഹിക്കാൻ കഴിയുക.

വൈദ്യശാസ്ത്രത്തിന്റെ തന്നെ ചിഹ്നമായി ലോകമെമ്പാടും അംഗീകരിച്ച ആസ്ക്ലെ പിയസിന്റെ കമ്പും ഇരുവശത്തും രണ്ടു പാമ്പുകളും രൂപപ്പെട്ടു വരാനുള്ള ചരിത്രപശ്ചാത്തലം വിവരിക്കുമ്പോൾ ഗ്രീക്ക് പുരാണങ്ങളും വിസ്തരിക്കുന്നുണ്ട്. ആകർഷകമായ കഥകളിലൂടെ വർത്തമാന വസ്തുതകളും സ്വന്തം അനുഭവങ്ങളും പറയുകയാണ് ഇവിടെയൊക്കെ അദ്ദേഹം അവലംബിക്കുന്ന രീതി. വൈദ്യ വിദ്യാഭ്യാസം കഴിഞ്ഞ് സമൂഹത്തിലേക്ക് ഇറങ്ങാനൊരുങ്ങുന്ന ഡോക്ടർ ചൊല്ലുന്ന ഒരു പ്രതിജ്ഞയുണ്ട്. 'ഹിപ്പോക്രാറ്റിക് ഓത്ത് ' വൈദ്യ രംഗത്തെ മാനവികതയും നൈതികതയും സദാചാര നിയമങ്ങളും ഊട്ടിയുറപ്പിക്കാൻ ഓരോ ദിവസവും വൈദ്യൻമാർ ഓർത്തെടുക്കേണ്ട വസ്തുതകളാണവ. അന്നത്തെ ചരിത്രവും സാമൂഹ്യനീതികളും അറിയുമ്പോഴേ അതിലെ വാക്കുകളുടെ ശരിയായ അർത്ഥം മനസ്സിലാകൂ എന്നതുകൊണ്ട് ഹിപ്പോക്രാറ്റസിന്റെ പിതാവായ ഹെരാക്ലിസിന്റെ കാലം മുതൽ വിവരിക്കുന്നുണ്ട് രാജശേഖരൻ നായർ.

സോക്രട്ടീസ്, പ്ലേറ്റോ, അരിസ്റ്റോട്ടിൽ ഡെമോക്രാറ്റിസ് തുടങ്ങിയ ഹിപ്പോക്രാറ്റസിന്റെ സമകാലീനർ അഭിമുഖീകരിച്ച സാമൂഹ്യപ്രശ്നങ്ങളും ആരോഗ്യ സംബന്ധിയായ സമസ്യകളും, അതിനെ അതിജീവിച്ചുകൊണ്ട് അവർ നടന്നു കയറിയ വിധവും ഒക്കെ ചരിത്രാവ ബോധത്തോടെ ഉൾക്കൊള്ളുമ്പോഴാണ് വൈദ്യത്തിന്റെ ധാർമികതയിലേക്ക് പുതു തലമുറ വളരുന്നത്. വൈദ്യത്തിലെ ചരിത്ര വസ്തുതകളായി ഇന്ന് നാം വാ

യിക്കുന്ന പലതും ഒരു നേരനുഭവം പോലെയാണിദ്ദേഹം പറയുന്നത്. സവിശേഷതയാർന്ന ചില രോഗാവസ്ഥകളാകട്ടെ, അവയുടെ പേരിനു പിന്നിലുള്ള കഥകളാകട്ടെ, അതിന്റെ ഗവേഷണങ്ങളിൽ പങ്കാളികളായ വരുടെ ചരിത്രമാകട്ടെ, എല്ലാറ്റിനും ഒരു ദൃഗ് സാക്ഷി വിവരണത്തിന്റെ ആസ്വാദ്യതയാണുള്ളത്.

വൈദ്യ രംഗത്തേക്ക് കടന്നു വരുന്ന ഓരോരുത്തരും അവശ്യം വായിച്ചിരിക്കേണ്ട ലോകപ്രശസ്തമായ കൃതികളെക്കുറിച്ച് അറിവ് പകരുന്നവയാണ് രാജശേഖരൻ നായരുടെ പല രചനകളും. അത്തരം പുസ്തകങ്ങളുടെ വിശാലമായ ലോകത്തേക്കുള്ള കിളിവാതിൽ മലയാളികൾക്കു മുന്നിൽ തുറന്നിട്ടതു തന്നെ അദ്ദേഹമാണെന്നു പറയാം. താൻ വായിച്ച ചരിത്രപുസ്തകങ്ങൾ, നോവലുകൾ, കവിതകൾ, നാടകങ്ങൾ എന്നുവേണ്ട വ്യാകരണഗ്രന്ഥങ്ങൾ വരെ വൈദ്യവുമായി ബന്ധപ്പെട്ട ഉപാദാനങ്ങളായി എടുത്ത് നിരൂപണം നടത്താൻ അദ്ദേഹം കാണിക്കുന്ന ശ്രദ്ധ അന്യാദൃശമാണ്. കഥകളും പ്രസ്താവനകളും വെറുതെ പറഞ്ഞു പോവാതെ, ചരിത്രവസ്തുതകളും അനുബന്ധമായ ഇതിഹാസ കഥകളും സമകാലീന വിഷയങ്ങളുമൊക്കെ പ്രതിപാദിച്ചു കൊണ്ടുള്ള ഉള്ള ഒരു രീതിയാണ് അദ്ദേഹത്തിന്റേത്. ഓരോ ലേഖനത്തിനും അനുബന്ധമായി കൊടുക്കുന്ന റഫറൻസു കളുടെ വൈവിധ്യം കാണിച്ചുതരുന്നത് അദ്ദേഹത്തിൻറെ വായനയുടെ ആഴവും പരപ്പും ആണ്. തന്റെ എഴുത്ത് ഉയർത്തിപ്പിടിക്കുന്ന മാനവിക മൂല്യങ്ങളെ വൈദ്യശാസ്ത്രത്തിന്റെ മാത്രമല്ല, ഭൂമി ശാസ്ത്രത്തെയും നരവംശശാസ്ത്രത്തിന്റെയും ചരിത്രത്തിന്റെയുമൊക്കെ തൊങ്ങലുകൾ കൊണ്ട് അലങ്കരിക്കുന്നതിൽ ഏറെ ശ്രദ്ധിച്ചിട്ടുണ്ട് ഇദ്ദേഹം, എന്നുമാത്രമല്ല അതൊന്നും ഏച്ചുകെട്ടലുകളാകാതെ എഴുത്തിന്റെ സ്വാഭാവികമായ ഒഴുക്കിനോട് ചേർന്നു നിൽക്കുകയും ചെയ്യുന്നു.

തിരുവനന്തപുരം മെഡിക്കൽ കോളേജിലെ പത്താമത്തെ ബാച്ചുകാരനായിരുന്നു രാജശേഖരൻ നായർ. അക്കാലത്തെ പഠന രീതികളെ കുറിച്ചും അധ്യാപകരെ കുറിച്ചും ഗൃഹാതുരതയോടെ ഓർക്കുന്നുണ്ട് അദ്ദേഹം. കൂട്ടത്തിൽ അച്ഛന്റെ സ്വകാര്യ ലൈബ്രറി, യൂണിവേഴ്സിറ്റി ലൈബ്രറി, പബ്ലിക് ലൈബ്രറി, അമേരിക്കൻ ലൈബ്രറി തുടങ്ങിയ ഇടങ്ങളിൽ നിന്നും വായിച്ചു കൂട്ടിയ പുസ്തകങ്ങളുടെ ഓർമ്മകളും ഉണ്ട്. വൈദ്യ ത്തോട് ചേർത്തു വെക്കാവുന്ന നിരവധി ക്ലാസിക് കഥകൾ അവയുടെ ഉൾക്കാമ്പ് നഷ്ടപ്പെടാതെ വിവരിക്കുന്നുണ്ട് പലയിടങ്ങളിലും. തുഷൻ കോവും ലഡ് വിഗ്ഗട്മാനും ബ്രിയൻ ക്ലാർക്കും ടോൾസ്റ്റോയിയും

താരാ ശങ്കർ ബാനർജിയുമൊക്കെ വൈദ്യ മാനവികതയുടെ വഴിവിള ക്കാവുന്നതെങ്ങനെയെന്ന് മനോഹരമായ കഥാസന്ദർഭങ്ങൾ കോർത്തി ണക്കിക്കൊണ്ട് പറഞ്ഞുതരുന്നുണ്ട് അദ്ദേഹം.നോവ ഗോൾഡന്റെ 'The Physician' കെൻ കെസി യുടെ 'One flew over the Kokkoos nest , ഗു സ്താവ് മേയ് റിങ്കിന്റെ 'Golem' തുടങ്ങിയ, അപ്രശസ്തങ്ങളെങ്കിലും മൗലികവും ചിന്താ ദീപകങ്ങളുമായ നൂറുകണക്കിന് ലോക സാഹിത്യ കൃതികളിലേക്ക് മലയാളിയെ കൂട്ടിക്കൊണ്ടുപോയത് രാജശേഖരൻ നാ യരാണെന്ന് പറയാം.

കുട്ടികൃഷ്ണമാരാരുടെ അൽഷിമർ രോഗം, സി ജെ തോമസിനെ ടെമ്പറൽ ലോബ് സിൻഡ്രോം സ്വാതി തിരുനാൾ മഹാരാജാവിന്റെ മാ നസികസംഘർഷ ജന്യമായ മസ്തിഷ്കാഘാതം എന്നിവയെക്കുറിച്ചും ലോകപ്രശസ്ത സാഹിത്യകാരൻമാരായ ഏണസ്റ്റ് ഹെമിംഗ്‌വേ, ദസ് തേവിസ്കി, യൂജിൻ ഓനിൻ, സെൻസർ, സിഗ്മണ്ട് ഫ്രോയ്ഡ് തുടങ്ങി യവരുടെ തലച്ചോറിന്റെ സവിശേഷതകളെക്കുറിച്ചും സു സൂക്ഷ്മമായ പഠനങ്ങളാണ് തുറന്നു വെച്ചിട്ടുള്ളത്. ഇവരുടെയൊക്കെ ജീവചരിത്ര വും കുടുംബ സാമൂഹ്യ പശ്ചാത്തലവും വിശകലനം ചെയ്യുന്നതിനൊ പ്പം അവരെ നിർണായകമായി സ്വാധീനിച്ച സംഭവഗതികൾ കൃത്യമാ യി നിരൂപണം ചെയ്യുന്നു കൂടിയുണ്ട്. എം. കൃഷ്ണൻ നായർ, ഗുപ്തൻ നായർ തുടങ്ങിയ സാഹിത്യ മഹാരഥന്മാരുമായി ഉറ്റ സൗഹൃദം പുലർ ത്തിയ ആളാണ് രാജശേഖരൻ നായർ. ഇംഗ്ലീഷ് സാഹിത്യത്തിലും ഭാ ഷാ സാഹിത്യത്തിലും അപാര പാണ്ഡിത്യമുണ്ടായിരുന്ന ഇവരോടൊ ത്തുള്ള രസകരമായ നിരവധി അനുഭവങ്ങൾ പങ്കുവെക്കുന്നുണ്ട്. സാ ഹിത്യവിമർശന മേഖലയിൽ സത്യസന്ധമായ അഭിപ്രായപ്രകടനങ്ങൾ നടത്തിയതിന് ഏറെ ശത്രുക്കളെ സമ്പാദിച്ചു കൂട്ടിയ കൃഷ്ണൻനായ രുടെ കമൻറുകളും കണക്കറ്റ പുസ്തകങ്ങൾ അടുക്കി സൂക്ഷിച്ച ഗുപ് തൻ നായരുടെ ലൈബ്രറിയുമൊക്കെ ഗൃഹാതുരതയോടെ ഓർത്തെടു ക്കുന്നുണ്ട് ഇദ്ദേഹം. ഒരുപക്ഷേ ഈ സഹവർത്തിത്വമാവാം ലോക സാഹിത്യത്തിലെ വിശാല ലോകത്തേക്ക് രാജശേഖരൻ നായരുടെ കൗ തുകം പതിയാനും വായനയുടെ ആഴവും പരപ്പും തേടി അലയാനും കാരണമായത്. പല മഹത് വ്യക്തികളുമൊത്തുള്ള ജീവിതാനുഭവങ്ങ ളെ ഒരു ആത്മകഥയുടെ പരിധിയിൽ ഒതുക്കി നിർത്താതെ വൈദ്യശാ സ്ത്രത്തിന്റെ വൈവിധ്യമാർന്ന തലങ്ങളിലേക്ക് ഉയർത്തി അതുവഴി ത ന്റെ വൈദ്യാനുഭവങ്ങളെ വളരെ ലളിതമായ മറ്റൊരു സാഹിത്യ രൂപമാ യി അവതരിപ്പിക്കാനാണ് അദ്ദേഹത്തിന്റെ ശ്രമം.

ഒരു ന്യൂറോളജിസ്റ്റ് എന്ന നിലയിൽ കണ്ടുമുട്ടിയ നിരവധി കേസുകളിൽ, ഓർമ്മയിൽ തങ്ങിനിൽക്കുന്ന രസകരമായ കുറച്ചെണ്ണം ഓർത്തെടുക്കുന്നുണ്ട്. അനുഭവജ്ഞാനം കൊണ്ടും പ്രത്യുല്പന്നമതിത്വം കൊണ്ടും മാത്രം നിർണയിച്ച രോഗാവസ്ഥകൾ നിരവധിയാണ്. വളരെ പഴയ കാല അനുഭവങ്ങൾ പോലും കൃത്യതയോടെ ഓർത്തെടുക്കുന്നു. ഡോക്ടർമാർ രോഗികളുടെ വിവരങ്ങൾ ചർച്ച ചെയ്യുന്ന ശാസ്ത്രീയ ലേഖനങ്ങളുടെ സാമ്പ്രദായിക ക്രമത്തിലല്ല രാജശേഖരൻ നായരുടെ കേസ് നറേഷൻ. പല ഡോക്ടർമാരും പരിശോധിച്ച് പിടികിട്ടാത്ത, ഏറെ അസാധാരണവും അപൂർവ്വവുമായ കേസുകളാണ് ഒടുവിൽ അദ്ദേഹത്തിന്റെ മുന്നിലെത്തിയത്. തലച്ചോറ് എന്ന പ്രഹേളികയുടെ അഗമ്യമായ സൂക്ഷ്മതകൾ തേടിയുള്ള ഒരു ന്യൂറോളജിസ്റ്റിന്റെ ആത്മ സമർപ്പണത്തിന്റെ ചിത്രങ്ങളാണ് നമുക്കിവിടെ കാണാൻ കഴിയുക. അധ്യായങ്ങളുടെ തലക്കെട്ട് മുതൽ വായനക്കാരിൽ ആകാംക്ഷയുണർത്തുന്ന അവതരണം ഈ അനുഭവ വിവരണത്തിന്റെ സവിശേഷതയാണ്. വായനക്കാരുടെ മനസ്സറിയുന്ന ഒരു സാഹിത്യകാരനുമാത്രം സാധിക്കുന്ന ഒരു രചനാ തന്ത്രമാണിത്. ഇതു തന്നെയാണ് വൈദ്യസാഹിത്യരചനയിൽ രാജശേഖരൻ നായരെ വ്യത്യസ്തനാക്കുന്നതും. ചരിത്രാതീത കാലത്ത് ആദിമ മനുഷ്യൻ നടത്തിയ വൈദ്യ നിരീക്ഷണങ്ങൾ മുതൽ ഈ അടുത്തകാലത്തെ വൈദ്യ ഗവേഷണ ജേർണലുകൾ വരെ ശേഖരിച്ച് പഠിക്കാനും അവലോകനം ചെയ്ത് തന്റെ വിശാലമായ അറിവിന്റെ പശ്ചാത്തലത്തിൽ സുന്ദരമായി അവതരിപ്പിക്കാനും ഇദ്ദേഹം ചെയ്ത സാഹിത്യ സപര്യ മലയാളിക്കു കിട്ടിയ അപൂർവ്വസമ്മാനമാണെന്ന് പറയാതെ വയ്യ.

ആരോഗ്യനികേതനം വായിക്കുമ്പോൾ

കാലദേശങ്ങളെ അതിലംഘിക്കുന്നുവെന്നതാണ് ക്ലാസിക്ക് രചനകളുടെ ഒരു പ്രത്യേകത. ഏത് കാലത്തിലിരുന്ന് വായിക്കുമ്പോഴും അപ്പോൾ പ്രസക്തമായ പല ചിന്തകളും അതിന് പങ്കുവെയ്ക്കാനുണ്ടാകും. കഥാസന്ദർഭങ്ങളും കഥാപാത്രങ്ങളും നമ്മളിലുണർത്തുന്ന വിചാരധാരകൾ നമ്മൾ ജീവിക്കുന്ന പരിസരങ്ങളിലൂടെയെല്ലാം ഒഴുകിപ്പരക്കും. ജീവിതത്തെയും മരണത്തെയും മാനുഷിക മൂല്യങ്ങളെയും കുറിച്ച് വേറിട്ട ചില കാഴ്ചപ്പാടുകൾ അതിന് പങ്കുവെയ്ക്കാൻ കാണും. വായനക്കാരെ പുതിയ മനുഷ്യരാക്കാൻ പോലും ചിലപ്പോൾ ചില മഹത്തായ രചനകൾക്ക് സാധിച്ചിട്ടുണ്ട്. അത്തരത്തിൽ, ഇന്ത്യൻ ക്ലാസിക് എന്ന വിശേഷിപ്പിക്കപ്പെട്ട ഒരു നോവലാണ് ആരോഗ്യനികേതനം. വിശ്വസാഹിത്യത്തിൽ ദസ്തേവ്സ്കിയുടെ കാരമസോവ് സഹോദരന്മാരോട് കിടപിടിക്കുന്നതെന്ന് നിരൂപകർ വാഴ്ത്തിയ താരാ ശങ്കർ ബന്ദോപാധ്യായുടെ രചന. അറുപത്തിയഞ്ചോളം നോവലുകളും അമ്പത്തിമൂന്നോളം കഥകളും പന്ത്രണ്ടോളം നാടകങ്ങളുമടക്കം നിരവധി കൃതികൾ സാഹിത്യ ലോകത്തിനു സംഭാവന ചെയ്ത താരാ ശങ്കറെ രവീന്ദ്ര പുരസ്കാരവും സാഹിത്യ അക്കാദമി അവാർഡും പത്മശ്രീയും പദ്മഭൂഷണുമൊക്കെ നൽകി രാഷ്ട്രം ആദരിച്ചിട്ടുണ്ട്.

ആയിരത്തിത്തൊള്ളായിരത്തി അമ്പത്തിമൂന്നിൽ പുറത്തിറങ്ങിയ ആരോഗ്യനികേതനം അറുപത്തിയെട്ട് വർഷങ്ങൾക്കിപ്പുറം വായിക്കുമ്പോൾ തൊട്ടപ്പുറത്തെ മുറിയിൽ ന്യൂസ് ചാനൽ ചർച്ച കത്തിക്കയറുന്നുണ്ടായിരുന്നു. വിഷയം, കോവിഡ് വിഷയത്തിൽ അലോപ്പതിക്കാരും ആയുർവേദക്കാരും തമ്മിലുള്ള അഭിപ്രായ ഭിന്നതകൾ തന്നെ. രണ്ടു കൂട്ടരും മുന്നോട്ടു വെയ്ക്കുന്ന വാദങ്ങൾ കഴമ്പുള്ളതാണ്. പക്ഷേ പരസ്പരം മനസ്സിലാക്കാൻ ഇരുവരും തയ്യാറല്ല.

ഇതു തന്നെയായിരുന്നു തുടക്കത്തിൽ ആരോഗ്യനികേതനത്തിലെ ജീവൻ മശായും പ്രദ്യോത് ഡോക്ടറും തമ്മിലുള്ള പ്രശ്നങ്ങൾക്കും കാരണം. അന്നേ വരെ ആയുർവേദം ചെയ്ത് ശീലിച്ചവർക്കിടയിലേക്ക് ഇംഗ്ലീഷ് വൈദ്യം കടന്നു വന്നപ്പോഴുണ്ടായിരുന്ന സ്വരഭിന്നതകൾ ഇന്നും അതേപടി നിലനിൽക്കുന്നു. സ്വാതന്ത്ര്യാനന്തര കാലത്ത് ആയുർവേദ

ത്തിനു സംഭവിച്ച തകർച്ചയും ഇംഗ്ലീഷ് വൈദ്യത്തിന്റെ പടിപടിയായുള്ള ഉയർച്ചയും പശ്ചാത്തലമാക്കിക്കൊണ്ട് താരാ ശങ്കർ ബാനർജി രചിച്ച ആരോഗ്യ നികേതനം, ആ കാലഘട്ടത്തിന്റെയും സംസ്കാരങ്ങളുടെയും നേർക്കു പിടിച്ച കണ്ണാടിയെന്ന നിലയിൽ ഏറെ ചർച്ച ചെയ്യപ്പെട്ട ഒരു നോവലാണ്. അതിന്റെ സമകാലീന വായന ഉയർത്തുന്ന ചോദ്യങ്ങൾ വളരെ പ്രസക്തവുമാണ്.

പ്രാരംഭാധ്യായത്തിൽത്തന്നെ ആരോഗ്യനികേതനം ഒരു ചിത്രം നമുക്കു മുന്നിൽ വരച്ചു വെക്കുന്നു. പഴയൊരു ആയുർവേദ ചികിത്സാലയം. ഇടിഞ്ഞു പൊളിഞ്ഞ അവസ്ഥയിലാണത്. മൺ ചുമരുകൾ അങ്ങിങ്ങ് പൊട്ടിയിട്ടുണ്ട്. മേൽക്കൂരയിൽ പലയിടത്തും വിടവുണ്ട്. മധ്യഭാഗം താഴേക്ക് ഇടിഞ്ഞിരിക്കുന്നു. ഒരു കൂനന്റെ മുതുകുപോലെ. ഇപ്പോഴും എങ്ങനെയോ നിൽക്കുന്നെന്നേയുള്ളൂ. അവസാനം പ്രതീക്ഷിച്ചുകൊണ്ട്. തകർന്നു വീഴുന്ന നിമിഷം ഉറ്റു നോക്കിക്കൊണ്ട്...

യഥാർത്ഥത്തിൽ അന്ന് തകർന്നടിയാറായ ആയുർവേദത്തിന്റെ തന്നെ ഒരു ചിത്രീകരണമായിരുന്നു ഇത്. ആരോഗ്യനികേതനം സ്ഥിതി ചെയ്തിരുന്ന ദേവിപുരം എന്ന ഗ്രാമം ഗ്രാമീണ ഇന്ത്യ യുടെ ഒരു പ്രതീകമായി. സമസ്ത മേഖലകളിലേക്കും കോളനിവാഴ്ചയുടെ അനുരണനങ്ങൾ പടർന്നു പിടിക്കുന്ന കാലം. വൈദ്യത്തിലേക്കും അത് വ്യാപി ക്കുകയായിരുന്നു.

കഴുത്തറപ്പൻ കോട്ടും പാന്റ്സും വട്ടത്തൊ പ്പിയും ഗാർഡ് ചെയിനും ധരിച്ച ഡോക്ടർമാർ... മരുന്നായാലും അത് നിറച്ച കുപ്പിയായാലും ഡിസ്പെൻസറിയായാലും ശസ്ത്രക്രിയയായാലുമൊക്കെ അന്നുവരെ കണ്ടിട്ടില്ലാത്ത പ്രൗഢിയോടെയാണ് അവിടുത്തെ ജനങ്ങൾക്ക് മുന്നിൽ അവതരിപ്പിക്കപ്പെട്ടത്. അതുകൊണ്ടുതന്നെ, മുത്തച്ഛനിലൂടെയും അച്ഛനിലൂടെയും മറ്റും പകർന്നുകിട്ടിയ പാരമ്പര്യ ചികിത്സാ വിജ്ഞാനമുണ്ടായിട്ടുകൂടി ജീവൻദത്ത ആഗ്രഹിച്ചത് ബർദ്ധാനിലെ മെഡിക്കൽ സ്കൂളിൽ ച്ചേർന്ന് അലോപ്പതി പഠിക്കാനായിരുന്നു. നിർഭാഗ്യവശാൽ അദ്ദേഹത്തിന് അവിടെ പഠനം പൂർത്തിയാക്കാൻ കഴിഞ്ഞില്ല. തിരിച്ച് നാട്ടിലെത്തി കുലത്തൊഴിലായ ആയുർവേദ ചികിത്സ തന്നെ തുടരുകയാണ് ജീവൻ മശായി. നാഡി പിടിച്ചു നോക്കി രോഗ സ്വഭാവവും മരണവും പ്രവചിക്കാനുള്ള കഴിവായിരുന്നു അദ്ദേഹത്തിന്റെ സവിശേഷത. പരമ്പരാഗതമായി ആർജ്ജിച്ചെടുത്ത രോഗനിർണ്ണയരീതിയും ചികിത്സാവിധികളുമാണ് മശായി പിന്തുടർന്നത്. അപരിഷ്കൃതരായ പ്രാചീന മനുഷ്യരുടെ നിരന്തര നിരീക്ഷണങ്ങളിലൂടെ ഉരുത്തിരിഞ്ഞ ഭാരതീയ വൈ

ദ്യത്തിന്റെ പിന്തുടർച്ച ഇങ്ങനെത്തന്നെയായിരുന്നു. വ്യക്തിനിഷ്ഠമായ സൂക്ഷ്മ നിരീക്ഷണങ്ങളാണ് നമ്മുടെ തനതറിവുകളുടെ അന്തസ്സത്ത. ഭാരതീയമായ ഏതു ശാസ്ത്ര ശാഖയെ ടുത്തു നോക്കിയാലും ഈ പ്രത്യേകത കാണാം. വസ്തുനിഷ്ഠതയെക്കാൾ വ്യക്തി നിഷ്ഠതയ്ക്കാവും പ്രാമാണ്യം കൂടുതൽ. സൂക്ഷ്മമായ നിരീക്ഷണങ്ങൾ അതിന്റേതായ ആഴങ്ങളിലേക്കും ആകാശങ്ങളിലേക്കും വ്യാപിക്കുന്നതിനനുസരിച്ച് പ്രകൃതിയോടും പ്രപഞ്ചത്തോടും താദാത്മ്യം പ്രാപിക്കുന്നതായി കാണാം. അതുകൊണ്ടാണ് നാഡി പിടിച്ച് മരണ ദൂരമളക്കുന്ന ജീവൻ മശായി മരണമെന്ന പിംഗളകേശിനിയുടെ പദചലനങ്ങൾക്ക് കാതോർക്കുന്നതും പരമാനന്ദ മാധവന്റെ കനിവിനായി പ്രാർത്ഥിക്കുന്നതും.

പക്ഷേ ഇംഗ്ലീഷ് വൈദ്യം പ്രചാരം നേടി വന്ന മുറയ്ക്ക് മശായ്ക്ക് നേരിടേണ്ടിവന്നത് നിരന്തരമായ അവഗണനകളും പരിഹാസങ്ങളുമാണ്. ‘പെൻസിലിന്റെയും സ്ട്രെപ്റ്റോമൈസിന്റെയും എക്സ്റേയുടെയും യുഗത്തിൽ ഇങ്ങനെ മരണകാലം പറയരുത്, ഇതൊന്നും ശരിയല്ല; ഇതിൽനിന്നൊക്കെ ഞങ്ങൾ വളരെ ദൂരം പോന്നു കഴിഞ്ഞു ,അല്ലെങ്കിലും ഇതൊക്കെ മനുഷ്യത്വമില്ലായ്മയാണ്’ എന്നാണ് ആധുനിക വൈദ്യത്തിന്റെ വക്താവായ പ്രത്യോത് ഡോക്ടർ മശായിയെ കുറ്റപ്പെടുത്തുന്നത്.

ശാസ്ത്രീയതയെപ്പറ്റി സവിശേഷമായ ചില കാഴ്ചപ്പാടുകൾ സമൂഹത്തിലെ ഉപരി വർഗ്ഗത്തിലുണ്ടാക്കിയെടുക്കാൻ ഇംഗ്ലീഷ് അധിനിവേശത്തിന് സാധിച്ചിട്ടുണ്ട്. പാശ്ചാത്യരുടെ അളവുകോൽ വെച്ച് അളക്കാവുന്നവ മാത്രമാണ് ശാസ്ത്രീയം; മറ്റെല്ലാം അശാസ്ത്രീയവും അന്ധവിശ്വാസവും. അതുകൊണ്ടാണ് പ്രദ്യോത് ഡോക്ടർ ‘മുറിവൈദ്യമല്ലാതെ വേറെ ചികിത്സ ഇല്ലാതിരുന്ന കാലത്ത് ചെയ്തതൊക്കെയിരിക്കട്ടെ. പക്ഷേ ശാസ്ത്രീയമായ ഏർപ്പാടുകളുള്ള കാലത്ത്, ആളുകൾക്ക് അതിന് സൗകര്യമുള്ളപ്പോൾ, മുറിവൈദ്യം ചെയ്യുന്നത് ഭയങ്കരം അപരാധമാണ്. വേറെ വല്ല നാട്ടിലുമാണെങ്കിൽ നിങ്ങളെ ശിക്ഷിച്ചേനെ‘ എന്ന് ജീവൻ മശായിയോട് കയർക്കുന്നത്. എഴുപതോളം വർഷങ്ങൾക്കിപ്പുറവും ഈ കാഴ്ചപ്പാടിൽ നിന്നും അലോപ്പതി മൗലികവാദികളും അതിനെ അനുകൂലിക്കുന്നവരും ഏറെയൊന്നും വ്യതിചലിച്ചിട്ടില്ല എന്ന് സമീപകാല വിവാദങ്ങളിലൂടെ കണ്ണോടിച്ചാൽ വ്യക്തമാവും. അവരെ സംബന്ധിച്ച് അപ്പോഴും ഇപ്പോഴും ആയുർവേദം അശാസ്ത്രീയമാണ്. അതിന്റെ സങ്കേതങ്ങളും നിരീക്ഷണങ്ങളും ആഴത്തിൽ മനസ്സിലാക്കാനോ സംവാദങ്ങൾ നടത്താനോ ഒന്നും അവർ തയ്യാറല്ല. കോവിഡ് ചി

കിത്സയിൽ തനത് വൈദ്യത്തെ ഉപയോഗപ്പെടുത്തിക്കൊണ്ട് ചൈന വിജയം വരിച്ചപ്പോഴും ഇവിടെ മുഖ്യധാരയിൽ നിന്ന് ആയുഷ് ചികിത്സകളെ എങ്ങനെ അകറ്റി നിർത്താമെന്നായിരുന്നു ചർച്ച. ആയുർവേദൗഷധങ്ങൾ രോഗപ്രതിരോധശേഷി വർദ്ധിപ്പിക്കുന്നു എന്നതിനും കൊറോണ വൈറസ് കൊണ്ടുണ്ടാകുന്ന പ്രശ്നങ്ങളെ അതിജീവിക്കാൻ സഹായിക്കുന്നു എന്നതിനും അവരുടെ മാനദണ്ഡപ്രകാരമുള്ള ശാസ്ത്രീയ തെളിവുകളായിരുന്നു അവർക്ക് വേണ്ടിയിരുന്നത്. അയ്യായിരത്തോളം വർഷങ്ങൾക്കിപ്പുറത്തും ആയുർവേദം സജീവമായി നിലനിൽക്കുന്നു തന്നെ ഇതിന്റെ ഫലപ്രാപ്തിയെക്കുറിച്ച് സമൂഹത്തിന് ബോധ്യം വന്നതുകൊണ്ടാണ് എന്ന ലളിതമായ യുക്തി പോലും അവർ സ്വീകരിക്കുന്നില്ല. പാശ്ചാത്യ രീതിശാസ്ത്രത്തിൽ നിന്ന് വ്യതിരിക്തമായ ഭാരതീയ ചിന്താപദ്ധതികളും മാനദണ്ഡങ്ങളും അംഗീകരിക്കാൻ അവർ തയ്യാറാകുന്നുമില്ല. അതേസമയം മറ്റൊന്നുണ്ട്, ആരോഗ്യനികേതനം പ്രസിദ്ധീകരിച്ച കാലത്ത് ക്ലിനിക്കൽ പ്രാക്ടീസിൽ ഉപയോഗിച്ചിരുന്ന ഏതൊക്കെ മരുന്നുകളും ചികിത്സാരീതികളും ഇന്ന് നിലവിലുണ്ട് എന്ന് പരിശോധിച്ചാൽ മനസ്സിലാകും, കാലത്തിന്റെ പരീക്ഷണശാലയിൽ നിന്ന് അവയൊക്കെ നിഷ്കാസിതമാക്കപ്പെട്ടുവെന്ന്. എല്ലാം ഗുരുതരമായ പാർശ്വഫലങ്ങളുള്ള രാസപദാർത്ഥങ്ങളായിരുന്നുവെന്ന് എത്രയോ മനുഷ്യർ അതുമൂലം ദുരിതമനുഭവിച്ച ശേഷമാണ് തിരിച്ചറിയുന്നത്. അവയൊക്കെ നിരോധിക്കപ്പെട്ട ഔഷധങ്ങളുടെ കൂട്ടത്തിലാണിന്ന്.

ജീവിതമെന്നത് ആത്യന്തികമായി മരണത്തിലേക്കുള്ള ഒരു യാത്ര മാത്രമാണ് എന്നത് ചിലപ്പോഴെങ്കിലും മനുഷ്യർ ഓർക്കാറുണ്ട്. അതിലേക്കുള്ള ദൂരം എത്രയുണ്ട് എന്നതു മാത്രമാവും സംശയം.രോഗികളും രോഗമില്ലാത്തവരും മശായിയെക്കൊണ്ട് നാഡി പരിശോധിപ്പിക്കാൻ ധൃതികൂട്ടിയത് ആ ദൂരത്തെക്കുറിച്ചുള്ള ഒരു ധാരണയ്ക്കു വേണ്ടിയാണ്. അത് കൃത്യമായിരുന്നു താനും. പക്ഷേ അത് അംഗീകരിച്ചു കൊടുക്കാനായിരുന്നു പലർക്കും മടി. മശായി ശരിയാണെന്നു സമ്മതിച്ചാൽ അന്ധവിശ്വാസത്തിനു കൂട്ടുനിൽക്കുന്നതായി മറ്റുള്ളവർ കുറ്റപ്പെടുത്തുമോ എന്ന പേടി. തനതറിവുകളിലെ സൂക്ഷ്മ സാധനയെക്കുറിച്ച് അജ്ഞരായവർക്ക് മറിച്ച് ചിന്തിക്കാനേ കഴിയുന്നില്ല. ശവ ഛേദത്തിലൂടെ കാണാനാകുന്ന മനുഷ്യ ശരീരം മാത്രമായിരുന്നു അന്നും ഇന്നും ഇംഗ്ലീഷ് വൈദ്യത്തിന് പരിചയം. അതിലുമപ്പുറത്ത് എന്തെങ്കിലുമുണ്ട് എന്ന് കരുതുന്നതൊക്കെ അന്ധവിശ്വാസം. അവിടെയാണ്, ‘ ജ്ഞാന യോഗം കൊണ്ട് നാഡീബോധവും മന:സംയോഗവും ധ്യാനവും കൊണ്ട്

അനുഭൂതിയും സിദ്ധിച്ചു കഴിഞ്ഞാൽ രോഗത്തിന്റെ പിന്നിൽ ആരെങ്കിലും ഉണ്ടോ ഇല്ലയോ എന്ന് മനസ്സിലാക്കാൻ കഴിയു'മെന്ന് ഉപദേശിച്ച ജഗദ് ബന്ധുമഹാശയന്റെ പുതു തലമുറക്കാരനായി ജീവൻ മശായി പിടിച്ചു നിൽക്കാൻ ശ്രമിക്കുന്നത്. മറ്റെല്ലാ വൈദ്യന്മാരും പരാജയം സമ്മതിച്ച് വീട്ടിൽ കുത്തിയിരുന്ന് അലോപ്പതിയെ ശപിക്കുമ്പോൾ മശായി മാത്രം നാഡീപരിശോധനയും ചികിത്സയും തുടർന്നു. ഇതിനെ മുറിവൈദ്യമായും മന്ത്രവാദ ചികിത്സയായും അപകീർത്തിപ്പെടുത്താനും മരണ കാലം പറയുന്നു എന്ന കുറ്റത്തിന് കേസ് കൊടുക്കാനുമൊക്കെയാണ് പ്രദ്യോത് ഡോക്ടർ തയ്യാറാകുന്നത്.

പക്ഷേ അപകർഷതയിൽ മുങ്ങിത്താഴാതെ അനൗപചാരികമായി അലോപ്പതി കൂടി പഠിക്കാനാണ് മശായി ശ്രമിക്കുന്നത്. രംഗലാൽ ഡോക്ടർ ജീവനെ പഠിപ്പിക്കാനും തയ്യാറാകുന്നു. ശവ ഛേദമടക്കമുള്ള അടിസ്ഥാന കാര്യങ്ങൾ വെച്ച് തുടങ്ങുന്നുണ്ടെങ്കിലും അതും പൂർത്തീകരിക്കാൻ ജീവന് സാധിക്കുന്നില്ല. കൂടുതൽ സൂക്ഷ്മമായ ധ്യാനയോഗത്തെ അത്യഗാധവും അതിസൂക്ഷ്മവും ആക്കാനായിരുന്നു അദ്ദേഹത്തിന്റെ ശ്രമം. ജ്ഞാനത്തിന്റെയും ബുദ്ധിയുടെയും ദീപശിഖയെ ഉജ്വലമാക്കിക്കൊണ്ടാണ് രോഗത്തിന്റെ അന്തരാത്മാവിനെ ദർശിക്കാൻ ജീവൻ മശായി ശ്രമിക്കുന്നത്. രോഗനിർണ്ണയത്തിന്റെ തത്വത്തെ സ്ഥൂല തലത്തിൽ മാത്രം കാണാതെ, അതിസൂക്ഷ്മമായി അറിയാനും അതിൽ അനുഭൂതി കണ്ടെത്താനും അദ്ദേഹം ശ്രമിക്കുന്നു. ഈ അനുഭൂതിയുടെ അദൃശ്യ സാന്നിധ്യം നോവലിൽ ആദ്യാവസാനം വിഹരിക്കുന്നുണ്ട്. മരണമെന്ന ശാശ്വതസത്യത്തെ ഉദാത്തവൽക്കരിക്കാനുള്ള ശ്രമങ്ങളെ പലരും വിമർശിക്കുന്നുണ്ടെങ്കിലും ജീവൻ മശായി തുറന്നു കാട്ടുന്നത് ചികിത്സയിലെ ആത്മീയതയാണ്.

ഇത് തിരിച്ചറിയാൻ പുതുതലമുറ ആയുർവേദ ഡോക്ടർമാർ ശ്രമിക്കുന്നുണ്ടോ എന്നതും പ്രസക്തമായ ചോദ്യമാണ്.താരാ ശങ്കറിന്റെ ഭാഷയിൽ പറഞ്ഞാൽ 'രാജകീയ പരിവേഷത്തോടെ മിന്നിത്തിളങ്ങുന്ന ഒരു രഥത്തിൽ കയറി പട്ടണങ്ങളിലെത്തിയ അലോപ്പതി ' യോടുള്ള ഭ്രമം കാരണം ആയുർവേദത്തെ അലോപ്പതി സങ്കേതങ്ങളെപ്പോലെയാക്കിത്തീർക്കാനുള്ള വ്യഗ്രതയാണ് ഇന്ന് പലർക്കും കാണുന്നത്. വ്യക്തിനിഷ്ഠവും സൂക്ഷ്മവുമായ നിരീക്ഷണങ്ങളിലേക്കോ രോഗിയുടെ അന്തരാത്മാവിലേക്കോ കടക്കാനുള്ള സാവകാശമോ ആത്മാർത്ഥതയോ പലരും കാണിക്കുന്നില്ല. രോഗീ പരിശോധനയിലെ ധ്യാനാത്മകതയും തന്മയീഭാവവുമാണ് മശായി കാണിച്ചുതരുന്നത്. രോഗിയുടെ വേദനക

ളെ തന്റെ വേദന കൂടിയായി സ്വാംശീകരിച്ച് അദ്ദേഹം അതിനെ ചികിത്സാ സമീപനമാക്കി മാറ്റി.

അതിൽ ശാസ്ത്രീയതയില്ല എന്ന് കൂടെക്കൂടെ പറഞ്ഞു കൊണ്ടിരുന്ന അലോപ്പതി ഡോക്ടർമാർ പോലും 'അലംഘനീയമായ എന്തോ ചിലത് അയാളിലുണ്ട്' എന്ന് ഒരവസരത്തിൽ തിരിച്ചറിയുന്നുണ്ട്. രംഗലാൽ ഡോക്ടറോ ടൊത്ത് ഒരിക്കൽ ഒരു രോഗിയുടെ നാഡി പരിശോധിച്ച് രോഗത്തിന്റെ തീവ്രതയളന്ന മശായി ലളിതമായ ഒരു ഒറ്റമൂലി കൊണ്ട് രോഗം ചികിത്സിച്ച് മാറ്റുന്നു. തന്റെ സ്റ്റെതസ്ക്കോപ്പ് തന്നെ സമ്മാനമായി നൽകിക്കൊണ്ടാണ് രംഗലാൽ ഡോക്ടർ ജീവനെ അഭിനന്ദിക്കുന്നത്. പട്ടണത്തിൽ നിന്നെത്തുന്ന വിദഗ്ധ ഡോക്ടർ സെൻ ഗുപ്തയും മശായിയെ ബഹു മാനിക്കുകയും അംഗീകരിക്കുകയും ചെയ്യുന്നുണ്ട്. വൈദ്യത്തിലെ തനതറിവുകളെ അംഗീകരിക്കാൻ തയ്യാറുള്ളവർ അക്കാലത്തും ഉണ്ടായിരുന്നുവെന്നാണ് ഇത് തെളിയിക്കുന്നത്. ഇന്ന് പല വിദേശ രാജ്യങ്ങളും ആയുർവേദത്തെയും യോഗ പദ്ധതിയെയുമൊക്കെ അംഗീകരിക്കുന്നുണ്ടെന്നു മാത്രമല്ല, അതുമായി ബന്ധപ്പെട്ട ഗവേഷണങ്ങൾക്ക് വേദിയൊരുക്കുക കൂടി ചെയ്യുന്നുണ്ട്. ഭാരതീയ രീതി ശാസ്ത്രത്തിന്റെ പ്രത്യേകതകളെക്കുറിച്ച് അല്പമെങ്കിലും ബോധ്യമുള്ളവർക്ക് ആയുർവേദം, അപൂർവ്വ നിധികളൊളിപ്പിച്ച മഹാസാഗരമാണ്. അവർ അത്തരത്തിൽ അതിനെ ആദരിക്കുകയും ചെയ്യും. തൊട്ടടുത്ത് ചൂണ്ടിക്കാണിക്കാവുന്ന നല്ല ഉദാഹരണം, ചരകസംഹിത, സുശ്രുത സംഹിത, അഷ്ടാംഗഹൃദയം എന്നീ ബൃഹത്തായ ആയുർവേദ ഗ്രന്ഥങ്ങൾ ഇംഗ്ലീഷിലേക്ക് വിവർത്തനം ചെയ്ത ഡോ.എം.എസ്.വല്യത്താനാണ്. പ്രശസ്ത ഹൃദ്രോഗ ചികിത്സാ വിദഗ്ധനായിരുന്ന അദ്ദേഹം മണിപ്പാൽ സർവകലാശാലയുടെ വൈസ് ചാൻസലർ കൂടിയായിരുന്നു. ആയുർവേദം ആഴത്തിൽ മനസ്സിലാക്കിയ ശേഷമാണ് അദ്ദേഹത്തിന് അങ്ങനെയൊരു തപസ്യയിലേക്കിറങ്ങണമെന്ന് തോന്നിയത്.

ആരോഗ്യനികേതനത്തിലേക്ക് വരാം. പോകെപ്പോകെ, മുമ്പ് മശായിയെത്തേടി ചികിത്സക്കെത്തിയവരെല്ലാം ഓരോരുത്തരായി പ്രദ്യോത് ഡോക്ടറെ കാണിക്കാൻ തുടങ്ങി. നിരന്തരമായ പരിഹാസങ്ങളിലും അവഗണനകളിലും മടുത്ത് ഒരു ഘട്ടത്തിൽ നാഡീപരിശോധനയും ചികിത്സയുമൊക്കെ മതിയാക്കാമെന്ന് മശായി തീരുമാനിക്കുകയാണ്. ചോദിക്കുന്നവരോട്, 'പുതിയ കാലം പുതിയ ചികിത്സ, പുതിയ രുചി - ഇതൊന്നും എനിക്കില്ല.' എന്നാണദ്ദേഹം വിശദീകരിക്കുന്നത്. പുതിയ രോഗ നിർണ്ണയ രീതികളെയും ബഹുമാനത്തോടെയാണ് അദ്ദേഹം കാണു

ന്നത്. റാണയെ ഹരൻ ഡോക്ടറുടെ അടുത്തേക്ക് പറഞ്ഞു വിടുമ്പോൾ 'നെഞ്ചിന്റെ ഫോട്ടോ എടുക്കുന്ന കാര്യം പറഞ്ഞില്ലേ? അതു നല്ലതാണ്. എക്സ്റേ എടുത്താൽ രോഗം എന്തു മാത്രം ആയിട്ടുണ്ട് എന്നു മനസ്സിലാക്കാം. നേരിട്ടു കാണാം. സുഖമാകുമ്പോൾ ഒരു ഫോട്ടോ കൂടി എടുത്താൽ മുഴുവൻ സുഖമായോ എന്നറിയാം.'

മാരകമായ അണുബാധ പോലുള്ള നിർണ്ണായക ഘട്ടങ്ങളിൽ ഇംഗ്ലീഷ് മരുന്നുകളുടെ പ്രഭാവം കൊണ്ട് മൃത്യുവിനെപ്പോലും തിരിച്ചയക്കാൻ കഴിയുമെന്ന് മശായി തിരിച്ചറിയുന്നു.അതു കൊണ്ടാണ് അതസിയുടെ കുട്ടിക്ക് സന്നിപാത ജ്വരം വന്നപ്പോൾ കുട്ടിയെ രക്ഷിക്കാൻ മശായി പ്രദ്യോത് ഡോക്ടറോട് അഭ്യർത്ഥിക്കുന്നത്. 'രക്ഷിക്കാൻ കഴിയുമെങ്കിൽ നിങ്ങൾക്കേ കഴിയൂ. എനിക്കറിഞ്ഞുകൂടാ. ഞങ്ങളുടെ കാലത്ത് ഈ മരുന്നുണ്ടായിരുന്നില്ല.' ചിലപ്പോഴൊക്കെ തനിക്ക് അലോപ്പതി പഠിക്കാൻ കഴിഞ്ഞില്ലല്ലോ എന്ന് പശ്ചാത്തപിക്കുന്നത് പോലുമുണ്ട് മശായി.

ആരോഗ്യനികേതനം തുറന്നു കാട്ടുന്ന മറ്റൊരു മേഖല വൈദ്യധാർമ്മികതയുടേതാണ്. ധനാർജ്ജനത്തിനുള്ള ഒരു ഉപാധിയായി മശായി വൈദ്യത്തെ കണ്ടതേയില്ല. എന്നാലും ജീവിച്ചു പോകാനുള്ള സമ്പാദ്യം അദ്ദേഹത്തിന് ലഭിച്ചു കൊണ്ടേയിരുന്നു. അതേ സമയം അക്കാലത്തു തന്നെ മെഡിക്കൽ ഷോപ്പുകളും ക്ലിനിക്കുകളും ലാബുകളും കേന്ദ്രീകരിച്ച് ബിസിനസ്സുകൾ വ്യാപകമായിരുന്നു. മരുന്നുകളിൽ മായം കലർന്നിരുന്നു. മാലിഗ്നന്റ് മലേറിയയിൽ കൊയ്നാ ഇഞ്ചക്ഷൻ കൊടുത്ത് ഫലം കാണാതെ വന്നപ്പോൾ പ്രദ്യോത് ഡോക്ടർ സംശയിക്കുന്നുണ്ട്- 'അതിൽ ശരിയായ കൊയ്നാ ഉണ്ടായിരുന്നോ? ഇപ്പോഴത്തെ ഔഷധ വ്യവസായികളെ വിശ്വസിച്ചു കൂടാ' എന്ന്. ഇതിനെ പ്രതിരോധിക്കാൻ നവ ഗ്രാമം കോ-ഓപ്പറേറ്റീവ് മെഡിക്കൽ സ്റ്റോർ ഏന്റ് ക്ലിനിക്കൽ ലബോറട്ടറി എന്ന ഒരു സ്ഥാപനം തന്നെ തുടങ്ങാൻ പ്രദ്യോത് ഡോക്ടറും ചാരു ഡോക്ടറും മുന്നിട്ടിറങ്ങുന്നു.

രോഗത്തിന്റെ പ്രത്യേകതകളും രോഗിയുടെ ആവശ്യങ്ങളും മനസ്സിലാക്കുമ്പോൾ അവിടെ ശരിയായ ചികിത്സാ സമീപനം രൂപപ്പെടുത്താൻ ഒരു ഡോക്ടർക്ക് സാധിക്കേണ്ടതുണ്ട്. തീവ്രമായ രോഗാവസ്ഥയിൽ ശക്തി കുറഞ്ഞ മരുന്നുകളോ വളരെ നിസ്സാരമായ അവസ്ഥയിൽ വീര്യമേറിയ മരുന്നുകളോ അഭികാമ്യമാവില്ല. അടിയന്തിര ഘട്ടങ്ങളിൽ മാത്രമുപയോഗിക്കേണ്ട ചില മരുന്നുകൾ ദീർഘകാലം ഉപയോഗിച്ചാൽ ഗുരുതരമായ പാർശ്വഫലങ്ങളാവും ഉണ്ടാവുക. അതു കൊണ്ട്, രോഗികളുടെ യഥാർത്ഥ ആരോഗ്യ സംരക്ഷണത്തിനുതകുന്ന മരുന്ന് ഏത് വൈദ്യത്തിലാ

ണ് ഉള്ളതെന്ന് തിരിച്ചറിയേണ്ട ബാധ്യതയും ഡോക്ടർക്കുണ്ട്. അവയുടെ യുക്തിസഹമായ സംയോജനമാവും ചിലപ്പോൾ വേണ്ടിവരിക.

ഓട്ടോണമി (Autonomy) അഥവാ ഏത് ചികിത്സ വേണമെന്ന് തീരുമാനിക്കാനുള്ള രോഗിയുടെ പരമാധികാരം, വൈദ്യധാർമ്മികതയുടെ നെടുന്തൂണുകളിലൊന്നാണ്. ആ തീരുമാനത്തെ സ്വാധീനിക്കാനിടയുള്ള പല ഘടകങ്ങളുമുള്ളതിനാൽ നിഷ്പക്ഷവും സ്വതന്ത്രവുമായ താല്പര്യമൊന്നും രോഗികളിൽ നിന്ന് പ്രതീക്ഷിക്കുക വയ്യ. രോഗം എന്ന യാഥാർത്ഥ്യം, പെട്ടെന്നൊരു കാർമേഘജാലം പൊതിയും പോലെ ജീവിതത്തിൽ ഇരുൾ പരത്തുമ്പോൾ സ്വാഭാവിക ചിന്താശേഷിയും ആത്മവിശ്വാസവും നഷ്ടമായേക്കാം. ആ നേരത്ത് ഇന്ന വഴിയിലേ പോകാവൂ എന്ന തരത്തിൽ ചികിത്സാ മേഖലയിൽ കുറച്ച് കാലങ്ങളായി ഇവിടെ നിലനിൽക്കുന്ന ഫാസിസ്റ്റ് നിലപാടുകളെ തിരിച്ചറിയാനെങ്കിലും നമുക്ക് കഴിയേണ്ടതുണ്ട്. കോവിഡ് കാലത്ത് ബദൽ ചികിത്സകളോട് പലരും സ്വീകരിച്ച നിഷേധാത്മക സമീപനം ഗൗരവപൂർവ്വം ചർച്ച ചെയ്യപ്പെടേണ്ടതുണ്ട്. നമ്മുടെ തനത് സംസ്കൃതിയെ തിരിച്ചറിയാനും ഉപയോഗപ്പെടുത്താനും നമ്മൾ മുന്നിട്ടിറങ്ങിയേ തീരൂ. കാലത്തിനനുരൂപമായ മാറ്റങ്ങൾ അനിവാര്യമാണെന്നത് ഓർമ്മിച്ചു കൊണ്ടു തന്നെ മശായി തുറന്നു കാണിച്ച വൈദ്യത്തിന്റെ വിശാലമായ ആകാശങ്ങളിലേക്ക് നാം വളരേണ്ടതുണ്ട്.

ആട്ടവും പാട്ടും തുടരട്ടെ മെഡിക്കൽ കോറിഡോറുകളിൽ

മൂക്കിൻ തുമ്പത്തൊരു ചുവന്ന പന്ത് പിടിപ്പിച്ച് കീമോതെറാപ്പി വാർഡിൽ മുടി കൊഴിഞ്ഞ കുട്ടികൾക്കൊപ്പം കളിക്കുകയും അവരെ ചിരിപ്പിക്കുകയും മാനസിക രോഗികളുടെ വാർഡിൽ ബെഡ് പാൻ കാലടികളിൽത്തട്ടിച്ച് നൃത്തം ചവിട്ടുകയും ചെയ്യുന്ന പാച്ച് ആഡംസ്. ഹണ്ടർ പാച്ച് ആഡംസ് എന്ന ഡോക്ടറുടെ യഥാർത്ഥ കഥയെ ആസ്പദമാക്കി നിർമ്മിച്ച ആ സിനിമയിൽ റോബിൻ വില്യംസ് എന്ന അനുഗ്രഹീത ഹാസ്യനടനാണ് ആഡംസായി തകർത്തഭിനയിച്ചത്. തന്റെ മാനസിക പ്രശ്നങ്ങൾക്ക് ചികിത്സ തേടി ഭ്രാന്താശുപത്രിയിലെത്തുന്ന ആഡംസ് അവിടുത്തെ രോഗികളോട് തമാശയിലൂടെയും കളികളിലൂടെയും കൂട്ടുകൂടുന്നത് അന്തേവാസികൾക്ക് ഏറെ ആശ്വാസമാവുകയും അത് ആശുപത്രിയിലെ സാമ്പ്രദായിക ചികിത്സാരീതികളെക്കാൾ ഉപകാരപ്പെടുകയും ചെയ്യുന്നു. അത് തിരിച്ചറിഞ്ഞ ആഡംസ് മെഡിക്കൽ കോളേജിൽ വിദ്യാർത്ഥിയായി ചേരുകയും രോഗികളോട് വളരെ അടുത്തു കൊണ്ട് ചികിത്സയിൽ തന്റേതായ ഒരു രീതി വളർത്തിയെടുക്കുകയുമാണ്. ഇത് അവിടുത്തെ അധികാരികളെ ചൊടിപ്പിക്കുന്നുണ്ടെങ്കിലും രോഗികളും ജീവനക്കാരും സഹപാഠികളും എല്ലാം അദ്ദേഹത്തോടൊപ്പം നിൽക്കുന്നു.

മെഡിക്കൽ വാർഡിലെ മനുഷ്യത്വരഹിതമായ സമീപനങ്ങളെ നിശിതമായി വിമർശിക്കുകയും അവിടെ കാരുണ്യത്തിന്റെയും അനുതാപത്തിന്റെയും ആവശ്യകത ബോധ്യപ്പെടുത്തുകയും ചെയ്ത പാച്ച് ആഡംസ് മെഡിക്കൽ വിദ്യാർത്ഥികളിൽ മാനവികതയുടെ സന്ദേശം പകരാൻ കാലങ്ങളായി പ്രദർശിപ്പിച്ചുവരുന്ന ഒരു സിനിമയാണ്. എക്കാലത്തും പ്രസക്തമാണ് ഇത്. കനത്ത ഗൗരവത്തിന്റെ മതിൽക്കെട്ടുകൾ ഭേദിച്ചുകൊണ്ട് രോഗീ സൗഹൃദത്തിന്റെ തുറന്ന ലോകത്തേക്കു വരേണ്ടവരാണ് ഡോക്ടർമാർ. ആശങ്കകളും അനിശ്ചിതത്വവും നിറഞ്ഞ ഈ ലോകത്ത് പ്രത്യേകിച്ചും. പലതരം വിഷമതകളുള്ളവരാകാം രോഗികൾ.

വേദനകളും അവശതകളും നിറഞ്ഞ അവരുടെ ജീവിതത്തിൽ അവസാനത്തെ പ്രതീക്ഷ വൈദ്യശാസ്ത്രമാണ്. തിരിച്ചുവരവിന്റെ ആ പാതയിൽ കൈപിടിച്ചു നടത്തേണ്ടവരിൽനിന്ന് സ്നേഹമസൃണമായ പെരുമാറ്റം എപ്പോഴും രോഗികൾ പ്രതീക്ഷിക്കുന്നുണ്ട്. അതു നിലനിർത്തേണ്ട ഉത്തരവാദിത്തം ഡോക്ടർമാർക്കും നഴ്സുമാർക്കുമുണ്ട്. പാഠപുസ്തകങ്ങൾക്കും പരീക്ഷകൾക്കും ബിസിനസ് ലക്ഷ്യങ്ങൾക്കുമപ്പുറം മാനവികതയുടെ ഈ വെളിച്ചം എങ്ങനെ കെടാതെ സൂക്ഷിക്കാം എന്ന് പരിശീലിപ്പിക്കുന്ന ഇടങ്ങൾ കൂടിയായി ആശുപത്രികളും മെഡിക്കൽ കോളേജുകളും മാറേണ്ടതുണ്ട്.

രണ്ടാം ലോകമഹായുദ്ധകാലത്ത് കോൺസെൻട്രേഷൻ ക്യാമ്പിൽ തടവു പുള്ളിയായി കഴിയേണ്ടിവന്ന വിക്ടർ ഫ്രാങ്ക്ളിൻ അവിടുത്തെ ഒരനുഭവം വിവരിക്കുന്നുണ്ട്. യുദ്ധം ഉടനെ അവസാനിക്കുമെന്ന വാർത്ത പടർന്നപ്പോൾ അതിൽ ആശ്വസിച്ച തടവുപുള്ളികളിൽ രോഗികളായിരുന്ന പലരുടെയും ലക്ഷണങ്ങൾക്ക് നല്ല കുറവ് കണ്ടു. പക്ഷേ ക്രമേണ യുദ്ധമവസാനിക്കുന്നതിന്റേതായ സൂചനകൾ അകന്നുവെന്നു മാത്രമല്ല, അത് കൂടുതൽ കൊടുമ്പിരിക്കൊള്ളുകയും ചെയ്തു. അവരുടെ പ്രതീക്ഷകളാകെ തകർന്നു. എപ്പോൾ അവസാനിക്കുമെന്ന് യാതൊരു നിശ്ചയവുമില്ലാത്ത ദുരിതപൂർണ്ണമായ ദിനങ്ങൾ നീണ്ടു നീണ്ടു കിടന്നു. മാനസികമായി തകർന്നതോടെ അവരുടെ രോഗപ്രതിരോധശേഷി തീരെ താഴ്ന്നു പോവുകയും പകർച്ചവ്യാധികൾ പെട്ടെന്ന് മാരകമാവുകയും ചെയ്തു. മരണ നിരക്ക് കുത്തനെ കൂടി. ഇത് ഇവിടെ സൂചിപ്പിച്ചത്, രോഗികളുടെയും നമ്മുടെയുമൊക്കെ ജീവിതത്തിൽ പ്രതീക്ഷയുടെ സ്ഥാനം വളരെ വലുതാണ് എന്ന് ചൂണ്ടിക്കാട്ടാനാണ്. ഇത് ഒരു ഒറ്റപ്പെട്ട അനുഭവമല്ല.

രോഗത്തിന്റെ ശത്രുസൈന്യം ശരീരത്തെ പതിയെപ്പതിയെ പിടിച്ചടക്കിക്കൊണ്ടിരിക്കുമ്പോൾ രോഗപ്രതിരോധ ശേഷിയുടെ പടയാളികളെ കൊണ്ട് മർമപ്രധാന ഭാഗങ്ങളിൽ കനത്ത മതിലുകെട്ടി സംരക്ഷിക്കുന്നതാണ് ശരീരത്തിന്റെ ശീലം. അതിനുവേണ്ട ആദ്യ നിർദ്ദേശം നൽകാറുള്ളത് മനസ്സാണ്. തനിക്ക് ഇനിയും ജീവിച്ചിരിക്കേണ്ടതുണ്ട്; കീഴടങ്ങാൻ താൻ തയ്യാറല്ല; പ്രതീക്ഷാ ഭരിതമായ ഒരു നാളെ, തന്നെ കാത്തിരിക്കുന്നുണ്ട്... എന്നിങ്ങനെയുള്ള ശുഭാപ്തി വിശ്വാസങ്ങളുടെ അരണി കടഞ്ഞാണ് മനസ്സിൽ അങ്ങനെയൊരു തീപ്പൊരിയാളേണ്ടത്. വിശ്വാസവും പ്രതീക്ഷയും അസ്തമിച്ചവരെ സംബന്ധിച്ച് ദിനംപ്രതി രോ

ഗത്തിന്റെ നഖരങ്ങൾ ആഴ്ന്നിറങ്ങുന്നതിന്റെ പരിദേവനങ്ങൾ ആത്മഗതമായിട്ടെങ്കിലും ഉരുവിട്ടുരുവിട്ട് രോഗപ്രതിരോധശേഷിയാകെ നിർജ്ജീവാവസ്ഥയിലാണ്ടു പോയിരിക്കും. രോഗത്തിന്റേതായ സ്വാഭാവിക പരിണാമങ്ങൾക്ക് യാതൊരു തടസ്സവും നേരിടാനില്ലാത്ത സുഗമമായ പാത തന്നെ ശരീരത്തിനകത്ത് തുറന്നു കിടക്കുമ്പോൾ പിന്നെ എന്തിനെ ഭയക്കണം? ആ പിങ്ഗള കേശിനിയുടെ അഭംഗുരമായ നൃത്തത്തിനു വേണ്ടി ശരീരത്തിന്റെ വേദി പൂർണ്ണമായും വിട്ടുകൊടുക്കുക മാത്രമേ ചെയ്യാനുണ്ടാവൂ. അവിടേയ്ക്കാണ് തനിക്ക് കടന്നുചെല്ലാനുള്ളത് എന്ന് ഉത്തമബോധ്യം ഓരോ ഡോക്ടർക്കും നഴ്സിനുമൊക്കെ ഉണ്ടാകേണ്ടതുണ്ട്. നിഗൂഢതകൾ മൂടി നിൽക്കുന്ന ആശുപത്രിയിലെ ഡെറ്റോൾ മണക്കുന്ന അവാർഡിനുള്ളിൽ വളരെ യാന്ത്രികമായി രോഗിയെ പരിശോധിക്കുകയും കേസ് ഷീറ്റ് പൂരിപ്പിക്കുകയും ചികിത്സ നിർദ്ദേശിക്കുകയും ചെയ്തു കടന്നുപോകുന്ന ഡോക്ടറോ ഒരു ചടങ്ങുപോലെ വിവരങ്ങൾ അന്വേഷിച്ചു പോകുന്ന നഴ്സോ ഒന്നും രോഗികളുടെ മനസ്സിൽ ശുഭാപ്തിയുടെ ഒരു ചെറിയ കണികപോലും ഉണ്ടാക്കാറില്ല, എന്നുമാത്രമല്ല ഭയത്തിന്റെയും ആശങ്കയുടെയും വിത്തുപാകാറാണുള്ളത്. ഡോക്ടറായാലും നേഴ്സായാലും അറ്റൻഡറായാലും മെഡിക്കൽ വിദ്യാർത്ഥിയായാലും വാർഡ് അടിച്ചുവാരി വൃത്തിയാക്കുന്ന തൂപ്പുകാരിയായാലും ദയയോടെ തന്നെ ഒന്നു നോക്കിയെങ്കിലെ ന്ന്; അനുതാപത്തോടെ സുഖവിവരങ്ങൾ അന്വേഷിച്ചിരുന്നെങ്കിലെന്ന് ഓരോ രോഗിയും ആഗ്രഹിക്കുന്നുണ്ട്. ഭൂതകാല സ്മൃതികളെ തൊട്ടുണർത്തുന്ന എന്തെങ്കിലും ശബ്ദങ്ങളും കാഴ്ചകളുമൊക്കെ അവരെ ഗാഢമായി പുണരുന്നു.

ആശുപത്രി വാർഡിൽ റൗണ്ട്സ് നടത്തുന്നതിനിടയിൽ, മൂലയിലെ കിടക്കയിൽ ചുരുണ്ടുകൂടി ക്കിടന്ന ഒരു വൃദ്ധൻ തൊട്ടടുത്ത കിടക്കയിലെ ചെറുപ്പക്കാരന്റെ ഫോണിൽനിന്ന് 'താമസമെന്തേ വരുവാൻ' എന്ന് യേശുദാസ് വിരഹാർദ്രമായി പാടുന്നത് കേട്ട് ഞെട്ടിപ്പിടഞ്ഞെഴുന്നേറ്റ് ആരെയോ തേടിയെന്നോണം ചുറ്റും ഉഴറി നോക്കിയതാണ് ഓർമ്മവരുന്നത്. ദയയും അനുതാപവും രോഗിയുടെ ഭാഗത്തുനിന്ന് പ്രശ്നത്തെ നോക്കിക്കാണാനുള്ള കഴിവും ഒക്കെ ഒരാളിൽ സ്വാഭാവികമായി ഉണ്ടായി വരേണ്ടതാണെന്ന് തോന്നാമെങ്കിലും ഇത് അല്പം കൂടി ശാസ്ത്രീയമായി മനസ്സിലാക്കേണ്ട വിഷയമാണ്.

തലച്ചോറിന്റെ ഇടത് വലത് അർധഗോളങ്ങളുടെ പ്രത്യേകത അറിയാമല്ലോ. ഇടതുവശം യുക്തിസഹവും വിശകലന പരവും വസ്തുനി

ഷ്ഠവുമായ ചിന്തകളെ ആസൂത്രണം ചെയ്യുമ്പോൾ സൃഷ്ടിപരവും വൈകാരികവും അവബോധജന്യവും ആത്മനിഷ്ഠവുമായ സംവേദനങ്ങളാണ് വലതുവശത്ത് നടക്കുന്നത്. വസ്തുതകളെ കാര്യകാരണസഹിതം വിലയിരുത്തുവാനുള്ള കഴിവ്, യുക്തിചിന്ത, ശാസ്ത്രാവബോധം, എഴുതാനുള്ള കഴിവ്, ഗണിത പാടവം, സംസാര വൈഭവം ഇതെല്ലാം നിയന്ത്രിക്കുന്നത് ഇടതു പകുതി ആണെങ്കിൽ നമ്മുടെ സങ്കല്പങ്ങളെയും ഉൾക്കാഴ്ചകളെയും കലാ ബോധത്തെയും സംഗീതാവബോധത്തെയും ഒക്കെ പരിപാലിക്കുന്നത് വലത്തെ പകുതിയാണ്.

ജന്മനാതന്നെ ഓരോരുത്തരിലും ഈ അർദ്ധഗോളങ്ങളിലെ കോശങ്ങൾക്ക് സ്വാഭാവികമായ ഒരു നിലവാരമുണ്ടായിരിക്കും. ഏത് വിഭാഗം പ്രവൃത്തികൾക്കാണോ അവരവർ കൂടുതൽ അഭിമുഖീകരിക്കപ്പെടുന്നത്, അത്തരത്തിലാണ് പിന്നീട് കോശങ്ങൾ വികാസം നേടുന്നത്. അതിനാവശ്യമായ ന്യൂറോണുകൾ തമ്മിലുള്ള ബന്ധങ്ങളും ശക്തിമത്തായിരിക്കും. കാര്യങ്ങളെ യുക്തിസഹവും വിശകലനപരവുമായി മാത്രം വിലയിരുത്താൻ പരിശീലിച്ച, കലാബോധമോ സൃഷ്ടിപരതയോ വളർത്തിയെടുക്കാൻ തീരെ പരിശ്രമിക്കാത്ത ഒരാൾക്ക് തലച്ചോറിന്റെ വലത്തേ പകുതി ഊർജ്ജസ്വലമായിരിക്കില്ല. അത്തരക്കാരുടെ പെരുമാറ്റത്തിലോ സ്വഭാവത്തിലോ ഒന്നും വേണ്ടത്ര ഊഷ്മളത പ്രതീക്ഷിക്കാനാവില്ല. ദീനാനുകമ്പയൊന്നുമുണ്ടാവില്ല.ഏതു തൊഴിൽമേഖലയിലായാലും അവർ മാനവിക മൂല്യങ്ങളേക്കാൾ വിലമതിക്കുക വസ്തുനിഷ്ഠമായ ലാഭനഷ്ടക്കണക്കുകൾക്കും യുക്തിചിന്തയ്ക്കുമൊക്കെയായിരിക്കും. ഈയൊരു ശാസ്ത്രീയതയുടെ അടിസ്ഥാനത്തിലാണ് പ്രാഥമിക വിദ്യാഭ്യാസ തലം മുതൽ ഇരു പകുതി കളെയും പരിഗണിച്ചുകൊണ്ടുള്ള കരിക്കുലം തയ്യാറാക്കുന്നത്. ശാസ്ത്രീയതയുടെ യുക്തിവിചാര ധാരകൾക്കൊപ്പം ആത്മനിഷ്ഠവും വൈകാരികവുമായ തലത്തെ ഉണർത്താനും ക്രിയാത്മകമായി നിലനിർത്താനുമുള്ള പലതരം ഉപാധികൾ എല്ലാ പാഠ്യപദ്ധതികളിലും കാണാം. പക്ഷേ ഉയർന്ന ക്ലാസ്സുകളിലേക്കും പ്രൊഫഷണൽ വിദ്യാഭ്യാസത്തിലേക്കും വരുമ്പോൾ ഈയൊരു പരിഗണന വലത്തെ പകുതിക്കു തീരെ കുറഞ്ഞു പോകുന്നുണ്ട്. ശാസ്ത്രത്തിന്റെ വ്യത്യസ്ത മാനദണ്ഡങ്ങളിലും വസ്തുനിഷ്ഠമായ വിശകലനങ്ങളിലുമാവും പിന്നീട് ശ്രദ്ധ. എന്നാൽ വൈദ്യശാസ്ത്രം പോലുള്ള, മനുഷ്യരുമായി നേരിട്ട് ഇടപഴകേണ്ട ഒരു മേഖലയിൽ ശാസ്ത്ര പഠനത്തോടൊപ്പം ഇഴചേർത്തു കൊണ്ടുപോകേണ്ട വിഷയമാണ് മാനവികത. യുക്തിചി

ന്തകളോടൊപ്പം വൈകാരിക വിചാരങ്ങളും ചേർന്ന് വരുമ്പൊഴേ രോഗിയുടെ ഭാഗത്തു നിന്നു കൂടി പ്രശ്നത്തെ കാണാൻ ഡോക്ടർക്ക് കഴിവുണ്ടാവൂ. പലപ്പോഴും അത്തരം ഒരു കാഴ്ച അനിവാര്യമാണ് താനും.

യഥാർത്ഥത്തിൽ ജന്മനാതന്നെ മികവുള്ള വലതുപക്ഷം പലരിലും പിന്നീട് നിർജീവമായിപ്പോകാൻ കാരണം, അത് വേണ്ടവിധം ഉപയോഗിക്കപ്പെടുത്താനുള്ള സാഹചര്യങ്ങൾ പലതരത്തിലും ഒഴിവാക്കുന്നത് കൊണ്ടാണ്. വൈകാരിക ചിന്തകളെ ശരിയായ പാതയിലേക്ക് തിരിച്ചുവിടാനും ആത്മനിഷ്ഠമായ വിശകലനങ്ങൾ നടത്താനുമുള്ള അവസരങ്ങൾ പലരും ഉപയോഗപ്പെടുത്തുന്നില്ല എന്നതാണ് സത്യം. കലാസ്വാദനത്തിനോ കലാ പഠനത്തിനോ സർഗ്ഗ സാഹിത്യങ്ങൾ വായിക്കാനോ എഴുതാനോ ഇടവേള കിട്ടാത്തതോ മന:പൂർവ്വം ശ്രമിക്കാത്തതോ ഒക്കെയാവാം കാരണം. ഏതായാലും ആട്ടവും പാട്ടുമടക്കമുള്ള എല്ലാ കലാപരിപാടികളും തലച്ചോറിന്റെ വലതുപക്ഷത്തെ ഊർജ്ജസ്വലമാക്കുന്നതായും കലാസ്വാദന ശേഷിയും സാഹിത്യ താൽപര്യവുമൊ ക്കെയുള്ള മെഡിക്കൽ വിദ്യാർഥികളും ഡോക്ടർമാരും രോഗികളുമായി കൂടുതൽ നല്ല രീതിയിൽ ആശയവിനിമയം നടത്തുന്നതിലും ധാർമിക ബോധത്തോടെ ചികിത്സ ചെയ്യുന്നതിലുമൊക്കെ ശ്രദ്ധ പതിപ്പിക്കുന്നതായും നിരീക്ഷിക്കപ്പെട്ടിട്ടുണ്ട്.

രോഗിയെ അടുപ്പത്തോടെ പരിശോധിക്കാനും ശ്രദ്ധാപൂർവ്വം കേൾക്കാനും അതിന്റെ നാനാ വശങ്ങളെ ക്കുറിച്ച് ചിന്തിക്കാനുമൊക്കെ അവർക്ക് കൂടുതൽ നന്നായി സാധിക്കുന്നു. ഇങ്ങനെ കലയിലൂടെ സംസ്കരിച്ചെടുക്കുന്ന വൈദ്യ മനസ്സുകളിൽ മാനവികമൂല്യങ്ങൾ ഉയർന്ന നിലവാരത്തിലാണ് എന്ന കണ്ടെതിന്റെ അടിസ്ഥാനത്തിൽ പല വിദേശ യൂണിവേഴ്സിറ്റികളിലും വൈദ്യ മാനവികത (മെഡിക്കൽ ഹ്യൂമാനിറ്റീസ്) ഒരു പ്രത്യേക വിഷയം തന്നെയായി പഠിപ്പിക്കുന്നുണ്ട്. അതിന്റെ പാഠ്യപദ്ധതിയിൽ നൃത്തവും അഭിനയവും സാഹിത്യവുമൊക്കെ കടന്നുവരുന്നു. അവിടെ ലോകപ്രശസ്ത ക്ലാസിക് സിനിമകളിലെയും കഥകളിലെയും മാനവിക വിഷയങ്ങൾ ചർച്ച ചെയ്യപ്പെടുന്നു. ചെറുനാടകങ്ങൾ അരങ്ങേറപ്പെടുന്നു. പാത്തോഗ്രാഫി എന്ന് വിളിക്കപ്പെടുന്ന രോഗികളുടെ അനുഭവ വിവരണങ്ങൾ ചർച്ച ചെയ്യുമ്പോൾ രോഗത്തിന്റെയും രോഗികളുടെയും സങ്കടങ്ങളുടെ വലിയ ഭൂഖണ്ഡങ്ങളിലേക്ക് യാത്ര ചെയ്യാൻ കഴിയുന്നു. ഇത്തരത്തിൽ നറേറ്റീവ് മെഡിസിന്റെ വിശാലമായ കാൻവാസ് സൃഷ്ടിക്കാൻ വേണ്ടി മാത്രമല്ല, മെഡിക്കൽ വിദ്യാഭ്യാസ

ത്തിന്റെ ഓരോഘട്ടത്തിലും കലയുടെ നിർണായക പങ്കു കാണാം.

ശരീരശാസ്ത്രത്തെ കൃത്യതയോടെ ചിത്രീകരിക്കുന്ന മെഡിക്കൽ ഇല്ലുസ്ട്രേഷൻ മുതൽ ആരംഭിക്കുകയാണ് അത്. ദ്വിമാനത്തിൽ നിന്നു തുടങ്ങി ത്രിമാനത്തിലേക്ക് വളർന്ന് ഒപ്പം നിരവധി സാങ്കേതികവിദ്യകളും ഇഴ ചേർന്നതാണ് ഇന്നത്തെ മെഡിക്കൽ ഇല്ലുസ്ട്രേഷൻ. രോഗീപരിശോധനയിലും സങ്കീർണവും സൂക്ഷ്മവുമായ റോബോട്ടിക് ശസ്ത്രക്രിയയിലും വരെ ഈ ചിത്രീകരണം പ്രയോജനപ്പെടുത്താറുണ്ട്. നൃത്തവും യോഗയും മനുഷ്യ മോഡലുകളെ വെച്ച് ചിത്രരചന നടത്തുന്നതും എല്ലാം ശരീരത്തിന്റെ ഘടനാപരമായ സവിശേഷതകളെ കൂടുതൽ കൃത്യതയോടെ ഉൾക്കൊള്ളാൻ മെഡിക്കൽ വിദ്യാർത്ഥികളെ സഹായിക്കും. ശരീരത്തിന്റെ സൗന്ദര്യാത്മകതയെ ആദരവോടെ നോക്കിക്കാണാനുള്ള പരിശീലനമാണിത്.ഒരു ഡോക്ടർ നേരിടാനിടയുള്ള വൈവിധ്യമാർന്ന സാഹചര്യങ്ങളുണ്ട്. രോഗസ്ഥിതി ഗുരുതരമാണെന്ന് രോഗിക്കു മുന്നിൽ തുറന്നു പറയേണ്ടതായി വരാം. വിഷാദത്തിന്റെ പടുകുഴിയിലേക്ക് വീണുപോയ രോഗിയെ പതിയെ ജീവിതത്തിലേക്ക് കൈപിടിച്ചുയർത്തേണ്ടി വരാം. അവയവം പകുത്തുനൽകാൻ വേണ്ടപ്പെട്ടവരോട് അഭ്യർത്ഥിക്കേണ്ടി വരാം. ബ്രെയിൻ ഡെത്ത് സംഭവിച്ച ഒരാളുടെ അവയവങ്ങൾ ദാനം ചെയ്യാനായി ബന്ധുക്കളോട് അപേക്ഷിക്കേണ്ട സന്ദർഭങ്ങളുണ്ടാവാം. ഇത്തരം ആശയവിനിമയങ്ങളിൽ നിരന്തരമായ പരിശീലനം കൊണ്ട് പാടവം നേടേണ്ടതാണെങ്കിലും 'സിമുലേഷൻ' എന്ന പദ്ധതിയിലൂടെ സമാന സാഹചര്യങ്ങൾ നാടകീയമായി അവതരിപ്പിച്ചുകൊണ്ട് വിദ്യാർത്ഥികളെ അതിനു പ്രാപ്തരാക്കാറുണ്ട്.

രോഗത്തെക്കുറിച്ചും ചികിത്സയെക്കുറിച്ചുമൊക്കെ ഒരുപാട് സംശയങ്ങളും ആകുലതകളും രോഗികൾക്കും കൂടെയുള്ളവർക്കും ഉണ്ടാവാം. ഒരുപരിധിവരെ അതൊക്കെ ദൂരീകരിച്ച് അവർക്ക് സാന്ത്വനമേകാൻ ഡോക്ടർക്ക് കഴിയണം. അശുഭ വാർത്തകൾ പലതും മറച്ചുവച്ചുകൊണ്ട് പുഞ്ചിരിയോടെ രോഗിയോട് ഇടപഴകേണ്ടി വന്നേക്കാം. മരുന്നു കഴിക്കാനും മറ്റും വിസമ്മതിക്കുന്ന, കടുംപിടുത്തക്കാരായ ചില രോഗികളോട് ചിലപ്പോൾ അനുനയത്തിന്റെ ഭാഷ വിട്ട് കർശനമായി പറയേണ്ടതായും വരാം. ഇവിടെയൊക്കെ ആത്മവിശ്വാസം സ്ഫുരിയ്ക്കുന്ന ഒരു ശരീരഭാഷ ഡോക്ടർക്ക് അത്യാവശ്യമാണ്. ഒരു മികച്ച അഭിനേതാവിന്റെ റോൾ തന്നെയാണ് പലപ്പോഴും അവർക്ക് കൈകാര്യം ചെയ്യേണ്ടി വരാറുള്ളത്.

വൈദ്യം വളരെ വിശുദ്ധമായ ഒരു തൊഴിലാണ്. അഴലടരുകളുടെ

അടിയിലെങ്ങോ മൂടിപ്പോയ ഭൂതകാലത്തിലെ മധുരസ്മരണകളെ തൊട്ടുണർത്താനും പ്രതീക്ഷകളെ താലോലിക്കാനും ഒരു സഹജീവിക്ക് തുണയാകാൻ കഴിയുന്ന അസുലഭ അവസരം. രോഗം ചൂഴ്ന്നുനിൽക്കുന്ന ശരീരത്തെയും മനസ്സിനെയും തിരിച്ച് ആരോഗ്യത്തിന്റെ പരിസരത്തേക്ക് പതിയെ കൈ പിടിച്ചു നടത്തുന്ന വളരെ വിലപ്പെട്ട ഒരു സേവന പ്രവൃത്തി. കാരുണ്യം പുരണ്ട കൈകൾ കൊണ്ടാവുമ്പോഴാണ് അതിന് അതിന്റേതായ ഔന്നത്യം ലഭിക്കുന്നത്. ആ കാരുണ്യത്തിന്റെ വിത്തുകളെ വിളയിച്ചെടുക്കാൻ സഹായിക്കുന്ന മഹാചൈതന്യം തന്നെയാവേണ്ടതുണ്ട് കല.

യുഗപ്രഭാവനായ വൈദ്യന്റെ ഓർമ്മപ്പുസ്തകം

ഭൂമിയിൽ രക്തവും മാംസവുമുള്ള ഇങ്ങനെയൊരാൾ ജീവിച്ചിരുന്നതായി ഇനി വരുന്ന തലമുറ വിശ്വസിച്ചേക്കില്ല എന്ന് ഗാന്ധിജിയെക്കുറിച്ച് ആൽബർട്ട് ഐൻസ്റ്റീൻ പറഞ്ഞ വാക്കുകളാണ് പി .കെ. വാരിയർ സാറിനെക്കുറിച്ച് ഓർക്കുമ്പോൾ ആദ്യം മനസ്സിൽ വരുന്നത്. സ്വന്തം ജീവിതം കൊണ്ട് ലോക സാമാന്യത്തിന് മാതൃക കാണിക്കാൻ യുഗാന്തരങ്ങളിൽ ജന്മം ചെയ്തു പോകുന്ന അത്തരം മനുഷ്യരിലൊരാൾ എന്ന വിശേഷണമാവും ഏറ്റവും ചുരുക്കിയെഴുതിയാൽ പത്മഭൂഷൺ ഡോ. പി.കെ.വാരിയർക്ക് യോജിക്കുക .ആയുർവേദം ഒരു പ്രപഞ്ചമാണെങ്കിൽ അതിലെ സൂര്യനായിരുന്നു അദ്ദേഹം.അനേകരിലേക്ക് തന്റെ പ്രകാശം ചൊരിഞ്ഞു നൽകി, സ്വയം വെളിച്ചമാവാൻ പ്രപഞ്ചത്തിന് പ്രാപ്തിയും നൽകിയിട്ടാണ് ആ സൂര്യൻ വിട പറഞ്ഞിരിക്കുന്നത്.സത്കർമ്മങ്ങൾ ചെയ്ത പുണ്യാത്മാക്കൾ ക്കു മാത്രം ലഭിക്കുന്ന ശാന്തമായ അന്ത്യം. 'ഒരു ഉർവ്വാരുകഫലം മൂത്തു പഴുത്ത ശേഷം ഞെട്ടിൽനിന്ന് അടർന്നു മാറും പോലെ പോലെ ലളിതമായി വിടവാങ്ങാൻ സാധിക്കണേ' എന്ന് മൃത്യുഞ്ജയ മന്ത്രത്തിൽ ഒരു പ്രാർത്ഥനയുണ്ട്.

'ഉർവ്വാരുകമിവ ബന്ധനാത് മൃത്യോർമുക്ഷീയമാമൃതാത്'

ചെയ്യാനുള്ള കർമ്മങ്ങൾ പൂർത്തിയാക്കി സ്വച്ഛന്ദമായ ഒരു മരണം...

മാതൃകയാക്കേണ്ട മഹാത്മാക്കളെക്കുറിച്ച് പഠിക്കാൻ അവർ നമുക്കു മുന്നിൽ വെച്ചിട്ടു പോകുന്നത് ഭൂതകാലത്തിന്റെ ചില ഓർമ്മകൾ മാത്രമായിരിക്കില്ല, പകരം വർത്തമാനത്തിലേക്കും ഭാവിയിലേക്കു മുള്ള ചില ഈടുവെപ്പുകൾ കൂടിയായിരിക്കും.വാരിയർ സാർ ലോകത്തിനു സമ്മാനിച്ചത് പടർന്നു പന്തലിച്ച പടുകൂറ്റനൊരു ആരോഗ്യ വൃക്ഷത്തെയാണ്. അത് ആരോഗ്യമേഖലയിൽ വിരിച്ചിട്ട തണലിനെക്കൂടിയാണ്.അദ്ദേഹത്തിന്റെ ജീവിതത്തെയും പ്രവർത്തനങ്ങളെയും കുറിച്ച് അറിയാനാഗ്രഹിക്കുന്നവർക്കു മുന്നിൽ സ്മൃതി പർവ്വം എന്ന പേരിൽ ഒരു ആത്മകഥ തുറന്നു വെച്ചു കൊണ്ടാണ് അദ്ദേഹം യാത്രയായത്.ഏറ്റവും എളിയ നിലയിൽ നിന്നു തുടങ്ങി ഒരു വിശ്വ പൗരനായി വളർന്ന ഡോ. പി.കെ.വാരിയറുടെ ജീവിതത്തിന്റെ നേർ വിവരണം തന്നെയാ

ണ് സ്മൃതി പർവ്വം. ആ ത്മകഥയ്ക്കുള്ള കേരള സാഹിത്യ അക്കാദമി പുരസ്കാരം നേടിയ കൃതി യാണിത്.

ആത്മകഥകൾ പലപ്പോഴും താൻ പെരുമകൾ ഉയർത്തിക്കാട്ടാനുള്ള വെൺചാമരങ്ങളായി കൊണ്ടാടപ്പെടുന്ന പുതിയ കാലത്ത് ഏറെ വ്യ ത്യസ്തത അവകാശപ്പെടാവുന്ന ഒരു ജീവിതരേഖയാണ് അദ്ദേഹം ഓർ ത്തെടുത്ത് തെളിഞ്ഞ ഭാഷയിൽ അവതരിപ്പിക്കുന്നത്. താനെന്ന വ്യ ക്തിയുടെ കേമത്തമായി ഒരു നേട്ടത്തെ യും അവകാശപ്പെടാതെ, അ മ്മാവനും ജ്യേഷ്ഠനുമൊക്കെ പകർന്നുകൊടുത്ത പാരമ്പര്യത്തിന്റെ ഒ രു എളിയ വാഹകനായി മാത്രമാണ് വാരിയർ സാർ ഇതിൽ ആദ്യാവ സാനം പ്രത്യക്ഷപ്പെടുന്നത്. മനുഷ്യസഹജമായ എല്ലാ പിഴവുകളും പ രിമിതികളുള്ള ഒരാളാണെങ്കിലും സന്നിഗ്ദ്ധ ഘട്ടങ്ങളിൽ മനുഷ്യത്ത ത്തിന് മുൻഗണന നൽകി മുന്നോട്ടു നടന്നതിന്റെ ഹൃദയസ്പർശിയായ അനുഭവങ്ങൾ.

തന്റെ പൂർവികർ കോഴിക്കോട്ടെ പന്നിയമ്പള്ളി വാരിയത്തു നിന്നും കോട്ടക്കലെത്തിയതു മുതലുള്ള കേട്ടറിവുകളിൽ തുടങ്ങി അമ്മാവനാ യ പി. എസ്. വാരിയരുടെ നേതൃത്വത്തിൽ തുടങ്ങിയ കോട്ടക്കൽ ആര്യ വൈദ്യശാലയുടെ ആദ്യകാല ചരിത്ര പശ്ചാത്തലത്തിലൂടെ അദ്ദേഹത്തി ന്റെ ഓർമ്മകൾ സഞ്ചരിക്കുന്നു. പല വിവരണങ്ങളും അക്കാലത്തെ സാ മൂഹ്യ ജീവിതത്തിന്റെയും സാംസ്കാരിക പ്രവർത്തനങ്ങളുടെയും സാ ഹിത്യരചനകളുടെയുമൊക്കെ ചരിത്രത്തിലേക്ക് തുറന്നിടുന്ന ജാലക ങ്ങൾ കൂടിയാണ്. ആചാരാനുഷ്ഠാനങ്ങളും വിശ്വാസങ്ങളുമൊക്കെ കൂ ടിക്കലർന്ന സാമൂഹ്യജീവിതത്തിൽ രാഷ്ട്രീയ മതബോധങ്ങൾക്കു മീ തെ പി. എസ്. വാരിയർ എന്ന മനുഷ്യസ്നേഹി പടുത്തുയർത്തിയ ആ ര്യവൈദ്യശാല എന്ന ധർമ്മ സ്ഥാപനത്തിന്റെ കൈകൾ ഒരു കരുതലാ യി പൊതിഞ്ഞു നിന്നു. അതുകൊണ്ടുതന്നെ മാപ്പിളലഹള പോലുള്ള വർഗ്ഗീയ പ്രശ്നങ്ങൾ മലപ്പുറത്തെയാകെ ബാധിച്ചപ്പോഴും കോട്ടക്കൽ പ്രദേശത്തെ ഹിന്ദു മുസ്ലിം ഐക്യം തകർന്നതേയില്ല. ആ സഹിഷ്ണു ത നിലനിർത്തിക്കൊണ്ടുപോകാൻ പി.കെ വാരിയർക്കും സാധിച്ചിട്ടുണ്ട്.

കൈക്കുളങ്ങര രാമവാരിയർ, പുന്നശ്ശേരി നമ്പി തുടങ്ങിയവരുടെ ശി ക്ഷണത്തിൽ അഭ്യസിച്ച പി. എസ് വാരിയർക്ക് സംസ്കൃതത്തിലും സാ ഹിത്യത്തിലുമൊക്കെ അഗാധ പാണ്ഡിത്യം തന്നെയുണ്ടായിരുന്നു. കു ഞ്ഞിക്കുട്ടൻ തമ്പുരാൻ, വി.സി ബാലകൃഷ്ണപ്പണിക്കർ എന്നിവരോടു ള്ള പി എസ് വാരിയരുടെ സൗഹൃദങ്ങളും മരുമകൻ എന്ന നിലയിൽ പി കെ വാരിയർ ഓർത്തെടുക്കുന്നു. കലാ സാംസ്കാരിക വിഷയങ്ങ

ളിൽ തല്പരനായിരുന്ന പി. എസ് വാരിയർ തുടങ്ങിവെച്ച പരമശിവ വിലാസം നാടകക്കമ്പനിയാണ് പിന്നീട് പി എസ് വി നാട്യസംഘം എന്ന കഥകളി യോഗമായിപരിണമിച്ചത്.

ഒരു എൻജിനീയറാകണമെന്ന മോഹവുമായി നടന്നിരുന്ന കൃഷ്ണൻ കുട്ടി വാരിയർ എന്ന പി കെ വാരിയർ യാദൃശ്ചികമായി വൈദ്യ പഠനത്തിലേക്ക് എത്തിപ്പെട്ടതിന്റെയും ദേശീയ പ്രസ്ഥാനവുമായി ബന്ധപ്പെട്ട് സമരമുഖത്ത് സജീവമായതിന്റെയും ഓർമ്മകളുണ്ട്. സാമൂഹ്യപ്രശ്നങ്ങളിൽ ആഴത്തിൽ ഇടപെടാൻ തുടങ്ങിയതോടെ കമ്മ്യൂണിസ്റ്റ് ചിന്താഗതിക്കാരനായി മാറി. കർഷകസംഘം, തൊഴിലാളി പ്രസ്ഥാനങ്ങൾ എന്നിവയുടെ സഹയാത്രികനായിരുന്നു തുടക്കം മുതൽക്കേ വാരിയർ. ഇന്ന്, കോട്ടക്കൽ ആര്യവൈദ്യശാലയെന്ന പേരിൽ ലോകപ്രശസ്തമായ സ്ഥാപനത്തിന്റെ എളിയ നിലയിലുള്ള തുടക്കവും ബാലാരിഷ്ടതകളും അദ്ദേഹം ഓർത്തെടുക്കുന്നുണ്ട് എത്ര വലിയ നിലയിലെത്തിയാലും കടന്നുവന്ന വഴികളെക്കുറിച്ച് ഓർമ്മകളുണ്ടായിരിക്കണം എന്നതിന്റെ ഹൃദയസ്പർശിയായ മാതൃകയാണിത്. ഒരു സ്ഥാപനത്തിന്റെ മുതലാളിയെന്ന നിലയിൽ തൊഴിലാളി പ്രശ്നങ്ങളിൽ ഇടപെടേണ്ടി വന്നപ്പോൾ ആദ്യകാലങ്ങളിലെ തൊഴിലാളി സൗഹൃദങ്ങൾ അദ്ദേഹത്തിനു തുണയായി. ആ നേരങ്ങളിലെല്ലാം തൊഴിലാളികളുടെ ഭാഗത്തുനിന്ന് പ്രശ്നത്തെ നോക്കിക്കാണാൻ സാധിച്ചതു കൊണ്ട് ശക്തമായ തൊഴിൽ സമരങ്ങളില്ലാതെ തന്നെ വൈദ്യശാല നടത്തിക്കൊണ്ടുപോകാൻ തനിക്ക് സാധിച്ചിട്ടുണ്ടെന്ന് വാരിയർ സാർ സന്തോഷത്തോടെ ഓർക്കുന്നു.ഇതിന്റെയൊന്നും ഉത്തരവാദി താനല്ല എന്നും അമ്മാമനും ജ്യേഷ്ഠനും കാണിച്ചുതന്ന പാതയിൽ അവരുടെ വിചാര ധാരകൾ പിന്തുടരുക മാത്രമേ താൻ ചെയ്തിട്ടുള്ളൂ എന്നും വിനയാന്വിതനാവുന്നുണ്ട് പി. കെ വാരിയർ. ജ്യേഷ്ഠനായ ആര്യവൈദ്യൻ പി. മാധവ വാരിയരുടെ ആകസ്മികമായ നിര്യാണത്തെ തുടർന്നാണ് 1953 ൽ കോട്ടക്കൽ ആര്യ വൈദ്യ ശാലയുടെ മാനേജിങ് ട്രസ്റ്റിയായി വാരിയർ സാർ ചാർജ്ജെടുക്കുന്നത്.

കേവലമൊരു വൈദ്യശാലയാരംഭിച്ച് അതിന്റെ ലാഭം കൊണ്ട് സമ്പന്നരാവുക എന്നതായിരുന്നില്ല ആര്യവൈദ്യശാല നടത്തിപ്പുകാരുടെ ഉദ്ദേശം. വൈദ്യ സമൂഹം, പൊതുജനങ്ങൾ, തൊഴിലാളികൾ, രോഗികൾ എന്നിങ്ങനെ വ്യത്യസ്ത മേഖലയിലുള്ളവരെ എങ്ങനെ ഇതുകൊണ്ട് സഹായിക്കാം എന്നത് കൂടിയായിരുന്നു. മരുന്ന് വിൽപനയിലെ ലാഭം കൊണ്ട് ധർമ്മസ്ഥാപനം നടത്തി പാവപ്പെട്ട രോഗികൾക്ക് അത്താ

ണിയാ കുന്ന ഇത്രയും വലിയ സംരംഭം മറ്റെവിടെയെങ്കിലും ഉണ്ടോ യെന്ന് സംശയമാണ്. വൈദ്യം എന്നത് കോടികൾ കൊയ്യാനുള്ള ഒരു ഒരു ബിസിനസ്സ് മാത്രമാക്കി രോഗികളെ പല വിധേനയും ചൂഷണം ചെയ്യുന്ന കോർപ്പറേറ്റ് ഭീമന്മാർ അടക്കിവാഴുന്ന ഇന്നത്തെ കാലത്ത് കോട്ടക്കൽ ആര്യവൈദ്യശാല ലോകത്തിനു വെളിച്ചമാകുന്ന മാനവിക തയുടെ വലിയ മാതൃകയാണ് എന്നത് നമുക്കേവർക്കും അഭിമാനത്തി ന് വക നൽകുന്നുണ്ട്.

സ്മൃതി പർവ്വത്തിൽ വാരിയർ സാർ വിവരിക്കുന്ന ഓരോ വ്യക്തി സ്മരണകളും അക്കാലത്തെ ചരിത്രം, കാലം, സമൂഹം തുടങ്ങിയവയു ടെ നേർ ചിത്രീകരണം കൂടിയാവുന്നു എന്നതിനാൽ കേരളചരിത്രം പഠിക്കുന്ന വിദ്യാർത്ഥികൾക്കും ഉപകാരപ്രദമാവും ഈ ആത്മകഥ.

പുസ്തകങ്ങളിൽ നിന്നു ലഭിച്ച അറിവുകൾക്കുപരി, അനുഭവത്തെ യും യുക്തിബോധത്തെയും സൂക്ഷ്മനിരീക്ഷണത്തെയും ചേർത്തുകൊ ണ്ട് താൻ സ്വീകരിച്ച ചികിത്സാ സമീപനങ്ങളെ ഓർത്തെടുക്കുന്നുണ്ട് അദ്ദേഹം. ഇവിടെയെല്ലാം നിരുപാധികമായ അനുകമ്പയും മനുഷ്യസ് നേഹവുമാണ് അദ്ദേഹത്തിന്റെ മുഖമുദ്ര. ഇനിയൊന്നും ചെയ്യാനില്ല എ ന്നു പറഞ്ഞ് വിദഗ്ധ ഡോക്ടർമാർ മടക്കിയ വിദേശികളും സ്വദേശികളു മായ നിരവധി പേരെയാണ് അദ്ദേഹം ജീവിതത്തിന്റെ സ്വച്ഛതയിലേക്ക് മടക്കി കൊണ്ടുവന്നത്. ഇത്തരം ചികിത്സാ ഫലങ്ങളുടെ തെളിവുകളാ ണ് യഥാർത്ഥത്തിൽ ആയുർവേദത്തെ ലോകത്തിന്റെ നെറുകയിലെത്തി ക്കുന്നതിൽ സുപ്രധാന പങ്കുവഹിച്ചത്. ഇതിനു സാക്ഷികളായവർക്ക് പിന്നെ ആയുർവേദത്തിന്റെ ഫലസിദ്ധിയെ പ്പറ്റിയോ ശാസ്ത്രീയതയെ പ്പറ്റിയോ ആശങ്കയ്ക്ക് ഇടയുണ്ടാവില്ല.

കോട്ടക്കൽ ആര്യവൈദ്യശാല, അതിന്റെ വികസന മുന്നേറ്റത്തിൽ സുപ്രധാനമായ പല പടവുകളും പി.കെ വാരിയരുടെ നേതൃത്വത്തിലാ ണ് കയറുന്നത്. ഫാക്ടറി നവീകരണം, ആധുനിക സാങ്കേതിക സൗക ര്യങ്ങളുടെ ഉപയോഗപ്പെടുത്തൽ, കിടത്തി ചികിത്സാ സൗകര്യങ്ങൾ വർ ദ്ധിപ്പിക്കൽ, പഞ്ചകർമ്മ ചികിത്സ ആരംഭിക്കൽ, ബ്രാഞ്ചുകളും ഏജൻ സികളുമായി ആയി വൈദ്യശാലയുടെ വികസനം ഇതിലെല്ലാം ഈ ധി ഷണാശാലിയുടെ ദീർഘവീക്ഷണമുണ്ടായിരുന്നു.ആയുർവേദം കൊണ്ട് ലഭിച്ച പെരുമയുടെ പേരിലും ആയുർവേദത്തിന്റെ പ്രചരണാർത്ഥവും നിരവധി വിദേശ രാഷ്ട്രങ്ങൾ സന്ദർശിക്കാൻ വാരിയർക്ക് ഭാഗ്യം ലഭി ച്ചു. അതൊക്കെ അദ്ദേഹം ശിശുസഹജമായ കൗതുകത്തോടെയാണ് ആത്മകഥയിൽ ഓർത്തെടുക്കുന്നത്. ആയുർവേദ ചികിത്സാ വൈദഗ്

ധ്യത്തിന്റെയും ആര്യവൈദ്യശാലയുടെയും പേരിൽ അദ്ദേഹത്തെ തേടിയെത്തിയ ബഹുമതികളും നിരവധിയാണ്.

പരമോന്നത സിവിലിയൻ ബഹുമതികളായ പത്മശ്രീയും പത്മഭൂഷണും നൽകി രാഷ്ട്രം അദ്ദേഹത്തെ ആദരിച്ചു. കേരള സർക്കാരിന്റെ അഷ്ടാംഗ രത്ന പുരസ്കാരം, നേപ്പാൾ ഗവൺമെന്റിന്റെ ഭൂപാൽ മാൻ സിങ് കാർക്കി പുരസ്കാരം എന്നു തുടങ്ങി എണ്ണമറ്റ അവാർഡുകളാണ് അദ്ദേഹത്തെ തേടിയെത്തിയത്.

ദർശനത്തിൽ തന്നെ രോഗികൾക്ക് സുരക്ഷിതത്വവും ആശ്വാസവും പകരാനുള്ള അപൂർവ്വ സിദ്ധിയു ണ്ടായിരുന്നു അദ്ദേഹത്തിന്. എല്ലാ ഡോക്ടർമാരും കൈയൊഴിഞ്ഞ നിരവധി രോഗികളാണ് അദ്ദേഹത്തിന്റെ അവധാന താ പൂർവ്വമുള്ള പരിചരണത്തിലൂടെ ജീവിതത്തിലേക്ക് തിരിച്ചെത്തിയത്. രോഗികൾക്ക് ആത്മവിശ്വാസം പകരുന്ന വാക്കും നോക്കുമൊക്കെ ഇഴചേർന്ന സ്വതസിദ്ധമായ ഒരു ശൈലി തന്നെയുണ്ടായിരുന്നു അദ്ദേഹത്തിന്.ആയുർവേദത്തിന്റെ ശാസ്ത്രീയത തെളിയിക്കാനും അതിനെ ഉയർത്തിക്കാട്ടാനും വേണ്ടി നിരന്തരമായ പ്രഭാഷണങ്ങൾക്ക് മുതിരുകയോ ചർച്ച നടത്തുകയോ അല്ല അദ്ദേഹം ചെയ്തത്. അത് ജീവിതത്തിൽ കാണിച്ചു തന്നു. രാവിലെ നേരത്തേ എഴുന്നേൽക്കുന്നതിലും വ്യായാമം ചെയ്യുന്നതിലും ഭക്ഷണത്തിൽ മിതത്വം പാലിക്കുന്നതിലും നല്ല ചിന്തകൾ പുലർത്തുന്നതിനും മറ്റുള്ളവരെ സഹായിക്കുന്നതിനും ഈശ്വര ചിന്തയിലും എല്ലാം ഒരു നല്ല ഉദാഹരണമായി മാറി. അതുതന്നെയാവേണ്ടതുണ്ട് പുതിയ തലമുറയ്ക്ക് അദ്ദേഹത്തിന്റെ സന്ദേശവും.

ആയുർവേദത്തിന്റെ ശാസ്ത്രീയത ചോദ്യം ചെയ്യപ്പെട്ട പല സന്ദർഭങ്ങളിലും പുതുതലമുറയിലെ ആയുർവേദ ക്കാർക്കിടയിൽ പല പല ആശങ്കകളും ഉയർന്നു. വാദങ്ങളും എതിർവാദങ്ങളും കൊണ്ട് രംഗം കലുഷിതമായപ്പോൾ ആയുർവേദക്കാർക്കിടയിൽ ഒരുതരം അനാഥത്വമാണ് തോന്നിയത്. ഭരണകൂടം പോലും തങ്ങളെ എതിർക്കുന്നുവോ എന്ന തോന്നൽ. സ്വതസിദ്ധമായ ശൈലിയിൽ വാരിയർ സാർ പറഞ്ഞു 'ആയുർവേദത്തിന്റെ വഴികളോ കാഴ്ചപ്പാടുകളോ എന്തോ ആയിക്കൊള്ളട്ടെ, ചികിത്സ ഫലപ്രദമാണ്. അതിൽ സംശയങ്ങൾ ഇല്ലാത്തിടത്തോളം തർക്കത്തിന്റെ ആവശ്യമില്ല 'ചുറ്റുവട്ടത്തു നിന്നും അന്യസംസ്ഥാനങ്ങളിൽ നിന്നും വിദേശത്തുനിന്നും ഒക്കെയായി വന്ന നിരവധി രോഗികളെ ആയുർവേദത്തിന്റെ സാമ്പ്രദായിക ചികിത്സകളിലൂടെ സുഖപ്പെടുത്തിയതിന്റെ വെളിച്ചത്തിൽ അദ്ദേഹമതു പറഞ്ഞപ്പോൾ ലോകം ശ്ര

ദ്ധാപൂർവ്വം കാതു കൊടുത്തു.

കോട്ടക്കൽ ആയുർവേദ കോളേജിലെ എന്റെ പഠന കാലത്ത് ഇട യ്ക്കൊക്കെ പുലർച്ചെ വിശ്വംഭരൻ ക്ഷേത്രത്തിൽ തൊഴാൻ പോകുമാ യിരുന്നു. ഗജ ദന്തങ്ങളും താമരപ്പൂക്കളും കൊണ്ട് അലങ്കരിച്ച വിശ്വംഭര വിഗ്രഹം കാണാൻ മാത്രമായിരുന്നില്ല ആ പോക്ക്. ചുണ്ടിൽ ജപവുമാ യി ക്ഷേത്രത്തിന് വലം വെക്കുന്ന വാരിയർ സാർ. നല്ല വേഗത്തിലാണ് നടക്കുക. തൊട്ടുപിന്നിൽ കുറച്ചുനേരം നടക്കണം. നേർക്കു നേർ ക ണ്ടു തൊഴുമ്പോൾ മടക്കിത്തരുന്ന ആ പുഞ്ചിരി കാണണം. കാല് തൊ ട്ട് വന്ദിച്ചാൽ തലയിൽ മെല്ലെയൊന്നു തൊടും.

അളവില്ലാത്ത കാരുണ്യത്തിന്റെ സ്പർശം. അതു മാത്രം മതിയായി രുന്നു ആയുർവേദം പഠിക്കാനുള്ള പ്രോത്സാഹനത്തിന്.പിന്നീടും പല പ്പോഴായി ആ വാത്സല്യത്തിന്റെ തേൻ നുകരാൻ സാധിച്ചിട്ടുണ്ട്. എ ല്ലാം ജന്മത്തിന്റെ സ്വകാര്യ സൗഭാഗ്യങ്ങളായി ഹൃദയത്തോടു ചേർത്തു വെയ്ക്കുന്നു. അങ്ങയുടെ കാലത്ത് കോട്ടക്കൽ ജീവിക്കാൻ സാധിച്ചു എന്നതു തന്നെ മഹാപുണ്യം. അദ്ദേഹം സ്വന്തം ജീവിതം കൊണ്ട് കാ ണിച്ചു തന്ന ആയുർവേദത്തിന്റെ സനാതന സത്യങ്ങൾ ലോകത്തിനു തന്നെ വഴിവിളക്കാവുമെന്ന് പ്രത്യാശിക്കാം.

'സ ജാതോ യേന ജാതേന യാതി വംശ: സമുന്നതിം ' എന്നുണ്ട ല്ലോ. ആരുടെ ജന്മം കൊണ്ടാണോ അയാളുടെ വംശം ഉന്നതിയിലെ ത്തുന്നത്, അത്തരം മനുഷ്യ ജന്മങ്ങളാണ് സാഫല്യം നേടുന്നത്. ആ യുർവേദ വംശത്തെയാകെ സമുന്നതിയിലേക്കുയർത്തിയ മഹാനുഭാവ ന്റെ ദീപ്തസ്മരണയ്ക്കു മുന്നിൽ എളിയ ശിഷ്യന്റെ അശ്രുപൂജ.

വായുവിലലിഞ്ഞ ജീവശ്വാസം

മരണം ജീവിതത്തിലെ ഒരു ആത്യന്തിക സത്യമാണ്. അതിനപ്പുറത്തേക്ക് ഒന്നുമില്ല. ഒരോരുത്തരും അത് അഭിമുഖീകരിക്കുന്നത് വ്യത്യസ്ത രീതിയിലാണെന്നു മാത്രം. അപ്രതീക്ഷിതമായി ഒരു ഞൊടിയിടയിൽ എല്ലാമവസാനിച്ചു പോകുന്നവരും ഏറെ പ്രതീക്ഷിച്ച് കിടന്ന് കിടന്ന് അതിനെ ഗാഢമായി പുണരുന്നവരും ജീവിച്ച് കൊതിതീരാതെ മരണമുഖത്തേക്ക് നടക്കേണ്ടി വരുന്നവരും മാനസികാസ്വാസ്ഥ്യത്തിന്റെ ഇരുണ്ട ഗലികളിൽ സ്വയമവസാനിപ്പിച്ചു പോകുന്നവരുമൊക്കെയായി എത്രയെത്ര ഉദാഹരണങ്ങളാണ് മനുഷ്യന്റെ മരണ യാത്രകൾക്കുള്ളത്. അവനവന്റെ സ്വത്വത്തെ തൃണവൽഗണിച്ച് രാജ്യത്തിനു വേണ്ടി സധൈര്യം മരണത്തിന്റെ മുഖത്തു നോക്കി ചിരിച്ചവരുടെ ചരിത്രം ആരാധനയോടെയാണ് നാം പറയാറുള്ളത്. ഭീതിജനകമായ ഒരു യാഥാർത്ഥ്യത്തിൽ നിന്നു മാറി മരണത്തിന് ഉദാത്തമായ ഒരു സങ്കല്പമായി മാറാനും കഴിയുമെന്ന് അവിടെ നാം തിരിച്ചറിയുന്നു.വൈദ്യശാസ്ത്രം മരണത്തെ നോക്കുന്നത് ഏറെ വ്യത്യസ്തമായ മറ്റൊരു കോണിലാണ്. അവിടെ വൈകാരികതയ്ക്ക് വലിയ പ്രാധാന്യമൊന്നുമില്ല. ശരീരവും രോഗവും തമ്മിലുള്ള മത്സരത്തിൽ ശരീരം പരാജയപ്പെടുമ്പോൾ മരണത്തിന്റെ പദചലനങ്ങൾ കേൾക്കുകയായി. കേവലം ഒരു സാക്ഷി എന്നതിലപ്പുറം ഔഷധങ്ങളും ചികിത്സകളും കൊണ്ട് ഡോക്ടർക്ക് ഒരു ശ്രമം നടത്താം. ചിലപ്പോൾ മരണത്തിലേക്കുള്ള ദൂരം ദീർഘിപ്പിക്കാൻ കഴിഞ്ഞേക്കാമെന്നല്ലാതെ ആയുസ്സിന്റെ കടിഞ്ഞാൺ അയാളുടെ കൈയ്യിലല്ല. മരണമനുഭവിക്കുന്നവന്റെയും കൂട്ടിരിപ്പുകാരുടെയും ശോകാർത്തമായ പരിദേവനങ്ങൾ കേട്ടുകേട്ട് പതം വന്ന അയാളുടെ മനോനില ഒരു തരത്തിൽ അതിനോട് താദാത്മ്യം പ്രാപിച്ചിരിക്കും. രോഗിയും ബന്ധുക്കളും ദൈവത്തിന്റെ പരിവേഷമൊക്കെ ഡോക്ടർക്ക് കൊടുക്കുമെങ്കിലും അത്തരത്തിൽ യാതൊരു അത്ഭുതങ്ങളും കാണിക്കാനറിയാത്ത ഒരു സാധാരണ മനുഷ്യൻ മാത്രമാണയാൾ. തന്റേതായ ഭയങ്ങളും വേവലാതികളും സങ്കടങ്ങളും പ്രതീക്ഷകളുമെല്ലാമുള്ള ഒരു പച്ച മനുഷ്യൻ. മരണം അയാൾക്കും ബാധകമാണ്. എന്നാൽ വലിയ പ്രതീക്ഷകളോടെ കയറിയെത്തിയ ജീവിതത്തിന്റെ ഉച്ചവെയിലിൽ നിന്ന് ഒരു ഡോ

ക്കർ പൊടുന്നനവേ അസ്തമയത്തിലേക്ക് ഇടിഞ്ഞു വീഴുന്നത് നൊമ്പരപ്പെടുത്തുന്ന ഒരനുഭവമാണ്. തന്റെ മരണം നിർണ്ണയിക്കപ്പെട്ട നിമിഷം മുതൽ പ്രിയപ്പെട്ടവരോടെല്ലാം വിട പറഞ്ഞ് പടിപടിയായി അതിലേക്കിറങ്ങിപ്പോകുന്ന ചെറുപ്പക്കാരനായ ഒരു ഡോക്ടർ തന്റെ ആത്മകഥ വിവരിക്കുമ്പോൾ അതിന് തീവ്രത കൂടും. അയാൾ നല്ല സാഹിത്യബോധവും ഭാഷാശൈലിയുമുള്ള ഒരാൾ കൂടിയാകുമ്പോൾ ഹൃദയഹാരിയായ ഒരു കാവ്യം പോലെ നമ്മളെയത് പിടിച്ചുലയ്ക്കും. അങ്ങനെയൊരു വായനാനുഭവമാണ് പോൾ കലാനിധിയുടെ When breath becomes air പകർന്നു നൽകുന്നത്. തന്റെ ആയുസ്സിന്റെ അവസാന നിമിഷങ്ങൾ അദ്ദേഹം പങ്കുവെയ്ക്കുമ്പോൾ ജീവിതമെന്ന അനുഗ്രഹത്തെക്കുറിച്ചും ബന്ധങ്ങളുടെ ഊഷ്മളതയെക്കുറിച്ചും നന്ദിയോടെ ഒരു പുനരാലോചന നടത്താൻ വായനക്കാർക്കുള്ള ഒരവസരം കൂടിയാവുന്നു അത്.

കുടുംബാംഗങ്ങളോടൊപ്പം മനസ്സറിഞ്ഞ് സമയം ചെലവിടാൻ പോലും സാധിക്കാത്ത ഡോക്ടർമാരുടെ ജീവിതം സ്വന്തം വീട്ടിൽത്തന്നെ കണ്ടു ശീലിച്ച പോൾ മുന്നേ തന്നെ ഒന്നു തീരുമാനിച്ചിരുന്നു. -എന്തുവന്നാലും ഒരു ഡോക്ടറാകരുത്. എഴുത്തുകാരനാകാനായിരുന്നു അദ്ദേഹത്തിനാഗ്രഹം. പ്രകൃതി സൗന്ദര്യവും ജീവജാലങ്ങളുടെ സവിശേഷതകളും നിരീക്ഷിക്കുന്നതിൽ ആഹ്ലാദം കണ്ടെത്തിയ ഒരാൾക്ക് അതിലധികം തൃപ്തി പകരുന്ന മറ്റൊന്നുമില്ലല്ലോ. പ്രശസ്തമായ നിരവധി സാഹിത്യ കൃതികളാണ് ചെറിയ പ്രായത്തിൽത്തന്നെ പോൾ വായിച്ചു തീർത്തത്. ഭാവനയുടെ അതിരില്ലാത്ത ലോകങ്ങളിലേക്ക് മനുഷ്യർക്ക് സഞ്ചരിക്കാനാവുന്നതിന് കാരണം തലച്ചോറിന്റെ സങ്കീർണ്ണവും സമഗ്രവുമായ പ്രവർത്തനങ്ങളാണെന്നു കണ്ടതോടെ അതിലായി അദ്ദേഹത്തിന്റെ ശ്രദ്ധ. മനുഷ്യജീവിതത്തിന്റെ അർത്ഥം തിരയുന്ന പല സാഹിത്യ കൃതികളും അദ്ദേഹത്തെ ഏറെ സ്വാധീനിച്ചു. ജീവിതാന്വേഷണത്തിന്റെ ജൈവശാസ്ത്ര പരമായ ബന്ധങ്ങൾ തിരഞ്ഞ് ഒടുവിൽ അദ്ദേഹം എത്തിച്ചേരുന്നത് ന്യൂറോ സയൻസിലാണ്. പഠനത്തിന്റെ ഭാഗമായി, തലച്ചോറിന് തകരാറുള്ള കുട്ടികളെ പാർപ്പിച്ച ഒരു റിഹാബിലിറ്റേഷൻ സെന്ററിലെത്തുന്ന പോളും കൂട്ടരും കാണുന്നത് മസ്തിഷ്കാഘാതം കൊണ്ട് പല തരത്തിൽ വിഷമമനുഭവിക്കുന്ന കുട്ടികളെയാണ്. അത് അദ്ദേഹത്തിന്റെ ഹൃദയത്തെ ആഴത്തിൽ സ്പർശിച്ചു. ഏത് ഉപരി പഠനത്തിലേക്കാണ് കടക്കേണ്ടതെന്ന പോളിന്റെ അന്വേഷണത്തിന് പുതിയ ദിശാബോധം പകർന്ന അനുഭവമായിരുന്നു അത്.

മനുഷ്യരുടെ ആശയ വിനിമയങ്ങളിലും പരസ്പര ബന്ധങ്ങളിലുമെല്ലാം നിർണ്ണായക സ്ഥാനം വഹിക്കുന്ന തലച്ചോറും ആത്മീയതയും തമ്മിലുള്ള ബന്ധങ്ങളെക്കുറിച്ച് അദ്ദേഹം പഠിക്കാനാരംഭിച്ചു. വാൾട്ട് വിറ്റ്മാന്റെ കവിതകളായിരുന്നു ഗവേഷണ വിഷയം. സാഹിത്യം കൈകാര്യം ചെയ്യുന്നവർക്ക് ശാസ്ത്രത്തോട് താല്പര്യം കുറവായിരിക്കുമെന്നും അത്തരമൊരു തിസിസിന് വേണ്ട പരിഗണന കിട്ടില്ല എന്ന് പലരും പറഞ്ഞുവെങ്കിലും 'വിറ്റ് മാനും വ്യക്തിത്വത്തിന്റെ വൈദ്യ വൽക്കരണവും ' എന്ന പോളിനെ പഠനത്തിന് സാഹിത്യ ലോകത്തിനു പുറത്ത് പൊതുവെ നല്ല സ്വീകാര്യതയാണ് ലഭിച്ചത്. ഇംഗ്ലീഷ് സാഹിത്യലോകം ഇത്തരം വിഷയങ്ങൾ ചർച്ച ചെയ്യപ്പെടേണ്ട ഇടമല്ലെന്ന് പോളിന് ബോധ്യമായി. തനിക്കു താല്പര്യമുള്ള ജീവശാസ്ത്രവും സാഹിത്യവും ധാർമിക മൂല്യങ്ങളും ഒക്കെ ഇടകലർത്തി പഠിക്കേണ്ട പ്രൊഫഷണൽ കോഴ്സ് അന്വേഷിച്ച് ഒടുവിൽ അദ്ദേഹം എത്തിച്ചേർന്നത് മെഡിക്കൽ സ്കൂളിലാണ്.

പോൾ അവിടെ നല്ലൊരു വിദ്യാർത്ഥിയായിരുന്നു. മെഡിക്കൽ ബുക്കുകൾക്കപ്പുറത്തേക്ക് അദ്ദേഹത്തിൻറെ ജിജ്ഞാസ വളർന്നു.ഡിസെക്ഷൻ ഹാളിലെ ശവ ശരീരത്തിന്റെ ദൈന്യത നിറഞ്ഞ മുഖത്തുനിന്ന് ഏത് ലക്ചറിനെക്കാളും കൂടുതൽ തനിക്ക് പഠിക്കാൻ കഴിഞ്ഞിട്ടുണ്ടെന്ന് തുറന്നു പറയുന്നുണ്ട് പോൾ. വൈദ്യ പുസ്തകങ്ങളിലെ സാഹിത്യാംശങ്ങൾ കണ്ടെത്താനും അത് ആസ്വദിക്കാനും വലിയ താല്പര്യമായിരുന്നു അദ്ദേഹത്തിന്. താൻ വായിച്ചിട്ടുള്ള ക്ലാസിക് രചനകളുമായി മെഡിക്കൽ കോളേജ് അനുഭവങ്ങളെ അദ്ദേഹം താരതമ്യം ചെയ്തു. ലേബർ റൂമിൽ അന്നു പിറന്ന കുട്ടികൾ മരിച്ചു പോയ വിവരം കേൾക്കുന്ന പോളിന് സാമുവൽബെക്കറ്റിന്റെ കവിതാ ശകലമാണ് പെട്ടെന്ന് ഓർമ്മ വരുന്നത്.

പരീക്ഷകളിളെല്ലാം ഉന്നത വിജയം നേടിക്കൊണ്ട് പോൾ മെഡിക്കൽ ബിരുദം കരസ്ഥമാക്കി. ഉപരി പഠനത്തിനായി മന:സംഘർഷം കുറഞ്ഞതും കൂടുതൽ പണം കിട്ടുന്ന തുമായ മേഖലകൾ തിരഞ്ഞെടുക്കാൻ സുഹൃത്തുക്കൾ തിരക്കു കൂട്ടിയപ്പോൾ പോളിന്റെ താല്പര്യം ന്യൂറോ സർജറിയായിരുന്നു. ജീവിതം, രോഗം, മരണം എന്നിവയ്ക്കിടയിലുള്ള സംഘർഷഭരിതമായ നിമിഷങ്ങളെ ജീവശാസ്ത്രവും ആത്മീയതയും തമ്മിലുള്ള നൂലുകൾ കൊണ്ട് ബന്ധിപ്പിക്കാനും തത്വശാസ്ത്രപരമായ സമീപനങ്ങളിലൂടെ സ്വന്തം അസ്ഥിത്വം കണ്ടെത്താനുമായിരുന്നു അദ്ദേഹത്തിന് താല്പര്യം. ഏറെ വെല്ലുവിളികൾ ഉയർത്തുന്ന ഒരു മേഖലയായിട്ടും ഓരോ രോഗികളുടെയും ജീവിതത്തിന് അർത്ഥം പകർന്നു

നൽകാൻ കഴിയുന്നഏറ്റവും ഉദാത്തമായൊരു അവസരമായിട്ടാണ് ന്യൂറോ സർജറി യെ അദ്ദേഹം കണ്ടത്. അത്രമാത്രം വൈദഗ്ധ്യം ആവശ്യമായ ഒരു മേഖലയാണതെന്നറിഞ്ഞിട്ടും അത്തരം കഴിവുകളോരോന്നും നേടിയെടുക്കാൻ അവസരം ലഭിച്ചതിന്റെ ആഹ്ലാദമായിരുന്നു ന്യൂറോ സർജറിയിൽത്തന്നെ ഉപരിപഠനത്തിന് അവസരം ലഭിച്ചപ്പോൾ അദ്ദേഹത്തിന് തോന്നിയത്. അത് അദ്ദേഹം പരമാവധി ഉപയോഗപ്പെടുത്തുകയും ചെയ്തു. നിർണ്ണായക ഘട്ടങ്ങളിൽ തന്റെ കഴിവിന്റെ പരമാവധി ഉപയോഗപ്പെടുത്തിക്കൊണ്ടാണ് എത്രയോ പേരെ അദ്ദേഹം ജീവിതത്തിലേക്ക് തിരികെ കൊണ്ടുവന്നത്. പലയവസരങ്ങളിലും ഉറക്കം പോലും ഒഴിവാക്കി തുടർച്ചയായ ജോലിയിൽ മുഴുകിയ അദ്ദേഹം, സ്വന്തം പിഴവുകളുടെ ഉത്തരവാദിത്തം ഏറ്റെടുക്കാൻ തയ്യാറാവണമെന്ന് സഹപ്രവർത്തകരെ ബോധ്യപ്പെടുത്തുക കൂടി ചെയ്തു. ജീവിതത്തിനും മരണത്തിനുമിടയിലെ സന്നിഗ്ധതയും അതിൽ ന്യൂറോ സർജറിയുടെ സാധ്യതയും അദ്ദേഹത്തെ ലഹരിപിടിപ്പിച്ചു. നിരാശയുടെ പടുകുഴിയിലേക്ക് വീണുപോകുന്ന രോഗികളെ മെല്ലെ കൈ പിടിച്ചെഴുന്നേൽപ്പിച്ച് ജീവിതത്തിലേക്ക് തിരിച്ചു കൊണ്ടുവരുന്നതിൽ അദ്ദേഹം ആനന്ദം കണ്ടെത്തി. മാറാ രോഗങ്ങളുടെ നിത്യ യാതനയിൽ കുരുങ്ങിയ രോഗികൾക്കും അവരുടെ ബന്ധുക്കൾക്കും വേണ്ട സാന്ത്വനവും നിർദ്ദേശവും നൽകുന്നതിൽ ബദ്ധശ്രദ്ധനായിരുന്നു പോൾ. കാൻസർ ബാധിതനാണെന്ന് ഒരാൾ നിർണ്ണയിക്കപ്പെടുന്ന നിമിഷം അതൊരു വല്ലാത്ത ആഘാതമാണയാ ളിലുണ്ടാക്കുക. ശാരീരികവും മാനസികവുമായി അവർ തളർന്നുപോകും. അത്തരം നിർണായക പ്രതിസന്ധികളെ സംയമനത്തോടെ കടന്നുകയറാൻ രോഗികളെ പ്രാപ്തരാക്കുക എന്ന ശ്രമകരമായ ദൗത്യം പോൾ ആത്മാർത്ഥമായി നിർവ്വഹിച്ചു. കൈകളിൽ സ്നേഹാർദ്രമായി ഒന്നമർത്തിപ്പിടിച്ചാൽത്തന്നെ സാധ്യമാകുന്ന സാന്ത്വനത്തിന്റെ അസാധാരണ ഭാഷണങ്ങളിൽ വൈദ്യത്തിന്റെ ഔന്നത്യം അനുഭവിക്കാൻ അദ്ദേഹത്തിനു സാധിച്ചു. രോഗികളുടെ വേദനകളെ തന്റെ തന്നെ വേദനായി അനുഭവിക്കൻ കഴിഞ്ഞതുകൊണ്ടാവണം, ഒറ്റയ്ക്കായ പല നേരങ്ങളിലും തന്റെ കണ്ണുകൾ നിറഞ്ഞൊഴുകിയതായി അദ്ദേഹം ഓർമ്മിക്കുന്നുണ്ട്.

പക്ഷാഘാതം വന്ന് തളർന്നു പോയവരെ റോബോർട്ടിന്റെ സഹായത്തോടെ ചലനത്തിനു സഹായിക്കുന്ന ന്യൂറൽ പ്രോസ്തെറ്റിക്ക് ടെക്നോളജി വികസിപ്പിച്ചെടുക്കാനായിരുന്നു പിന്നീട് അദ്ദേഹത്തിന്റെ ശ്രമം. വളരെ വേഗത്തിൽ അതിസൂക്ഷ്മതയോടെ ചെയ്യേണ്ട തലച്ചോറിലെ ശസ്ത്രക്രിയകൾ പോൾ സമർത്ഥമായി നിർവ്വഹിച്ചു. അസാധാര

ണമായ സമർപ്പണബോധത്തോടെ ചെയ്യപ്പെടേണ്ട അത്തരം ശസ്ത്ര ക്രിയകളെ തന്റെ തന്നെ സ്വത്വം തിരിച്ചറിയാനുള്ള അവസരമായാണ് പോൾ കണ്ടത്. ന്യൂറൽ മോഡുലേഷൻ എന്ന സൂപ്പർ സ്പെഷ്യാലിറ്റി യിൽ വൈദഗ്ധ്യം നേടിക്കൊണ്ടാണ് പോൾ തന്റെ ഉന്നത പഠനം പൂർ ത്തീകരിക്കുന്നത്. സഹപാഠിയായ ലൂസിയെ അദ്ദേഹം ജീവിത സഖി യുമാക്കി. അതിനു ശേഷം വലിയൊരു സൂപ്പർ സ്പെഷ്യാലിറ്റി ആശുപ ത്രിയിലെ ഏറ്റവും ഉന്നതമായ ജോലിയിലേക്ക് പ്രവേശിക്കാനുള്ള ത യ്യാറെടുപ്പിലായിരുന്നു അദ്ദേഹം.

ആയിടെ തന്നെ അസ്വസ്ഥനാക്കിക്കൊണ്ടിരുന്ന ചുമയുടെ കാരണം കണ്ടെത്താനായി എടുത്ത ശ്വാസകോശത്തിന്റെ സി ടി സ്കാൻ കണ്ട് അദ്ദേഹം പരിഭ്രമിച്ചു. തുടർന്നുള്ള പരിശോധനകളിലാണ് തന്റെ ശ്വാ സകോശത്തിൽ കൂടുകൂട്ടിയ മാരകമായ കാൻസർ കോശങ്ങളെ പോൾ തിരിച്ചറിയുന്നത്.അത്തരം നിർണ്ണായക നിമിഷങ്ങളിൽ നിരവധി പേർ ക്ക് മനക്കരുത്ത് പകർന്നിട്ടുള്ള പോളിനെ ആ നിമിഷം മുന്നനുഭവങ്ങ ളൊന്നും സഹായിച്ചില്ല. കൺമുന്നിൽ നിറഞ്ഞ ശൂന്യത മാത്രം...

വിദഗ്ധനായ ഒരു ഡോക്ടറുടെ പരിവേഷത്തിൻ നിന്ന് നിമിഷ നേരം കൊണ്ട് ആസന്നമരണനായ ഒരു രോഗിയിലേക്ക് എടുത്തെറിയപ്പെടുക യായിരുന്നു പോൾ. ആയിരക്കണക്കിനു രോഗികളുടെ അനാഥത്വത്തി ലേക്ക് ദൈവദൂതനെപ്പോലെ പറന്നിറങ്ങേണ്ടിയിരുന്ന ഒരാൾ... അതി നുള്ള ഊർജമായിരുന്നു അത്രയും കാലം കൊണ്ട് സംഭരിച്ചത്. അതി ന്റെ വ്യർത്ഥതയിൽ അദ്ദേഹം ആകെയുലഞ്ഞു പോയി. നിരവധിയായ രോഗികളുടെ അവസാന നിമിഷങ്ങൾക്ക് സാക്ഷിയാകേണ്ടി വന്നിട്ടുള്ള പോളിന് തന്റെ തന്നെ ജീവനെടുക്കാൻ മരണമെത്തിയിരിക്കുന്നു എന്ന യാഥാർത്ഥ്യം ആദ്യമൊന്നും ഉൾക്കൊള്ളാനാകുന്നില്ലെങ്കിലും പിന്നീട് ക്രമേണ അദ്ദേഹം അതുമായി പൊരുത്തപ്പെടുകയാണ്.രോഗത്തിന്റെ തീവ്രത കാരണം വളരെ പെട്ടെന്നാണ് അദ്ദേഹം ക്ഷീണിച്ചു പോകുന്ന ത്. എത്ര കാലം കൂടി തനിക്ക് ആയുസ്സുണ്ടെന്നറിയാനായിരുന്നു അദ്ദേ ഹത്തിന് തിടുക്കം.ഏതാനും മാസങ്ങളേയുള്ളൂവെങ്കിൽ കുടുംബത്തോ ടൊത്ത് ചെലവഴിക്കണം. ഒരു വർഷമുണ്ടെങ്കിൽ ജീവിതത്തെക്കുറിച്ച് എഴുതണം. കൂടുതലുണ്ടെങ്കിൽ ന്യൂറോ സർജറിയിലേക്ക് തിരിച്ചെത്ത ണം എന്നതായിരുന്നു അദ്ദേഹത്തിന്റെ ആഗ്രഹം.

കീമോതെറാപ്പിയിൽ തുടങ്ങുന്ന കാൻസർ ചികിത്സയുടെ ചിട്ടവട്ട ങ്ങളിലേക്ക് കടക്കും മുമ്പ് ഒരു ആഗ്രഹം കൂടി അദ്ദേഹം സാധിച്ചെടു ക്കുന്നുണ്ട്. ഒരു കുഞ്ഞിനെ വേണമെന്ന ദീർഘകാലത്തെ മോഹ സാ

ഫല്യത്തിനായി തന്റെ ബീജം ശേഖരിച്ച് സംരക്ഷിക്കാനുള്ള നടപടികൾ പൂർത്തിയാക്കി. പിന്നെ രോഗത്തിന്റെ വേദനകളും തീഷ്ണമായ രാസൗഷധങ്ങളുടെ തുളഞ്ഞു കയറലും ഇടകലർന്ന ദിനങ്ങളായിരുന്നു. ക്ഷമാപൂർവ്വം പോൾ ചികിത്സകൾക്ക് വിധേയനാവുകയാണ്. അതിനിടയിൽ പലപ്പോഴും പ്രതീക്ഷയുടെ വെളിച്ചം കടന്നു വരുന്നുണ്ട്. ശ്വാസകോശത്തിലെ കാൻസറിന്റെ വലിപ്പം കുറഞ്ഞത് പോളിനെയും കുടുംബത്തെയും ചെറുതായിട്ടല്ല സമാധാനിപ്പിച്ചത്. എന്നിരുന്നാലും മരണത്തിന്റെ കാവൽ ഭടന്മാർ തനിക്കരികിൽത്തന്നെയുണ്ട് എന്ന യാഥാർത്ഥ്യം അദ്ദേഹമുൾക്കൊണ്ടു. മരണത്തെ രണ്ടു വീക്ഷണകോണിൽ കാണാൻ അദ്ദേഹം ശ്രമിച്ചു. ഒരു ഡോക്ടർ എന്ന നിലയിലും രോഗി എന്ന നിലയിലും. ശാസ്ത്ര സത്യങ്ങളുടെ വിശദീകരണങ്ങൾ ആഴത്തിൽ പരതുമ്പോഴും ജീവിതത്തിന്റെ ആത്യന്തിക സത്യം തിരഞ്ഞുള്ള സാഹിത്യാന്വേഷണങ്ങളിൽ പോൾ ആനന്ദം കണ്ടെത്തി. അവശേഷിച്ച ദിനങ്ങളെ സന്തോഷഭരിതമാക്കാനായിരുന്നു അദ്ദേഹം തീരുമാനിച്ചത്. ആ സന്തോഷത്തെ ഇരട്ടിപ്പിക്കാൻ ഒരു കുരുന്നു കൂടി വേണമെന്ന മോഹം ലൂസിയോട് പങ്കുവെക്കുമ്പോൾ അവൾ ചോദിക്കുന്നുണ്ട്-

'അങ്ങ് ഏതിനെക്കുറിച്ചാണ് ഏറ്റവും കൂടുതൽ സങ്കടപ്പെടുന്നത്?' എന്ന്

'നിന്നെ പിരിയേണ്ടി വരുന്നതി'ലെന്ന് ഉത്തരം. അവശേഷിക്കുന്ന കുറച്ച് ദിവസങ്ങളിൽ ഒരു കുട്ടി കൂടി വരുമ്പോൾ തങ്ങൾക്കിടയിലെ സ്നേഹത്തിന് അതൊരു തടസ്സമാകുമോ എന്ന് ലൂസി സംശയിക്കുന്നു. തന്നെ കൂടാതെ ഒരു പിഞ്ചോമനയെക്കൂടി വിട്ടു പോകേണ്ടി വരുന്നത് പോളിന്റെ ദു:ഖം കൂടുതൽ വേദനാകരമാക്കില്ലേ എന്നും ലൂസി ഭയക്കുന്നു. പക്ഷേ തന്റെ മരണശേഷം ലൂസി തനിച്ചായിപ്പോവില്ലേ എന്നായിരുന്നു പോളിന്റെ സങ്കടം. ഒടുവിൽ മരണത്തെക്കുറിച്ച് ആലോചിക്കാതെ ജീവിതത്തെക്കുറിച്ച് വളരെ പൊസിറ്റീവായിത്തന്നെചിന്തിക്കാൻ അവർ തീരുമാനിക്കുന്നു. പോളിന്റെ ബീജം സ്വീകരിച്ചു കൊണ്ട് ലൂസി ഗർഭിണിയാകുന്നു.-

ജീവിതത്തിന്റെ അർത്ഥം തേടിയുള്ള നിരവധി പുസ്തകങ്ങളിലൂടെ പിന്നെയും അദ്ദഹം യാത്ര തുട രുന്നുണ്ട്. അതിലൂടെ അദ്ദേഹം ജീവിതത്തിന്റെ വെളിച്ചത്തിലേക്ക് തിരിച്ചെത്തുകയും മരണത്തിനുമപ്പുറത്തുള്ള സാഫല്യങ്ങളെ തിരിച്ചറിയാൻ ശ്രമിക്കുകയും ചെയ്തു. മരിച്ചു കൊണ്ടിരിക്കുകയാണെങ്കിൽപ്പോലും താൻ ജീവിക്കുകയാണ് എന്ന സത്യം ഉൾക്കൊണ്ട് അസാമാന്യമായ നിശ്ചയ ദാർഢ്യത്തോടെ വീണ്ടും ന്യൂ

റോ സർജന്റെ ഗൗണണിയാൻ പോലും പോൾ തയ്യാറാകുന്നുണ്ട്. അതിനായി തന്റെ ഫിസിക്കൽ തെറാപ്പി ഷെഡ്യൂളിൽ, സൂക്ഷ്മ സർജറി ചെയ്യുമ്പോൾ വൈദഗ്ധ്യം ആവശ്യമുള്ള പേശികളെ കാര്യക്ഷമമാക്കുന്നതിൽ മുൻതൂക്കം നൽകുന്നു. അങ്ങനെയൊരു സാഹചര്യത്തിൽ സൂക്ഷ്മത അത്ര ആവശ്യമില്ലാത്ത മറ്റേതെങ്കിലും മേഖലയിലേക്ക് തിരിയാൻ പലരും അദ്ദേഹത്തോട് പറയുന്നുണ്ടെങ്കിലും ന്യൂറോ സർജറി ഉപേക്ഷിക്കാൻ അദ്ദേഹം തയ്യാറാവുന്നില്ല.അന്ന് എല്ലാ മുന്നൊരുക്കങ്ങളോടും കൂടി ഓപ്പറേഷൻ തിയ്യേറ്ററിലെത്തി പോൾ ഓപ്പറേഷൻ ആരംഭിക്കുന്നുവെങ്കിലും പെട്ടെന്നൊരു നിമിഷം അദ്ദേഹത്തിന്റെ കാഴ്ച മങ്ങിപ്പോവുകയാണ്. വിശ്രമിച്ച ശേഷം പതിയെപ്പതിയെ അദ്ദേഹം സർജറിയിലേക്ക് തിരിച്ചെത്തുന്നുണ്ടെങ്കിലും പഴയതുപോലെ വേഗതയോ കാര്യക്ഷമതയോ തോന്നുന്നില്ല. വല്ലാതെ ക്ഷീണിതനാവുകയും ചെയ്യുന്നു. വേദനാസംഹാരികൾ ശീലമാക്കേണ്ടി വരുന്നു. രോഗത്തിനും മരണത്തിനും മുന്നിൽ മുഖാമുഖം നിൽക്കേണ്ടി വരുമ്പോൾ സ്വന്തം സ്വത്വത്തെക്കുറിച്ച് ഒരാൾക്കുണ്ടാകുന്ന വിഷാദമടക്കമുള്ള നിരവധി മാനസിക സംഘർഷങ്ങളിലൂടെ പോൾ കടന്നു പോകുന്നു.ശേഷിക്കുന്ന ജീവിതത്തിൽ എന്തിനാണ് മുൻതൂക്കം കൊടുക്കേണ്ടത് എന്ന് ഓങ്കോളജിസ്റ്റ് പോളിനോട് ചോദിക്കുന്നു.

പലതിലൂടെയും അദ്ദേഹത്തിന്റെ ചിന്തകൾ കടന്നു പോകുന്നുണ്ടെങ്കിലും ഒടുവിൽ അദ്ദേഹം എത്തി നിൽക്കുന്നത് ഒരു ഡോക്ടറെന്ന നിലയിൽ തനിക്ക് പൂർത്തീകരിക്കാനുള്ള കർത്തവ്യങ്ങളിലാണ്. രോഗത്തിന്റെ ദുരിതത്തിൽ ആകെയുലഞ്ഞു പോയവരെ ജീവിതത്തിന്റെ നറുവെളിച്ചത്തിലേക്ക് നയിക്കാനുള്ള ദൗത്യമാണ് തനിക്കേറ്റവും പ്രധാനമെന്നാണ് ആ നിമിഷത്തിലും പോൾ പറയുന്നത്.

കാര്യകാരണസഹിതം ഒന്നിനെ തെളിയിക്കാൻ ശാസ്ത്രം ഉപകരിക്കുമെങ്കിലും മനുഷ്യജീവിതത്തിന്റെ ഉൾത്തടങ്ങളെ സ്പർശിക്കുന്ന പ്രതീക്ഷ, ഭയം, സ്നേഹം, വെറുപ്പ്, സൗന്ദര്യം, അസൂയ, സഹനം തുടങ്ങിയ ഭാവങ്ങളെ വിവരിക്കാൻ മറ്റ് ചിലതു കൂടി വേണമെന്ന് പോൾ തിരിച്ചറിയുന്നു. വേദനയുടെ കാണാക്കടലിൽ ഈശ്വരവിശ്വാസത്തിന്റെ തുരുത്തുകൾ അദ്ദേഹത്തിന് തുണയാകുന്നുണ്ട്. അന്നേവരെ വളർച്ച മുരടിച്ചിരുന്ന കാൻസർ കോശങ്ങൾ തന്റെയുള്ളിൽ വീണ്ടും വളർച്ച ത്വരിതപ്പെടുത്തിയെന്ന അറിവ് പോളിനെ ഭയപ്പെടുത്തിയില്ല. പതിവുപോലെ രോഗികളെ പരിശോധിക്കാനും ഓപ്പറേഷൻ തിയ്യേറ്ററിലെ തിരക്കുകളിൽ വ്യാപൃതനാകാനുമായിരുന്നു അദ്ദേഹം ശ്രമിച്ചത്.പക്ഷേ അന്ന്

വീട്ടിൽ തിരിച്ചെത്തുന്ന പോൾ തന്റെ കോട്ടും സ്റ്റെതസ്കോപ്പുമൊക്കെ എന്നെന്നേക്കുമായി അഴിച്ചു വെക്കുകയാണ്. പിന്നെയും ബയോപ്സി, ടെസ്റ്റുകൾ, കീമോ, വേദന, അബോധാവസ്ഥ തുടങ്ങിയവയുടെ നാളുകൾ. പിന്നെ വിശ്രമം.ലൂസിയുടെ പ്രസവത്തിന് സാക്ഷിയായി ബ്ലാങ്കറ്റുകൾ പുതച്ച് ആ മുറിയിൽ അദ്ദേഹം കിടക്കുന്നുണ്ട്. നുറുങ്ങുന്ന വേദനയിലും പുഞ്ചിരിച്ചു കൊണ്ട് ലൂസിക്ക് ആത്മവിശ്വാസം പകരാൻ. കുഞ്ഞിനെ ആദ്യം ഏറ്റുവാങ്ങുന്നതും പോളാണ്. താൻ മരണത്തിലേക്ക് നടന്നടുക്കുകയാണ് എന്ന യാഥാർത്ഥ്യം ഉൾക്കൊണ്ടു തന്നെ മകളുമൊത്തുള്ള നിമിഷങ്ങൾ അദ്ദേഹം ആസ്വദിക്കുന്നു. ജീവിതത്തിൽ എന്താണ് ചെയ്തതെന്ന് തിരിഞ്ഞു നോക്കുമ്പോൾ മരിച്ചു കൊണ്ടിരിക്കുന്ന ഒരു മനുഷ്യന്റെ ജീവിതത്തിൽ പകർന്നു നൽകിയ ആഹ്ലാദത്തെക്കുറിച്ച് മറക്കരുതെന്ന് മകളെ ഓർമ്മിപ്പിച്ചു കൊണ്ടാണ് അദ്ദേഹം ആത്മകഥ അവസാനിപ്പിക്കുന്നത്.കാഡി എന്ന ആ മകൾക്കു തന്നെയാണ് ഈ പുസ്തകം അദ്ദേഹം സമർപ്പിക്കുന്നതും.

പോളിന്റെ ആത്മകഥയ്ക്ക് എപ്പിലോഗ് എഴുതിയത് ലൂസി കലാനിധിയാണ്. അത്രമാത്രം ഹൃദയഹാരിയായ ഈ പിൻ മൊഴി ഉള്ളിലൊരു വിങ്ങലോടെയല്ലാതെ വായിച്ചു തീർക്കാനാവില്ല.അവസാന നാളുകളിൽ ഈ പുസ്തകം എഴുതി പൂർത്തിയാക്കാനാണ് അദ്ദേഹം ഏറെ ശ്രമം നടത്തിയത്. ഓങ്കോളജി വാർഡിന്റെ വെയിറ്റിങ്ങ് റൂമിലും രാത്രി ഉറക്കം ഞെട്ടുമ്പോഴുമൊക്കെ തന്നെ ലാപ്പിനു മുന്നിലിരുന്ന് മാനു സ്ക്രിപ്റ്റ് പൂർത്തിയാക്കുന്ന പോളിനെ ലൂസി ഓർമ്മിക്കുന്നു. കാഡി ജനിച്ച് എട്ട് മാസങ്ങൾക്കു ശേഷമാണ് പോൾ എന്നെന്നേക്കുമായി ലോകത്തോട് വിട പറയുന്നത്. കാൻസർ കോശങ്ങൾ പെരുകിപ്പെരുകി എല്ലുകളിലേക്കും തലച്ചോറിലേക്കുമൊക്കെ പടർന്നിരുന്നു. കുടുംബാംഗങ്ങളൊക്കെ ഒത്തുചേർന്നു. മകളെ മടിയിലിരുത്തി ഓമനിച്ചു കൊണ്ട് ഓരോരുത്തരോടും പുഞ്ചിരിയോടെ വിട പറഞ്ഞ് അനന്തമായ വായുവിലേക്ക് അദ്ദേഹത്തിന്റെ ജീവശ്വാസം മെല്ലെയലിഞ്ഞു ചേർന്നു.പോൾ കലാനിധിയുടെ പുസ്തകം വായനക്കാരുടെ മനസ്സിനെ വല്ലാത്തൊരു വൈകാരിക ലോകത്തിലേക്കാണെത്തിക്കുന്നത്. തൊട്ടടുത്തെത്തിയ മരണത്തിന്റെ മുഖത്തേക്ക് പുഞ്ചിരിയോടെ നോക്കിയ ഒരാളുടെ വരികൾ. അത് നമ്മുക്ക് സമ്മാനിക്കുന്നത് ജീവിതത്തെക്കുറിച്ചുള്ള ചില ഉദാത്തമായ കാഴ്ചപ്പാടുകളാണ്. മനുഷ്യബന്ധങ്ങളെക്കുറിച്ചും ജീവിതമൂല്യങ്ങളെക്കുറിച്ചും ആഴത്തിൽ ചിന്തിക്കാൻ പ്രേരണയേകുന്നതിന്റെ പേരിലാകും മരണത്തെക്കുറിച്ചുള്ള ഈ പുസ്തകം അമൂല്യമാവുന്നത്.

മനുഷ്യാവകാശങ്ങളുടെ ഡോക്ടർ

സർവ്വേശ്വർ ദയാൽ സക്സേനയുടെ ഒരു കവിതാ ശകലമുണ്ട്.

'നിങ്ങളുടെ വീട്ടിൽ ഒരു മുറിയിൽ തീ പടരുമ്പോൾ അടുത്ത മുറിയിൽ നിങ്ങൾക്കുറങ്ങാനാകുമോ?

നിങ്ങളുടെ വീട്ടിൽ ഒരു മുറിയിൽ കബന്ധങ്ങൾ അഴുകുമ്പോൾ തൊട്ടടുത്ത മുറിയിൽ പ്രാർത്ഥന നടത്താൻ നിങ്ങൾക്കാകുമോ? നിങ്ങൾക്കത് ചെയ്യാനാകുമെങ്കിൽ എനിക്ക് നിങ്ങളോടൊന്നും പറയാനില്ല.'

സഹജീവികളുടെ വേദനയെക്കുറിച്ച് ഒന്നും ആലോചിക്കേണ്ടതില്ലെന്നും തന്നെ നേരിട്ടു ബാധിക്കാത്ത ഒരു പ്രശ്നത്തിലും അനാവശ്യമായി ഇടപെടേണ്ടതില്ലെന്നും ഉറച്ചു വിശ്വസിക്കുന്നവരുടെ ലോകം വിസ്തൃതമായിക്കൊണ്ടിരിക്കുന്ന പുതിയ കാലത്ത് വംശനാശ ഭീഷണി നേരിടുന്ന ഒരു വർക്ഷമാണ് സാമൂഹ്യബോധമുള്ളവരുടേത്. ലോകത്തിലെ ബഹു ഭൂരിപക്ഷത്തിന്റെയും കണ്ണിൽ അവർ ഒറ്റപ്പെട്ടതും പരാജയപ്പെട്ടതുമായ മാതൃകയായി അവഗണിക്കപ്പെടുമ്പോൾ അവരുടെ കനിവിന്റെ സ്പർശം അനുഭവിച്ച ഒരു ന്യൂനപക്ഷത്തിന്റെ മനസ്സിൽ അവർ കൺ കണ്ട ദൈവങ്ങളാവും. അത്തരം മനുഷ്യജന്മങ്ങൾ ജീവിതത്തിന്റെ ലക്ഷ്യം തിരിച്ചറിഞ്ഞവയെന്ന് ചരിത്രം എഴുതിവെയ്ക്കും. ഏതു തൊഴിലെടുത്താലും അവർ ആ മേഖലയിൽ മാനവിക ബോധത്തിന്റെ പ്രകാശം നിറയ്ക്കാൻ ശ്രമിക്കും. ജീവിതം വെല്ലുവിളിയാകുമ്പോഴും ജീവൻ തന്നെ ഭീഷണിയിലാകുമ്പോഴും അസ്തിത്വത്തിന്റെ ആത്യന്തിക ലക്ഷ്യം മുന്നിൽ കാണുന്ന അത്തരം മനുഷ്യരാണ് ഈ ലോകത്തെ യഥാർത്ഥത്തിൽ പ്രകാശപൂരിതമാക്കുന്നത്. അത്തരത്തിലൊരു പ്രകാശമാണ് ഡോ. ബിനായക് സെൻ തന്റെ ജീവിതത്തിലൂടെ നമുക്കു മുന്നിൽ തെളിച്ചു വെച്ചത്.

അദ്ദേഹം ഒരു ശിശുരോഗ വിദഗ്ധനായിരുന്നു. തന്റെ നാട്ടിലെ കുട്ടികളെ ബാധിച്ചു കൊണ്ടിരുന്ന പല ആരോഗ്യപ്രശ്നങ്ങളുടെയും അടിസ്ഥാന കാരണം പോഷകാഹാരക്കുറവാണെന്നും മരുന്നുകൾ കൊണ്ടു മാത്രം അവരെ ചികിത്സിക്കാൻ കഴിയില്ലെന്നും മനസ്സിലാക്കി, ആരോഗ്യമേഖല മെച്ചപ്പെടണമെങ്കിൽ ആ മേഖലയുടെ പുറത്തേക്ക് തന്റെ പ്രവർത്തനങ്ങൾ വ്യാപിപ്പിക്കേണ്ടതുണ്ട് എന്ന് തിരിച്ചറിഞ്ഞതിന്റെ വെ

ളിച്ചത്തിൽ അദ്ദേഹം സാമൂഹ്യ സാമ്പത്തിക രാഷ്ട്രീയ രംഗങ്ങളിലേക്ക് തന്റെ കർമ്മമണ്ഡലം വ്യാപിപ്പിച്ചു. മനുഷ്യാവകാശ പ്രവർത്തനങ്ങൾക്ക് നേതൃത്വം നൽകി. അടിസ്ഥാന ജീവിത സൗകര്യങ്ങളും അവകാശങ്ങളും നിഷേധിക്കപ്പെട്ടവരുടെ പ്രശ്നങ്ങൾ ഏറ്റെടുക്കാനും ഭരണകൂടത്തിനു മുന്നിലെത്തിക്കാനും ശ്രമിച്ചു. ഇതിന്റെ പേരിൽ അദ്ദേഹത്തെ ഒരു തീവ്രവാദിയായും രാജ്യദ്രോഹിയായും മുദ്രകുത്തി കുത്തി ജയിലിലടക്കുകയാണ് നീതിപീഠം ചെയ്തത്.

ഇന്നത്തെ കാലത്തെ ഡോക്ടർമാർക്കും വൈദ്യ വിദ്യാർഥികൾക്കും അവിശ്വസനീയമായി തോന്നാവുന്ന സാമൂഹ്യ പ്രതിബദ്ധതയും വൈദ്യ മാനവികതയും പുലർത്തിയ ഒരാളായിരുന്നു ഡോ.ബിനായക് സെൻ. രോഗികൾ കൃത്യമായി മരുന്നു കഴിക്കുന്നുണ്ടോ എന്നറിയാൻ ഹോസ്പിറ്റൽ റെക്കോഡ്സിൽ നിന്ന് അവരുടെ വിലാസം തേടിപ്പിടിച്ച് കുടിലുകളിൽ പോയി താമസിച്ച് സ്നേഹപൂർവ്വം ശാസിക്കുന്ന ഒരു ഡോക്ടറെ ഇന്ന് സ്വപ്നം കാണാൻ പോലുമാവില്ലല്ലോ. ബിനായക് സെൻ അങ്ങനെ ഒരു മനുഷ്യനായിരുന്നു. വളരെ സുരക്ഷിതവും കൂടുതൽ പ്രയാസപ്പെടാതെ പണം സമ്പാദിക്കാൻ കഴിയുന്നതുമായ സാഹചര്യങ്ങളുണ്ടായിട്ടുകൂടി ഏറെ വെല്ലുവിളികളുയർത്തുന്ന മേഖലയിലേക്ക് സ്വയം സ്വയം എടുത്തു ചാടുക എന്നത് സാധാരണ മനുഷ്യർക്ക് പറ്റുന്ന കാര്യമല്ല. വ്യക്തിപരമായ സുഖസൗകര്യങ്ങൾ ബലികഴിച്ച് സമൂഹത്തിലെ അധ:കൃതർക്കു വേണ്ടി സേവനം ചെയ്യാനുള്ള തീരുമാനം യാദൃശ്ചികമായി ഉണ്ടായതല്ല.

വിദ്യാർത്ഥിയായിരിക്കുമ്പോൾ മുതൽ മുതൽ സോഷ്യലിസത്തിന്റെ ആശയങ്ങളിൽ പ്രചോദിതനായ ബിനായക് മനുഷ്യാവകാശങ്ങളെക്കുറിച്ച് ഏറെ ബോധവാനായിരുന്നു. സഹാനുഭൂതിയും ധാർമ്മിക വിശ്വാസങ്ങളും മാനുഷിക മൂല്യങ്ങളും നിറഞ്ഞ സ്വഭാവം അദ്ദേഹത്തിന് പൈതൃകമായി ലഭിച്ചിരുന്നു.

വളർന്നുവന്ന കുടുംബ സാഹചര്യങ്ങൾ അദ്ദേഹത്തിന് ഇതിലേക്കുള്ള വഴി കാണിച്ചു കൊടുക്കുകയും ചെയ്തു. വെല്ലൂർ ക്രിസ്ത്യൻ മെഡിക്കൽ കോളേജിൽ എത്തിയതോടെ വൈദ്യത്തെ ജനകീയ സേവനമാക്കി മാറ്റാനുള്ള തീരുമാനത്തിന് ഉറപ്പേറി. വൈദ്യ ശാസ്ത്രത്തിന്റെ സാമൂഹ്യ വ്യാപ്തിയെപ്പറ്റി ആശയ പരമായ ചർച്ചകൾ നടത്താനും സാംസ്കാരിക മുന്നേറ്റങ്ങൾ വഴി ജനങ്ങളിൽ ശാസ്ത്രാവബോധം ഉണ്ടാക്കാനും കാര്യങ്ങളെല്ലാം വിമർശനപരമായി ചർച്ച ചെയ്യാനും ഒരു ബൗദ്ധിക കലാപകാരിയുടെ നിലയിലേക്ക് വളരാനും അദ്ദേഹത്തെ സഹാ

യിച്ചത് ഈ വൈദ്യ പഠനകാലം തന്നെയാണ്.

കൂടുതൽ പണം സമ്പാദിക്കുന്ന ഡോക്ടർമാരെ ആദർശ മാതൃകക ളാക്കുന്ന പുതിയ തലമുറ വൈദ്യ വിദ്യാർത്ഥികൾക്ക് ബിനായക് സെൻ ഒരു പരാജിത മാതൃക മാത്രമായിരിക്കാം. എന്നാൽ സാമൂഹ്യബോധമു ള്ള ഡോക്ടർമാരെ ഉണ്ടാക്കുക എന്ന വൈദ്യ വിദ്യാഭ്യാസത്തിന്റെ പ്ര ഖ്യാപിത നയത്തിന് ഏറ്റവും നല്ല മാതൃകയാണ് സെൻ. അടിസ്ഥാന ജീവിത സൗകര്യങ്ങളും അവകാശങ്ങളും നിഷേധിക്കപ്പെട്ടവരുടെ പ്ര ശ്നങ്ങളോട് കൂടുതൽ സൂക്ഷ്മ സംവേദനം പുലർത്തുന്ന വൈദ്യന്മാ രെ ക്കൂടി ഇന്നത്തെ സമൂഹത്തിന് ആവശ്യമുണ്ടല്ലോ. അതിൽ അന്തർ ലീനമായ സന്തോഷങ്ങളും വിജയങ്ങളും തിരിച്ചറിയാനും ഉൾക്കൊള്ളാ നും പറ്റുന്നവർക്കേ അത്തരം മാതൃകകളെക്കുറിച്ച് പഠിക്കാനാഗ്രഹമു ണ്ടാവൂ.

പഠനശേഷം ബിനായക് സേവനമാരംഭിച്ചത് ഭിലായ് ഉരുക്കു നിർ മ്മാണ ശാലയിലെ തൊഴിലാളികൾക്കുവേണ്ടി ഉണ്ടാക്കിയ ഷഹീദ് ആ ശുപത്രിയിലാണ്. ഒരു പ്രത്യേക സാഹചര്യത്തിലാണ് അങ്ങനെയൊ രു ഒരു ആശുപത്രി സ്ഥാപിക്കപ്പെടുന്നത്. സർക്കാർ ആശുപത്രികളും കമ്പനി ആശുപത്രികളും മേൽത്തട്ടിലുള്ളവരെയും സ്ഥിരം തൊഴിലാ ളികളെയും മാത്രം പ്രവേശിപ്പിച്ചപ്പോൾ ഖനികളിലെ സാധാരണ ക രാർ തൊഴിലാളികൾക്കും കഴിവില്ലാത്ത ജനങ്ങൾക്കും പോകാൻ ഇട മില്ലാതായി. അത്തരത്തിൽ ഒരു സ്ത്രീ തൊഴിലാളി പ്രസവത്തിനിടയിൽ മരണപ്പെട്ടതിനുശേഷം രോഷാകുലരായ തൊഴിലാളികളെടുത്ത തീരു മാനപ്രകാരമാണ് ആശുപത്രി പടുത്തുയർത്തിയത്. തുച്ഛമായ ഫീസ് വാങ്ങി കൊണ്ടാണ് ബിനായക് ചികിത്സിച്ചത്. പണമില്ലാത്തവരെ സൗ ജന്യമായും ചികിത്സിച്ചു. ഓരോ രോഗത്തിന്റെയും ചികിത്സയുടെയും വിവിധ വശങ്ങളെക്കുറിച്ച് വിശദമായി വിവരിച്ചുകൊണ്ടാണ് അദ്ദേഹം രോഗികളെ പരിശോധിച്ചത്. അവരുടെ കുടിലുകളിൽ ചെന്നും സേവ നം ചെയ്യാൻ യാതൊരു സങ്കോചവും അദ്ദേഹത്തിന് തോന്നിയില്ല.

ശങ്കർ ഗുഹാ നിയോഗിയുമായി ചേർന്ന് വൈവിധ്യമാർന്ന പദ്ധതി കൾക്കും രക്ഷാപ്രവർത്തനങ്ങൾക്കും ബിനായക് നേതൃത്വം നൽകി. മുതലാളിമാർ ജനങ്ങളുടെ അജ്ഞത ചൂഷണം ചെയ്ത് അവരെ പീ ഡിപ്പിക്കുന്നതിന് അറുതിവരുത്താനായി ഗ്രാമീണ മേഖലയിലെ സാ ക്ഷരതാ പ്രവർത്തനങ്ങൾ ഊർജിതമാ ക്കുകയാണ് അവർ പ്രധാനമാ യും ചെയ്തത്. അതിനിടെ നിയോഗി നിഷ്ഠൂരമായി കൊല്ലപ്പെട്ടുവെങ്കി ലും ബിനായക് തന്റെ പ്രവർത്തന പഥത്തിൽ നിന്ന് പിന്മാറാൻ തയ്യാ

റായിരുന്നില്ല. സാമൂഹ്യ പരിവർത്തനങ്ങൾക്ക് വേണ്ടിയുള്ള ക്ലേശകരമായ ആ പാത ബിനായക് സ്വയം തെരഞ്ഞെടുക്കുകയായിരുന്നു

അഞ്ചു വയസ്സിനു മുമ്പ് ഓരോ അഞ്ചു മിനിറ്റിലും ഇന്ത്യയിൽ ഇരുപത്തിയൊന്ന് ലക്ഷം കുട്ടികൾ മരിക്കുന്നുണ്ടെന്നാണ് യു.എൻ കണക്ക്. കൂടുതലും, പ്രതിരോധിക്കാവുന്ന രോഗങ്ങളായ മലമ്പനി, ടൈഫോയ്ഡ്, അതിസാരം ന്യുമോണിയ എന്നിവ ബാധിച്ചാണ്. അതാകട്ടെ പോഷകാഹാര ദൗർലഭ്യം മൂലവും. പ്രശ്നത്തിന്റെ ഗൗരവം നേരത്തെ തിരിച്ചറിയാനും ഗ്രാമഗ്രാമാന്തരങ്ങളിൽ ആരോഗ്യ ബോധവൽക്കരണം നടത്താനുമായി ബഗ്റൂമ്നല കേന്ദ്രീകരിച്ച് ആരംഭിച്ച രൂപാന്തർ എന്ന സംഘടനയിലൂടെ സന്നദ്ധ സേവകരായ ആരോഗ്യപ്രവർത്തകരെ ഡോക്ടർ സെൻ പരിശീലിപ്പിച്ചെടുത്തു. കുഗ്രാമങ്ങളിൽ വരെ ക്ലിനിക്കുകൾ സ്ഥാപിച്ച് വൈദ്യ സേവനം ഉറപ്പു വരുത്താനായി വനിതാ സ്വയം സഹായ സംഘങ്ങളും പോഷകാഹാര ലഭ്യത അത് ഉറപ്പു വരുത്താനായി ജൈവ കൃഷിയും പ്രോത്സാഹിപ്പിച്ചു. ബിലാസ്പൂരിൽ ജൻ സ്വാസ്ഥ്യ സഹയോഗിന് നേതൃത്വം നൽകി പരിശോധനയും ചികിത്സയും ഏറ്റവും കുറഞ്ഞ ചെലവിൽ ഗ്രാമീണർക്ക് ലഭ്യമാക്കി. സാമൂഹ്യാടിസ്ഥാനത്തിലുള്ള ആരോഗ്യ പരിരക്ഷയ്ക്ക് നല്ലൊരു മാതൃകയായിരുന്നു അത്.

ഗ്രാമീണർക്ക് ആരോഗ്യത്തെപ്പറ്റിയുള്ള അടിസ്ഥാന അറിവ് പകർന്നുനൽകുക വഴി വൈദ്യശാസ്ത്രത്തെ ഒരു ഒരു നിഗൂഢ മാന്ത്രിക പദ്ധതിയായി പ്രചരിപ്പിക്കാതെ ജനങ്ങളിലേക്ക് ആ അറിവുകൾ തുറന്നു വെച്ചു കൊണ്ട് അറിവിനെ മോചിപ്പിക്കാനുള്ള ശ്രമമാണ് അദ്ദേഹം നടത്തിയത്. ഡോക്ടർമാരുടെ സാമൂഹ്യപ്രതിബദ്ധതയിൽ ഏറ്റവും ഉദാത്തമായ മാതൃക സെൻ സൃഷ്ടിച്ചത് രോഗങ്ങളുടെ അടിസ്ഥാനകാരണമായ സാമൂഹ്യ പ്രശ്നങ്ങളിൽ സജീവമായി ഇടപെട്ടുകൊണ്ടാണ്.

ഗ്രാമീണ ഇന്ത്യയിൽ ആരോഗ്യ സേവനത്തിനും ആ മേഖലയിലെ വികസനത്തിനും എന്തുകൊണ്ട് കൂടുതൽ പണം നീക്കി വെയ്ക്കുന്നില്ല എന്നത് ഒരു മെഡിക്കൽ കോളേജിലും പഠിപ്പിക്കുന്ന വിഷയമല്ല. കുടിയിറക്കപ്പെട്ടവർക്കും അക്രമങ്ങൾക്കിരയായവർക്കും ആരോഗ്യസേവനങ്ങൾ നിഷേധിക്കപ്പെടുന്നതിന്റെ കാരണം തേടി ആരും ഗവേഷണം നടത്തിയിട്ടില്ല. വെള്ളവും ക്ഷണവും പാർപ്പിടവുമെല്ലാം വെറും സ്വപ്നത്തിൽ മാത്രം കാണാൻ വിധിക്കപ്പെട്ടവരുടെ ധർമ്മസങ്കടങ്ങളോ ആരോഗ്യ സേവനത്തിന്റെ രാഷ്ട്രീയമോ ഒന്നും ഡോക്ടർമാർ അറിയേണ്ട കാര്യമല്ലെന്നാണ് പൊതുവേ കണക്കാക്കപ്പെടുന്നത്. ഈ അതിർവര

മ്പ് തകർത്തുകൊണ്ടാണ് സെൻ തന്റെ ആരോഗ്യ പ്രവർത്തനം തന്നെ ഒരു രാഷ്ട്രീയ സമരമാക്കി മാറ്റിയത്. സർക്കാറിന്റെ നേരിട്ടുള്ള സഹായമെത്താത്ത ഉൾനാടുകളിലും ആദിവാസി ഗ്രാമങ്ങളിലും മറ്റ് ഡോക്ടർമാരുടെ കൂടി സഹകരണത്തോടെ സെൻ ക്ലിനിക്കുകൾ ആരംഭിച്ചു. ഓപ്പറേഷൻ തിയേറ്റർ അടക്കമുള്ള സൗകര്യങ്ങളോടെ ആശുപത്രികൾ പ്രവർത്തിപ്പിച്ചു. പരിശീലിപ്പിക്കപ്പെട്ട ആരോഗ്യ പ്രവർത്തകരുടെ സഹായത്തോടെ സാമൂഹ്യ ആരോഗ്യ പദ്ധതികൾ നടപ്പിലാക്കി.

ആരോഗ്യം എന്നത് ഒരു മനുഷ്യാവകാശവും അത് നിഷേധിക്കപ്പെടുന്നത് മനുഷ്യാവകാശ ലംഘനവുമാകുമ്പോൾ ആരോഗ്യത്തിനു വേണ്ടിയുള്ള പ്രവർത്തനങ്ങൾക്ക് ഒരു സമരത്തിന്റെ ഛായ വരുന്നത് സ്വാഭാവികമാണ്.

അത് താൻ ചെയ്യേണ്ട ഒരു പ്രവർത്തനമാണ് എന്ന് ഉറച്ച വിശ്വാസത്തോടെയാണ് സെൻ അതിൽ മുഴുകിയത്. ഭരണകൂടത്തിന്റെ കനിവ് ലഭിക്കാത്ത മുഴുവൻ അധഃകൃതരും പ്രവർത്തനങ്ങളിൽ പങ്കാളികളാവുകയും ചെയ്തു. അതുകൊണ്ടുതന്നെ നക്സൽ വിരുദ്ധ മുന്നേറ്റം എന്ന നിലയിൽ ഭരണകൂടം ആസൂത്രണം ചെയ്ത ശുദ്ധീകരണ വേട്ട (സൽവാ ജുദും) യിൽ ബിനായക് സെൻ പ്രതിയായി. ഖനന ആവശ്യത്തിനായി ഭൂമി ഒഴിപ്പിച്ചു കിട്ടാനുള്ള കോർപറേറ്റ് വ്യവസായികളുടെ ഒരു തന്ത്രം കൂടിയായിരുന്നു ആ വേട്ട. ആയിരക്കണക്കിന് ആദിവാസികളയാണ് പട്ടാളക്കാർ നിഷ്ഠൂരമായി കൊന്നുതള്ളിയത്.

സർക്കാറിനെതിരെ യുദ്ധം അഴിച്ചുവിട്ടതായും ഗൂഢാലോചന നടത്തിയതായും രാജ്യദ്രോഹത്തെ പ്രോത്സാഹിപ്പിക്കുന്ന പ്രവർത്തനങ്ങളിൽ ഇടപെട്ടതായും അദ്ദേഹത്തിനെതിരെ കുറ്റപത്രമുണ്ടാക്കി. അദ്ദേഹത്തിന് നക്സലൈറ്റുകളുമായുള്ള ബന്ധം എടുത്തു കാട്ടുന്ന വ്യാജ തെളിവുകൾ നിരത്തി. അങ്ങനെയാണ് 2007 മെയ് 14 ന് സെന്നിനെ അറസ്റ്റ് ചെയ്ത് റായ്പൂർ ജയിലിലടച്ചത്. അതിനിടെ പൊതു ആരോഗ്യ മേഖലയിലെ പ്രൊഫഷണലുകളുടെ അന്താരാഷ്ട്ര ജൂറി, പ്രശസ്തമായ ജൊനാഥൻ മാൻ അവാർഡിന് അദ്ദേഹത്തെ തെരെഞ്ഞെടുത്തു. പൗരസ്വാതന്ത്ര്യത്തോടും മനുഷ്യാവകാശങ്ങളോടുമുള്ള അചഞ്ചലമായ പ്രതിബദ്ധതയും പരിഗണിച്ചായിരുന്നു പുരസ്കാരം. അതേത്തുടർന്ന് ലോകത്തിന്റെ വ്യത്യസ്ത ഭാഗങ്ങളിൽ ബിനായകിന്റെ അറസ്റ്റിനെതിരെ രാജ്യത്തിനകത്തും പുറത്തും സമാനതകളില്ലാത്ത സമരങ്ങൾ അരങ്ങേറി. അദ്ദേഹത്തിന്റെ ജാമ്യാപേക്ഷകൾ നിരന്തരം തള്ളപ്പെട്ടുവെങ്കിലും ദേശീയമായും അന്തർദേശീയമായും ഏറെ ശ്രദ്ധിയ്ക്കപ്പെട്ട ഒ

രു കേസായി മാറി ഇത്. ബിനായക് സെന്നിനെ മോചിപ്പിക്കണം എന്ന് മുദ്രണം ചെയ്ത വസ്ത്രങ്ങളും പ്ലക്കാർഡുകളും ലോകത്തിന്റെ വിവിധ ഭാഗങ്ങളിൽ വ്യാപകമായി. റിലേ സത്യഗ്രഹങ്ങളും മെഡിക്കൽ ക്യാമ്പുകളും സമ്മേളനങ്ങളും സമരങ്ങളും സംഘടിപ്പിക്കപ്പെട്ടു. ജനകീയ പ്രക്ഷോഭങ്ങൾ കണ്ടില്ലെന്നു നടിക്കാൻ നീതിപീഠത്തിനു കഴിഞ്ഞില്ല. ഒടുവിൽ രണ്ട് വർഷത്തിനു ശേഷം 2009 മെയ് 25 ന് സുപ്രീം കോടതി ഉപാധികളോടെ ജാമ്യം അനുവദിച്ചു കൊണ്ട് സെന്നിനെ പുറത്തുവിട്ടു. പക്ഷേ 2010 ഡിസംബർ 24 ന് റായ്പൂർ അഡീഷണൽ ഡിസ്ട്രിക്റ്റ് ആന്റ് സെഷൻസ് കോടതി സെന്നിനെ ജീവപര്യന്തം തടവിന് ശിക്ഷിച്ചു. സുപ്രീം കോടതിയിൽ അപ്പീൽ സമർപ്പിച്ചു കൊണ്ട് ജാമ്യം വാങ്ങിയ സെന്നിന്റെ കേസിൽ അന്തിമ വിധി ഇപ്പോഴും ഉണ്ടായിട്ടില്ല. ഭരണകൂടത്തിന്റെയും പോലീസിന്റെയും കണ്ണിലെ കരടാണ് അദ്ദേഹവും സുഹൃത്തുക്കളും. ആരോഗ്യപരമായ പ്രശ്നങ്ങൾ വേട്ടയാടുമ്പോഴും സമൂഹത്തിൽ അവഗണിക്കപ്പെട്ടവരുടെ മനുഷ്യാവകാശ പ്രശ്നങ്ങളിൽ തന്റെ കഴിവിനനുസരിച്ച് ഉപദേശ നിർദ്ദേശങ്ങൾ നൽകിക്കൊണ്ട് സജീവമാകാൻ അദ്ദേഹം ശ്രമിക്കുന്നുണ്ടെങ്കിലും മനുഷ്യൻ മനുഷ്യനു മേൽ നടത്തുന്ന അതിക്രമങ്ങൾക്കും അവകാശ നിഷേധങ്ങൾക്കുമെതിരെ പൊതു സമൂഹത്തിലുയർന്നുവരേണ്ട സംഘടിതമായ മുന്നേറ്റങ്ങൾ ഇല്ലാതെ പോകുന്നതിൽ ഏറെ ആശങ്കാകുലനാണ്.

ഒരു ഡോക്ടർക്ക് എത്രത്തോളം സാമൂഹ്യ പ്രതിബദ്ധതയാകാമെന്നതിന് ബിനായക് സെന്നിൽ കവിഞ്ഞൊരു ഉത്തരമുണ്ടെന്നു തോന്നുന്നില്ല. ഇത്തരം മാതൃകകളെ പുതിയ വൈദ്യ വിദ്യാർത്ഥികൾ എങ്ങനെ കാണും എന്നറിയില്ല. എങ്കിലും ഒന്ന് തീർച്ചയാണ്, വൈദ്യവൃത്തിയുടെ ഉദാത്ത ദർശനങ്ങൾ സമൂഹ നന്മയിലേക്കുള്ള പ്രകാശമായി ഉയർത്തിപ്പിടിക്കാനാഗ്രഹിക്കുന്ന കുറച്ചു പേർക്കെങ്കിലും അദ്ദേഹത്തിന്റെ ജീവിതം ജ്വലിക്കുന്ന ഒരു വിളക്കായിരിക്കും.

ബർസയുടെ കാഴ്ചകൾ

താനിടപെടുന്ന സമൂഹത്തിന്റെ സാംസ്കാരിക ബോധങ്ങൾ ഒരു ഡോക്ടറെ സംബന്ധിച്ച് പ്രസക്തമാവുന്നത്, അത്തരം ബോധങ്ങൾ രോഗികളുടെ ചിന്തകളെയും പെരുമാറ്റങ്ങളെയും പലതരത്തിലും കീഴടക്കുന്നതുകൊണ്ടും അത് അവരുടെ ആരോഗ്യനിലവാരത്തെ വലിയ അളവിൽ സ്വാധീനിക്കുന്നതു കൊണ്ടുമാണ്. പ്രത്യക്ഷത്തിൽ ഒരു രോഗവുമില്ലാത്ത അവസ്ഥ എന്നതിൽ കവിഞ്ഞ് ആരോഗ്യത്തിന് ശാരീരിക മാനസിക ആത്മീയ തലങ്ങളിലെ സുസ്ഥിതിയെന്നു കൂടി അർത്ഥമുള്ളതുകൊണ്ട് അതിനെ സ്വാധീനിക്കുന്ന വ്യത്യസ്ത ഘടകങ്ങളെക്കുറിച്ചുള്ള ധാരണ ഒരു ഡോക്ടർക്ക് അനിവാര്യമാണ്. നേടിയെടുക്കുന്ന വിദ്യാഭ്യാസത്തെക്കാൾ ജീവിത പരിസരങ്ങളേല്പിക്കുന്ന മുറിപ്പാടുകളാവും ഒരാളുടെ ആരോഗ്യത്തെ വളർത്തുന്നതും തളർത്തുന്നതും. ഡോക്ടർ പരിചയിക്കുന്ന സാഹചര്യങ്ങളിൽ നിന്നും തീർത്തും വ്യത്യസ്തമായ, ചിലപ്പോൾ അസംഭവ്യമെന്നു പോലും കരുതുന്ന അനുഭവങ്ങളാകും രോഗിയ്ക്കുണ്ടായിരിക്കുക. അതു കൊണ്ടു തന്നെ പ്രസ്തുത സാഹചര്യങ്ങളെക്കുറിച്ചുള്ള സാമാന്യ ധാരണ, രോഗകാരണങ്ങളെക്കുറിച്ച് ഡോക്ടർക്ക് തെളിച്ചമുള്ള വിവരങ്ങൾ പകർന്നു നൽകും. അങ്ങനെ അന്വേഷിക്കാൻ തുടങ്ങിയാൽ കൺസൾട്ടേഷൻ റൂമിൽ ഓരോ രോഗിയും തുറന്നു വെക്കുന്നത് വ്യത്യസ്ത സാഹചര്യങ്ങളുടെ വ്യത്യസ്ത മാതൃകകളായിരിക്കും എന്നത് ഏറെ കൗതുകകരമാണ്. ഇവിടെയാണ് മനുഷ്യന്റെ ജീവിത സാഹചര്യങ്ങളിൽ നിർണ്ണായക പങ്കു വഹിച്ചിട്ടുള്ള പല ഘടകങ്ങളിൽ ഒന്നായ മതം എന്ന സംവിധാനം ഏതൊക്കെ രീതിയിലാണ് ആരോഗ്യത്തെ ബാധിക്കുന്നത് എന്ന ചോദ്യം പ്രസക്തമാവുന്നത്.

പല മതനിഷ്ഠകൾക്കും രോഗപ്രതിരോധത്തിലൂന്നിയ ഒരു തലം കൂടെയുണ്ടെന്ന് തോന്നിയിട്ടുണ്ട്. ശുചിത്വത്തിന്റെ കാര്യത്തിലായാലും ഭക്ഷണ ശീലങ്ങളുടെ കാര്യത്തിലായാലും ഉപവാസത്തിന്റെ കാര്യത്തിലായാലുമൊക്കെ മതം അനുശാസിക്കുന്ന നിയമങ്ങൾ ജീവിത സാഫല്യത്തിനെന്നാണ് പൊതുവെ പ്രചരിപ്പിക്കുന്നതെങ്കിലും അതൊക്കെ നല്ല ആരോഗ്യത്തിലേക്ക് നയിക്കുന്ന വഴികളാകുന്നത് കൊണ്ടു കൂടിയാണ് അർത്ഥഗർഭമാകുന്നത്. ദൈവവിശ്വാസവും ആത്മീയ പ്രഭാഷണ

ങ്ങളുമൊക്കെ മനുഷ്യരുടെ മാനസിക- ആത്മീയ തലങ്ങൾക്ക് കരുത ലേകാനും സഹായിക്കാറുണ്ട്.

എന്നാൽ ഇതിൽ നിന്നു വ്യത്യസ്തമായി, മതത്തെ ഒരു വലിയ മറ യാക്കിക്കൊണ്ട് അതിനുള്ളിൽ നടക്കുന്ന ഒട്ടേറെ ദുഷ്പ്രവണതകളുണ്ട്. മതത്തിന്റെ വ്യാഖ്യാതാക്കളെന്നും പുരോഹിതന്മാരെന്നും അറിയപ്പെടു ന്നവവർ തങ്ങളുടെ സ്വാർത്ഥ താല്പര്യങ്ങൾക്കു വേണ്ടി മതതത്ത്വങ്ങ ളെ വളച്ചൊടിച്ചും ദുരർത്ഥങ്ങൾ കല്പിച്ചും സമുദായത്തിൽ അടിച്ചേൽ പ്പിച്ചത് വഴി പുതു തലമുറയിൽ മതത്തെക്കുറിച്ചുള്ള കാഴ്ചപ്പാടുകൾ തന്നെ ഏറെ വികലമായിട്ടുണ്ട്.

മതം അനുശാസിക്കുന്ന ആചാരാനുഷ്ഠാനങ്ങൾ ചോദ്യം ചെയ്യപ്പെ ടാൻ പാടില്ലെന്നും വിമർശിക്കുന്നവർ ശത്രുക്കളാണെന്നുമാണ് സമുദാ യാംഗങ്ങളെ പഠിപ്പിക്കുന്നത്. അത്തരക്കാരുടെ ജീവനെടുക്കാൻ പോ ലും കല്പിക്കുന്നവരുണ്ട്. അതു കൊണ്ടു തന്നെ, മതത്തിന്റെ മതിൽ ക്കെട്ടുകൾക്കകത്തെ അഴിമതികളും അസമത്വങ്ങളും അസ്വാതന്ത്ര്യങ്ങ ളും തുറന്നു കാട്ടുകയെന്നത് അത്ര സുഖകരമല്ല. അതറിയാമായിരുന്നി ട്ടും , കൊള്ള രുതായ്മകൾക്കെതിരെ ശബ്ദമുയർത്തിയവരുണ്ട്. വി ടി ഭട്ടതിരിപ്പാടും തസ്ലിമ നസ്രിനും സിസ്റ്റർ ജെസ്മിയുമൊക്കെ അവരുടെ പ്രതിനിധികളാണ്. കൂട്ടത്തിൽ ചേർത്തുവായിക്കപ്പെടേണ്ട പ്രധാനപ്പെ ട്ട ഒരു പേരാണ് ഖദീജ മുംതാസിന്റേത്. അവരുടെ കൃതിയായ 'ബർ സ', താനിടപെടുന്ന മത സമൂഹത്തിലെ അസമത്വത്തെ ഒരു ഡോക്ടർ എങ്ങനെ നോക്കിക്കാണുന്നുവെന്നും അതിനോട് എങ്ങനെ പ്രതികരി ക്കുന്നുവെന്നും കൃത്യമായി ചിത്രീകരിക്കുന്ന നോവലാണ്.

മുഖം മറയ്ക്കാത്തവളാണ് ബർസ. നോവലിലെ നായികയായ സ ബിത ഡോക്ടർ, മതമേലാളന്മാർ പെണ്ണിനു കല്പിച്ച വിലക്കുകളെയും മറകളെയും ചോദ്യം ചെയ്തവളാണ്. ഭർത്താവ് റഷീദിനൊപ്പം സൗദി അറേബ്യയിൽ ഹെൽത്ത് ഡയരക്ടറേറ്റിനു കീഴിലുള്ള ആശുപത്രിയിൽ ഗൈനക്കോളജിസ്റ്റായി ജോലിക്കെത്തുന്ന സബിതയ്ക്ക് പ്രതീക്ഷിച്ചതിൽ നിന്ന് ഏറെ വ്യത്യസ്തമായ ഒരു ലോകമാണ് കാണാനായത്. ഇസ്ലാം സദാചാരങ്ങളുടെ വിളഭൂമിയെന്ന് കേളി കേട്ട അറബി നാട്ടിൽ സ്ത്രീക ളനുഭവിക്കുന്ന കൊടിയ ദുരിതങ്ങൾക്ക് അവൾ സാക്ഷിയാകേണ്ടി വരു ന്നു. മനുഷ്യസമത്വം കൊട്ടിഘോഷിക്കുന്ന ഖുറാന്റെ തത്ത്വങ്ങൾ വ്യാ ഖ്യാതാക്കളിലൂടെ പകർത്തപ്പെട്ട് ജനങ്ങളിലെത്തുമ്പോൾ അത് എങ്ങ നെയാണ് സ്ത്രീ വിരുദ്ധമാകുന്നതെന്ന് അവൾ സന്ദേഹിച്ചു. അറബി കുടുംബങ്ങളിൽ വേലക്കാരികളായെത്തി പീഡനങ്ങളേറ്റു വാങ്ങുന്ന ഖ

ദ്ദാമകളെയും ചേലാകർമ്മത്തിലൂടെ ലൈംഗിക ചോദനകളെയറുത്തു മാറ്റപ്പെട്ട സുഡാനി സ്ത്രീകളെയും പ്രസവമുറിയിൽ അവൾക്ക് കാണേണ്ടി വരുന്നു. ഡോക്ടറാണെങ്കിൽപ്പോലും ഇന്ത്യയിൽ നിന്നെത്തുന്ന സ്ത്രീകളെ അടിമകളെപ്പോലെയും ചന്തപ്പെണ്ണുങ്ങളെപ്പോലെയുമൊക്കെയാണ് അന്നാട്ടിലെ അറബികൾ കാണുന്നതെന്ന തിരിച്ചറിവ് അവളെ ആകെ ഉലയ്ക്കുന്നുണ്ട്. ഗർഭിണിയാകാൻ പറ്റാത്ത സ്ത്രീകൾ പുരുഷന്മാരുടെ കണ്ണിൽ അങ്ങേയറ്റത്തെ നിന്ദ്യരായിരുന്നു. കുഞ്ഞുങ്ങളുടെ എണ്ണം പൗരുഷത്തിന്റെ അടയാളമായി കാണുന്ന സമൂഹത്തിൽ ഒന്നും രണ്ടും പ്രസവിച്ചവർ പോലും പ്രസവം നിർത്താനുള്ള ശസ്ത്രക്രിയയ്ക്ക് തയ്യാറായില്ല. നിരന്തരമായ ലൈംഗിക ചൂഷണങ്ങൾക്ക് വിധേയരായവരെയും അടക്കി വെയ്ക്കപ്പെട്ട ലൈംഗിക ചോദനകളുമായി കഴിയുന്നവരെയും അവൾക്ക് കാണേണ്ടി വരുന്നു. വിമർശന പരമായി അഭിപ്രായങ്ങൾ പറയുന്നതിനെ എത്രമാത്രം അസഹിഷ്ണുതയോടെയാണ് അവിടുത്തെ സ്ത്രീകൾ പോലും കാണുന്നതെന്ന് അവൾ തിരിച്ചറിയുന്നുണ്ട്. സ്ത്രീകൾക്ക് സുരക്ഷിതത്വവും സ്വാതന്ത്ര്യവും വിഭാവനം ചെയ്യുന്ന ഇസ്ലാമിക ദർശനം ദൈനംദിന ജീവിതത്തിന്റെ പ്രവർത്തന പഥത്തിൽ എത്രമാത്രം വികലമാണെന്ന് അവൾക്ക് ക്രമേണ ബോദ്ധ്യപ്പെടുന്നു. പുരുഷന്മാരുടെ ആനന്ദത്തിനു വേണ്ടി മതതത്ത്വങ്ങൾ എങ്ങനെയൊക്കെ വ്യാഖ്യാനിക്കപ്പെടുന്നു എന്നത് അവൾക്ക് പൊള്ളുന്ന അനുഭവമാകുന്നു. ഹജ്ജിന്റെ പേരിലെ അന്ധവിശ്വാസങ്ങൾക്കും അനാചാരങ്ങൾക്കും സാക്ഷിയാകേണ്ടിയും വരുന്നു അവൾക്ക്. വേലക്കാരികളായി അറബി നാട്ടിലെത്തുന്ന സ്ത്രീകൾക്ക് ഒരുങ്ങാനോ ലിപ്സ്റ്റിക്കിടാനോ ഒന്നും അനുവാദമില്ല. പതിനേഴോ പതിനെട്ടോ വയസ്സിൽ ത്തന്നെ വിവാഹിതരാവുകയും കുഞ്ഞുങ്ങളെ പെറ്റു കൂട്ടേണ്ടി വരികയും ചെയ്യുന്ന യുവതികൾ. മതാചാരമായിത്തന്നെ ചേലാകർമ്മം ചെയ്ത് സ്ത്രീകളുടെ ലൈംഗിക താല്പര്യം കുറയ്ക്കാനും അവിടെ നിയമങ്ങളുണ്ടായിരുന്നു. രണ്ടാമതും മൂന്നാമതുമൊക്കെ വിവാഹം കഴിക്കുന്നതിൽ യാതൊരു സങ്കോചവുമില്ലാത്ത പുരുഷന്മാർ.

വിസയില്ലാതെ സൗദിയിലെത്തിയ പ്രവാസികൾ, ഇഖാമയെന്ന തിരിച്ചറിയൽ കാർഡ് ഇല്ലാത്തതു കൊണ്ട് ഗുരുതരരോഗമുണ്ടെങ്കിലും ആശുപത്രിയിൽ അഡ്മിറ്റാവാൻ തയ്യാറായില്ല. അഡ്മിറ്റാക്കപ്പെട്ടാൽ അവരുടെ വിവരങ്ങൾ പോലീസറിയുകയും പിന്നീട് ജയിലിലാവുകയും ചെയ്യും. ക്രൂരമായ മർദ്ദനങ്ങളാണവിടെ. നാട്ടിലെ കുടുംബത്തിലേക്ക് എങ്ങനെയെങ്കിലും കുറച്ച് പണമെത്തിക്കാനുള്ള ആഗ്രഹങ്ങൾക്ക് അവി

ടെ തിരശ്ശീല വീഴും.ഇസ്ലാം മതത്തിന്റെ ചരിത്രത്തിലുത്തുന്ന വിപ്ലവാംശങ്ങളും സാമൂഹിക സമത്വചിന്തകളും സാഹോദര്യ സങ്കല്പങ്ങളും ദർശനങ്ങളുമൊക്കെ സ്വാംശീകരിക്കുമ്പോൾത്തന്നെ നേരിൽ കാണേണ്ടി വന്ന കാര്യങ്ങൾ പലതും സബിതയെ വല്ലാതെ അസ്വസ്ഥയാക്കുകയാണ്. തിരിച്ചറിവുകൾ അവളെ പിൻമടക്കത്തിനു പ്രേരിപ്പിക്കുന്നു. ഭർത്താവിനോടൊപ്പം തിരിച്ച് നാട്ടിലേക്കു തന്നെ മടങ്ങാനുള്ള തീരുമാനത്തിലെത്താൻ അവൾക്ക് കൂടുതൽ ആലോചിക്കേണ്ടി വരുന്നില്ല.

ഗൈനക്കോളജിസ്റ്റായ ഖദീജ മുംതാസ്, തന്റെ സൗദി ജീവിതാനുഭവങ്ങളുടെ പശ്ചാത്തലത്തിൽ എഴുതിയ നോവലാണ് ബർസ. സ്വന്തം മുഖം മറച്ച്, മതനിയമങ്ങൾക്ക് വിനീത വിധേയരായി കഴിയേണ്ടി വരുന്ന സ്ത്രീകൾക്കിടയിൽ നിന്ന് മറയില്ലാതെ കൊള്ളരുതായ്മകൾ സധൈര്യം തുറന്നു കാട്ടുന്ന, അത്യന്തം ദുഷ്കരമെങ്കിലും പ്രസക്തമായൊരു ദൗത്യമാണ് അവർ നിർവ്വഹിച്ചിരിക്കുന്നത്. അതും സർഗ്ഗ സാഹിത്യത്തിന്റെ മികവാർന്ന വഴിയിൽ. ഇതിന്റെ തുടർച്ചയെന്നോണം തന്റെ തൊഴിലിടമായ വൈദ്യരംഗത്തെ അനീതികളെയും മറ നീക്കി തുറന്നുകാട്ടാൻ തയ്യാറാവുന്നുണ്ട് ഖദീജ മുംതാസ്. അവരുടെ രചനകളെല്ലാം ഈ ദൗത്യത്തിന് വലിയ പരിഗണന നൽകുന്നവയാണ്. ബർസ കൂടാതെ ആത്മതീർത്ഥങ്ങളിൽ മുങ്ങി നിവർന്ന്, ആതുരം, നീട്ടിയെടുത്തുകൾ എന്നീ നോവലുകളും ഡോക്ടർ ദൈവമല്ല, മാതൃകം, പുരുഷൻ അറിയാത്ത സ്ത്രീ മുഖങ്ങൾ, സർഗ്ഗം സമൂഹം, ഖയാലാത്ത്, പ്രണയം ലൈംഗികത സ്ത്രീ വിമോചനം എന്നീ ലേഖന സമാഹാരങ്ങളും, ബാല്യത്തിൽ നിന്ന് ഇറങ്ങി വന്ന ഒരാൾ, നാം ജീവിതങ്ങൾ ചുട്ടെടുക്കുന്നവർ എന്നീ ചെറുകഥാ സമാഹാരവും അവരുടേതായിട്ടുണ്ട്.മെഡിക്കൽ മേഖലയിലെ കോർപ്പറേറ്റ് വൽക്കരണം, അലോപ്പതിയുടെ മേല്ക്കോയ്മ എന്നിവയ്ക്കെതിരെ, അതിനുള്ളിൽത്തന്നെയുള്ള ഒരാൾ എന്ന നിലയിൽ നേരനുഭവങ്ങളുടെ പിൻബലത്തോടെ ഉറച്ചു പറയാൻ അവർ മടിക്കുന്നില്ല.

കമ്പോളാർത്തിയുടെ നഖങ്ങളാഴ്ന്നു കഴിഞ്ഞ വൈദ്യമേഖലയിൽ തീരുമാനങ്ങളെടുക്കുകയും നടപ്പിലാക്കുകയും ചെയ്യുന്നത് പലപ്പോഴും കുത്തക മരുന്ന് കമ്പനികളാണ്. അവരുടെ താളത്തിനൊത്തു തുള്ളുന്ന പാവകളാണ് പല ഡോക്ടർമാരും. അനാവശ്യമായ മരുന്നുകളെഴുതാനും അത്യാവശ്യമല്ലാത്ത സർജറികൾ ചെയ്യാനുമൊന്നും ഇവർക്ക് മടി തോന്നുന്നില്ല. നൈതികതയും മാനവിക ബോധവും ഉണർന്നു വരാനുള്ള സാഹചര്യങ്ങൾ പോലും വൈദ്യ വിദ്യാഭ്യാസത്തിൽ നിന്നക

ന്നു കഴിഞ്ഞു. സർക്കാർ മേൽനോട്ടത്തിൽ നിന്ന് പൊതുജനാരോഗ്യ സേവനം പടിപടിയായി ഇല്ലാതാക്കി സ്വകാര്യ മേഖല പിടിമുറുക്കുന്നത് ഏറെ ഗൗരവത്തോടെ തിരിച്ചറിയപ്പെടേണ്ടതുണ്ട്. കോർപ്പറേറ്റ് ആരോഗ്യ സ്ഥാപനങ്ങളുടെ അജണ്ടയും പ്രവർത്തനങ്ങളും നിരവധി ഉദാഹരണങ്ങളോടെ ഒരു ഡോക്ടർ തന്നെ തുറന്നു കാട്ടുമ്പോൾ മത മേലാളന്മാർക്കിടയിൽ മുഖം മറയ്ക്കാതെ പ്രതിഷേധിച്ച ബർസയുടെ സ്വരം ഇവിടെയും മുഴങ്ങിക്കേൾക്കാം.

മറ്റുള്ള വൈദ്യശാഖകളെല്ലാം അശാസ്ത്രീയമാണെന്നും തങ്ങളുടേത് മാത്രമാണ് ശരിയെന്നും വാദിക്കുന്ന അലോപ്പതിക്കാരുടെ പ്രാമാണ്യത്തിനെതിരെയും പ്രതികരിക്കുന്നുണ്ട് ഖദീജ മുംതാസ്. ഒരു അലോപ്പതി ഡോക്ടറായിരുന്നിട്ടു കൂടി അവർ അങ്ങനെയൊരു നിലപാടെടുക്കുന്നത് മറ്റു വൈദ്യശാഖകളെക്കുറിച്ച് അന്വേഷിക്കാനും അറിയാനുള്ള സഹിഷ്ണുത കാണിക്കുന്നത് കൊണ്ടു കൂടിയാണ്. ആയുർവേദത്തിന്റെയും ഹോമിയോപ്പതിയുടെയും തത്ത്വങ്ങളെ അവർ ആദരവോടെ കാണുന്നു.

'നൂറ്റാണ്ടുകൾ മരവിച്ചു നിന്നു പോയ ആയുർവേദത്തെപ്പോലൊരു വൈദ്യശാഖയ്ക്ക് ഓടിയെത്താനുള്ള സമയവും സൗമനസ്യവും അനുവദിക്കുന്നതിനു പകരം ആദ്യമോടിയെത്തിയവന്റെ മുയൽച്ചിരി ഒരർത്ഥത്തിൽ സാഡിസവും ഒരു പക്ഷേ വിഢിത്തവുമാവാം' എന്ന് ഒരു ലേഖനത്തിൽ അവർ എഴുതിക്കണ്ടു.

കൂട്ടത്തിൽ, സർക്കാറിന്റെ മുഖ്യധാരാ സാമൂഹ്യാരോഗ്യ പദ്ധതിയിൽ ആയുർവേദത്തെയും ഹോമിയോപ്പതിയെയുമൊന്നും ഉൾപ്പെടുത്താത്തതിനെയും ഖദീജ മുംതാസ് വിമർശിക്കുന്നു. ശാസ്ത്രീയതയുടെ പാശ്ചാത്യ മാനദണ്ഡങ്ങൾക്കപ്പുറം, യുക്തിഹീനമെന്നു തോന്നാവുന്ന പലതും പ്രായോഗിക ചികിത്സയിൽ ആവശ്യമായി വരാം. രോഗിക്ക് മാനസിക സാന്ത്വനം നൽകുന്ന ഇടപെടലുകളെല്ലാം അവിടെ അനിവാര്യമാകാം.

ക്രിട്ടിക്കൽ കെയർ വേണ്ട രോഗികളെ സംബന്ധിച്ച് പലപ്പോഴും അലോപ്പതി അത്യാവശ്യമായി വരാം. അതുപോലെ തന്നെ പ്രസക്തമാണ് രോഗ പ്രതിരോധാത്മകമായി സമൂഹം ശീലിക്കേണ്ട ആയുർവേദ ജീവിത ചര്യകൾ. പല ഘട്ടങ്ങളിലും ഹോമിയോപ്പതിയും ആയുർവേദവുമൊക്കെ ഏറെ ഫലപ്രദമാകുന്നതിന്റെ അനുഭവങ്ങൾ എല്ലാവർക്കുമുണ്ടാവാം. ഈയൊരു തിരിച്ചറിവ് ഭരണകൂടത്തെ നയിക്കേണ്ടത് ചികിത്സാസമന്വയ പദ്ധതികളുടെ ആലോചനയിലേക്കാവണം എന്ന് ഖദീജ മും

താസ് പറയുമ്പോൾ വ്യത്യസ്ത വൈദ്യസമീപനങ്ങളുടെ സാധ്യതകളും പരിമിതികളും തിരിച്ചറിഞ്ഞ ഒരാളുടെ വാക്കുകളായി കാണണം.

താനുൾപ്പെടുന്ന ഒരു സവിശേഷ വിഭാഗത്തിന്റെ മതിൽക്കെട്ടിനകത്ത് നടക്കുന്ന മനുഷ്യവിരുദ്ധമായ സംഭവഗതികളെ കണ്ണ് തുറന്നു കാണാനും ആ കാഴ്ചകളെ പുറം ലോകത്തിനു കൂടി കാണാൻ തക്കവിധം അവതരിപ്പിക്കാനും സാധിക്കുക വഴി ഒരു തരത്തിൽ വലിയൊരു മനുഷ്യാവകാശ പ്രവർത്തനമാണ് എഴുത്തുകാരി നടത്തുന്നത്. അതേസമയം ആ വിഭാഗത്തിലെ ഭൂരിപക്ഷത്തെയും സംബന്ധിച്ച് അതൊരു കുലവിരുദ്ധ പ്രവർത്തനമാണ്. സമത്വത്തിനും മാനവികതയ്ക്കും ധാർമ്മികതയ്ക്കും വേണ്ടിയുള്ള ഇടപെടലുകൾ കുല വിരുദ്ധമാണെങ്കിൽപ്പോലും സാമൂഹ്യ നന്മയെച്ചൊല്ലി പ്രോത്സാഹിക്കപ്പെടേണ്ടതാണ്.

പുറം മോടികളുടെ പിന്നാലെയുള്ള ആർത്തി പിടിച്ച പാച്ചിലായി വൈദ്യം എന്ന തൊഴിൽ മേഖല ഒടുങ്ങരുത്. അന്യമായിക്കൊണ്ടിരിക്കുന്ന മാനവിക മൂല്യങ്ങളെ തിരിച്ചുപിടിക്കാനും ,ആത്മീയവും പാരിസ്ഥിതികവുമായ അതിന്റെ ഔന്നത്യങ്ങളെ അനുഭവിച്ചറിയാനും വൈദ്യത്തിന് സാധിക്കേണ്ടതുണ്ട്. ഖദീജ മുംതാസിന്റെ വിചാരധാരകൾ അതിനു വേണ്ടിയുള്ള നീട്ടിയെഴുത്തുകളാകുന്നതു കൊണ്ടു തന്നെ വൈദ്യ സമൂഹത്തിൽ ഗൗരവതരമായ ചർച്ചകൾക്ക് ഉപാദാനമാവേണ്ടതുണ്ട്.

എൻമകജെ - ഒരു വൈദ്യ വായന

കൺസൾട്ടേഷൻ മുറിയിലെത്തുന്ന രോഗികളെക്കവിഞ്ഞ് സമൂഹത്തിൽ നീറിപ്പുകയുന്ന ആരോഗ്യപ്രശ്നങ്ങളിലേക്കു കൂടി കൺതുറന്നു വെയ്ക്കേണ്ടവനാണ് ഒരു ഡോക്ടർ. പ്രശ്നത്തിന്റെ തീവ്രതയും വ്യാപ്തിയും നേരിൽ മനസ്സിലാക്കാനും അറിഞ്ഞു വെച്ച വൈദ്യശാസ്ത്ര തത്വങ്ങളുമായി ചേർത്തുവെച്ച് പരിഹാരങ്ങൾ നിർദ്ദേശിക്കാനുമുള്ള ഉത്തരവാദിത്തം അവനുണ്ട്. അതുകൊണ്ടു തന്നെ വർത്തമാന ജീവിതത്തിന്റെ സാമൂഹികവും രാഷ്ട്രീയവും സാമ്പത്തികവും പാരിസ്ഥിതികവുമായ ഗതിവിഗതികളെക്കുറിച്ചെല്ലാം ഒരു പൊതുധാരണ ഡോക്ടർക്ക് ആവശ്യമാണ്. ഏത് തലം തിരുത്തിയാലാണ് രോഗം വരുത്തിവയ്ക്കുന്ന സാഹചര്യങ്ങളില്ലാതാവുക എന്നത് പ്രധാനമാണ്. അത് നിലനിൽക്കുന്നിടത്തോളം സമ്പൂർണ്ണ ആരോഗ്യമെന്ന കാഴ്ചപ്പാടിനൊന്നും അവിടെ പ്രസക്തിയില്ല. രോഗത്തിന്റെ അടിസ്ഥാനകാരണങ്ങൾ കണ്ടെത്താനും അത് തിരുത്താനുള്ള നിർദ്ദേശങ്ങൾ മുന്നോട്ടു വെക്കാനും ഡോക്ടർമാർക്ക് കഴിയണം. രോഗം വന്ന് ചികിത്സിക്കുന്നതിനേക്കാൾ രോഗം വരാതെ നോക്കുന്നതിന് പ്രാധാന്യം കൊടുക്കുന്ന ഡോക്ടർമാരുള്ളിടത്തേ ശരിയായ ആരോഗ്യമുണ്ടാകൂ. അത്തരമൊരു സാമൂഹ്യപ്രതിബദ്ധത ഡോക്ടർമാരിൽ നിന്ന് ലോകം പ്രതീക്ഷിക്കുന്നുണ്ട്. വൈദ്യ വിദ്യാഭ്യാസ കാലഘട്ടം മുതൽ മെഡിക്കൽ വിദ്യാർത്ഥികൾ സാമൂഹിക സേവനങ്ങളിൽ പങ്കാളികളാകണമെന്ന് നിർദ്ദേശിക്കാനുള്ള കാരണം മറ്റൊന്നല്ല.

നേരനുഭവങ്ങളോളം പ്രസക്തമാണ് സാമൂഹ്യ സാഹചര്യങ്ങളുടെ യാഥാർത്ഥ്യം തുറന്നുകാട്ടുന്ന സാഹിത്യസൃഷ്ടികളും. അത്തരം കൃതികൾ കൂടി മെഡിക്കൽ കോളേജുകളിൽ വായിക്കപ്പെടുകയും ചർച്ചചെയ്യപ്പെടുകയും ചെയ്താലേ മാനവിക ബോധവും സാമൂഹ്യപ്രതിബദ്ധതയുമുള്ള മികച്ച ഡോക്ടർമാരുണ്ടായി വരൂ. എൻമകജെ എന്ന നോവൽ അതിനു പറ്റിയ ഒരു കൃതിയാണ്.

തലമാത്രം വീർത്തും ദേഹം മെലിഞ്ഞും ചുവന്ന മാംസപിണ്ഡം പോലുള്ള നാവ് വായിൽ നിന്നു പുറത്തിട്ടും ഒരുകാലില്ലാതെയും ദേഹമാകെ വളഞ്ഞുപുളഞ്ഞുമൊക്കെയുള്ള കുട്ടികളെ പതിവായി കണ്ടുകൊ

ണ്ടിരിക്കുക, അവരുടെയും അവരെ കൊണ്ടുനടക്കുന്ന അമ്മമാരുടെയും നിലവിളികളും പരിദേവനങ്ങളും കേട്ടുകൊണ്ടിരിക്കുക, ജല ജീവികൾ ചത്തു പൊങ്ങിയ കോടാങ്കിരിത്തോടും പാമ്പുകളൊഴിഞ്ഞുപോയ ജടാധാരി മലയും ചിത്രശലഭങ്ങളോ അണ്ണാറക്കണ്ണനോ ഒന്നുമില്ലാത്തൊരു നാടും ചോദ്യചിഹ്നമായി മുന്നിലുണ്ടായിരിക്കെ പലവിധങ്ങളായ വിചിത്ര രോഗങ്ങളുള്ളവരെ ചികിത്സിക്കേണ്ടി വരിക, മരുന്നുകൾ കൊണ്ട് യാതൊരു ഫലവും കാണാതെ വരിക, ഓരോരുത്തരായി അനുദിനം മരിച്ചുകൊണ്ടിരിക്കുക... അങ്ങനെയൊരു നാട്ടിൽ ജീവിക്കുന്ന ഒരു ഡോക്ടറെ സംബന്ധിച്ച് അതുയർത്തുന്ന വെല്ലുവിളി ചെറുതല്ല. ആരോഗ്യ മേഖലയിൽ, ഡോക്ടർമാർ മാത്രം ഇടപെടേണ്ടതല്ലാത്ത ഈ വെല്ലുവിളിയെയാണ് അംബികാസുതൻ മാങ്ങാട് തന്റെ എൻമകജെ എന്ന നോവലിൽ അവതരിപ്പിക്കുന്നത്.

പ്രാചീനകാലം മുതൽക്കേ മനുഷ്യർക്കിടയിൽ നിലനിൽക്കുന്ന വിശ്വാസമാണ് രോഗങ്ങളുണ്ടാകുന്നത് ദൈവകോപം കൊണ്ടാണ് എന്നത്. വ്യക്തിയോ കുടുംബമോ സമൂഹമോ ചെയ്ത പാപത്തിന് സർവശക്തനായ ദൈവം ശപിക്കുന്നതു കൊണ്ടുണ്ടാകുന്ന രോഗങ്ങളുമായി കഷ്ടപ്പെട്ട് ജീവിക്കുന്ന മനുഷ്യൻ. അത് അവരുടെ വിധിയാണെന്നാണ് വിശ്വാസം. കാസർഗോഡ് ജില്ലയിലെ എൻമകജെ, സ്വർക്ഷ തുടങ്ങിയ പ്രദേശങ്ങളിൽ വ്യാപകമായി കാണാൻ തുടങ്ങിയ വിചിത്രരോഗങ്ങളിലും ഇതുതന്നെയാണ് കാരണമെന്നാണ് ആദ്യം എല്ലാവരും ധരിച്ചിരുന്നത്. പിന്നീടാണ് അത് അവരുടെ കശുവണ്ടി ത്തോട്ടങ്ങളിൽ ഏരിയൽ സ്പ്രേ ചെയ്ത എൻഡോസൾഫാനെന്ന വിഷത്തിന്റെ മാരകമായ പ്രത്യാഘാതമാണ് എന്ന് മനസ്സിലാക്കുന്നത്. പരിസരത്തെ പൂമ്പാറ്റകളടക്കമുള്ള ചെറുജീവികളെ കൊന്നൊടുക്കുക മാത്രമല്ല അത് ചെയ്തത്. ജനിതക വൈകല്യം പോലുള്ള ഗുരുതരമായ പ്രശ്നങ്ങളാണ് മനുഷ്യർക്ക് നേരിടേണ്ടിവന്നത്. സമരങ്ങളിലൂടെയും പരിസ്ഥിതി ജനകീയാരോഗ്യ പ്രസ്ഥാനങ്ങളുടെ ഇടപെടലുകളിലൂടെയും എൻഡോസൾഫാൻ വിഷവർഷം ഇന്ന് അവസാനിപ്പിച്ചെങ്കിലും പ്രശ്നങ്ങൾ തിരിച്ചറിയുന്ന കാലത്തെ സ്ഥിതി ഇതായിരുന്നില്ല. അതിന്റെ സങ്കീർണ്ണതകൾ മുഴുവനായും വരച്ചു കാട്ടും വിധമാണ് എൻമകജെ അവതരിപ്പിക്കപ്പെട്ടിരിക്കുന്നത്. നോവലിൽ നിരവധി കഥാപാത്രങ്ങളുള്ളതിൽ വൈദ്യ പ്രതിനിധികളായി രണ്ടു പേരാണുള്ളത്. പാരമ്പര്യ വൈദ്യനായ പഞ്ചി മൂപ്പനും പുതിയ തലമുറയിലെ അരുൺ ഡോക്ടറും. രണ്ടുപേരും സമൂഹത്തെക്കുറിച്ച് ഏറെ കരുതലുള്ളവരാണ്.

നാടിന്റെ മുക്കുംമൂലയും അവിടുത്തെ മനുഷ്യരെയും പുരാവൃത്തവും എല്ലാം കൃത്യമായി അറിയുന്ന പഞ്ചിമൂപ്പന് വിചിത്ര രോഗങ്ങളെല്ലാം ജഡാധാരി ഭൂതത്തിന്റെ കോപമാണ് എന്നതിൽ യാതൊരു സംശയവുമില്ല. അത് മാറില്ലെന്നും അയാൾക്കുറപ്പാണ്. എന്നാൽ ചില പച്ചമരുന്നുകൾ ചെയ്താൽ കടുത്ത പ്രശ്നങ്ങൾ കുറഞ്ഞേക്കാം. അത് ചെയ്തു കൊടുക്കാൻ അയാൾ തയ്യാറാണ് താനും. വീടുവീടാന്തരം കയറിയിറങ്ങി ആളുകളുടെ വിവരങ്ങൾ തിരക്കുകയും ആവശ്യമെങ്കിൽ പച്ചമരുന്നുകൾ എത്തിക്കുകയും ചെയ്യുന്നുണ്ട് പഞ്ചിമൂപ്പൻ. ഓരോ വീട്ടിലും സ്വന്തം വീട്ടിലെന്നതുപോലെ കയറിച്ചെല്ലാനുള്ള സ്വാതന്ത്ര്യവും അയാൾക്കുണ്ട്. നൂറു വയസ്സു പിന്നിട്ട പഞ്ചി മൂപ്പൻ വടിയും കുത്തി ഭൂമിയോളം കുനിഞ്ഞ വൃദ്ധ ശരീരവുമായി കിതപ്പില്ലാതെ, ജൈവ വൈവിദ്ധ്യത്തിന്റെ നിഗൂഢതകൾ മൂടിക്കിടക്കുന്ന ജഡാധാരി മലയിലേക്കാണ് പച്ചമരുന്നുകൾ പറിക്കാൻ കയറിപ്പോകുന്നത്. അവിടുത്തെ ഓരോ ചെടിയും മനഃപാഠമാണയാൾക്ക്. ചെടികൾ മാത്രമല്ല കാടിനുള്ളിൽ ഒളിഞ്ഞുകിടക്കുന്ന കാവുകളും കുന്നുകളും മരങ്ങളും വിശിഷ്ടമായ കല്ലുകളുമെല്ലാം സുവ്യക്തം. എൻമകജെയിലെ വിശ്വാസങ്ങൾക്കും അനുഷ്ഠാനങ്ങൾക്കും ആധാരമായ പുരാവൃത്തങ്ങളും കേട്ടുകേൾവികളും എല്ലാം മൂപ്പനറിയാം. നാടിന്റെ ധാർമ്മികതയുടെ മൂല ശിലകളായ സത്യപ്പടിയുടെ കഥയും പഞ്ചിയിൽ നിന്നാണ് നായകനായ നീലകണ്ഠൻ കേൾക്കുന്നത്.

സമൂഹത്തിലെ നാനാ വിഷയങ്ങളെയും കുറിച്ച് പണ്ടത്തെ വൈദ്യൻമാർക്കുണ്ടായിരുന്ന അവഗാഹം തന്നെയാണ് പഞ്ചി എന്ന കഥാപാത്രത്തിലൂടെ കാണാൻ കഴിയുന്നത്. പുതുതലമുറ ഡോക്ടർമാരുടെ പ്രതിനിധിയായ അരുൺ ഡോക്ടറും വ്യത്യസ്തനല്ല. അവിടുത്തെ രോഗങ്ങളെക്കുറിച്ചും ഓരോ രോഗിയുടെയും കുടുംബ സാഹചര്യങ്ങളെക്കുറിച്ചുമെല്ലാം കൃത്യമായ ധാരണയോടെ അവരിലൊരാളായിത്തന്നെയാണ് ഇടപഴകുന്നതും. എന്നാൽ അവിടുത്തെ വിശ്വാസങ്ങളോടും ആചാരാനുഷ്ഠാനങ്ങളോടും രോഗത്തെക്കുറിച്ച് നിലവിലുള്ള കഥകളോടും യോജിക്കുന്നില്ല. എൻമകജെയിലെ വിചിത്ര രോഗങ്ങൾക്ക് കാരണം മണ്ണിലും വെള്ളത്തിലും കലർന്നിട്ടുള്ള എന്തോ വിഷ വസ്തുവാണ് എന്നാണ് അദ്ദേഹത്തിന്റെ കാഴ്ചപ്പാട്. പക്ഷേ അതെന്താണ് എന്നതിന് സൂചനകളൊന്നുമുണ്ടായിരുന്നില്ല. ആയിടയ്ക്ക് അവിടെ തേനീച്ചകൾ ചത്തൊടുങ്ങുന്നതിന് പരിഹാരം തേടി തേനീച്ചക്കർഷകർ നടത്തിയ ഒരു യോഗത്തിലാണ് കശുമാവിൻ തോട്ടത്തിലടിക്കുന്ന എൻഡോ

സൾഫാൻ എന്ന മരുന്നാണ് പ്രശ്നകാരണമെന്ന് തിരിച്ചറിയുന്നത്. പക്ഷേ ആദ്യം അവർ മരുന്നടിക്കെതിരെ പ്രതികരിക്കാനല്ല, പകരം സർക്കാറിൽനിന്ന് ധനസഹായം തേടിയാണ് സംഘടിച്ചത്. പ്രശ്നകാരണത്തിനെതിരെയുള്ള പ്രതിഷേധമാക്കി അതിനെ മാറ്റിയെടുക്കാൻ കൃത്യമായ ബോധവൽക്കരണം വേണ്ടി വരുന്നുണ്ട്. ഗുരുതരമായ ആരോഗ്യ പ്രശ്നത്തിന്റെ മൂലകാരണം തിരിച്ചറിയുന്നതോടെ അവിടുത്തെ ജനകീയ പ്രസ്ഥാനങ്ങൾ പ്ലാന്റേഷൻ കോർപ്പറേഷനെതിരെ തിരിയുകയാണ്.

തെളിവുകൾ നിരത്താൻ അരുൺ ഡോക്ടർ ഇറങ്ങുന്നുണ്ട്. അവിടെ ദുരിതമനുഭവിക്കുന്നവരോട് അത്രമാത്രം അനുതാപം പ്രകടിപ്പിച്ചിരുന്ന വ്യക്തിയായിരുന്നു അരുൺ. അയാൾ പറയുന്നുണ്ട്, ഞാൻ ഡോക്ടറാവേണ്ട ഒരാളല്ല; ഞാൻ വളരെ സോഫ്റ്റാണ്... പക്ഷേ രോഗികളുടെ മുന്നിൽ നിന്ന് ഇന്നുവരെ ഞാൻ കരഞ്ഞിട്ടില്ല സങ്കടം വന്നാൽ കടിച്ചു പിടിക്കും എന്ന്.

രോഗികളുടെ വേദനകളോട് മാനസികമായി ഐക്യപ്പെടുന്ന അത്തരമൊരു അനുതാപമാണ് ഡോക്ടർമാരിൽ നിന്ന് സമൂഹം പ്രതീക്ഷിക്കുന്നത്. അത് അന്യന്റെ വേദനയെ തന്റേതായി ഉൾക്കൊള്ളാനും അതനുസരിച്ച് പ്രതികരിക്കാനുള്ള ഒരു കരുതലാണ്. ആ ഒരു വൈകാരികതയിൽ നിന്നാണ് വൈദ്യ ധർമ്മം പുലരേണ്ടത്. ചുറ്റുപാടുമുള്ള മനുഷ്യരുടെ വേദനയറിയാനും അതിന്റെ അടിസ്ഥാന സാഹചര്യങ്ങൾ ഇല്ലാതാക്കാനുള്ള പ്രവർത്തനങ്ങളിൽ പങ്കാളികളാവുക എന്നത് ഡോക്ടർമാരുടെ കൂടി കടമയാണ്. അതുകൊണ്ടാണ് ഡോക്ടർ അരുണിന്റെ ക്ലിനിക് എൻഡോസൾഫാൻ സ്പ്രേ ആക്ഷൻ കമ്മിറ്റിയുടെ മീറ്റിങ്ങിന് വേദിയാകുന്നത്. പെഡ്രെ വില്ലേജിലെ സ്വർക്ഷ എന്നയിടത്തെ രോഗങ്ങൾക്ക് കാരണം എൻഡോസൾഫാനാണെന്ന് സംശയിക്കുന്ന വാർത്തയുടെ തീപ്പൊരി ആദ്യമായി മാധ്യമങ്ങൾക്ക് പകർന്നു നൽകുന്നതും അദ്ദേഹമാണ്. അങ്ങനെയാണ് ഈ വിഷയത്തിലേക്ക് മാധ്യമ ശ്രദ്ധ പതിയുന്നത്. അരുൺ ഡോക്ടറുടെ പശ്ചാത്തലം തന്നെ സമൂഹത്തോടുള്ള വൈദ്യ പ്രതിബദ്ധത വിളിച്ചോതുന്നതാണ്. മണിപ്പാലിൽ നിന്ന് സ്വർണമെഡലോടെ പാസായശേഷം നഗരത്തിലെ വൻ ഹോസ്പിറ്റലുകളിൽ വലിയ ശമ്പളത്തിൽ ജോലി നോക്കാമായിരുന്നിട്ടും വിചിത്ര രോഗങ്ങൾ കൊണ്ട് ദുരിതമനുഭവിക്കുന്ന പാവങ്ങളുടെ ഇടയിൽ, ഗ്രാമത്തിൽ ചെറിയ ഒരു ക്ലിനിക് തുടങ്ങുകയാണ് അദ്ദേഹം ചെയ്തത്. പലരോടും ഫീസ് വാങ്ങിയില്ലെന്നു മാത്രമല്ല, പല രോഗികൾക്കും അരിയും മരുന്നും വാങ്ങാനുള്ള പണം അദ്ദേഹം അങ്ങോട്ടു നൽകി.

പ്രശ്നത്തിൽ ലോക ശ്രദ്ധ പതിയാൻ മെഡിക്കൽ ജേർണലുകളിൽ അദ്ദേഹം ഗവേഷണ പഠനങ്ങൾ സമർപ്പിച്ചു. എൻഡോസൾഫാൻ ബാധിതർക്കുള്ള മെഡിക്കൽ ക്യാമ്പുകൾ നടത്തി വിഷയത്തിതിന് സവിശേഷ പ്രാധാന്യം നേടിക്കൊടുക്കുന്നതിൽ അദ്ദേഹത്തിന്റെ പങ്ക് ചെറുതായിരുന്നില്ല. പുതിയ കേസുകളും ആരോഗ്യ പ്രശ്നങ്ങളും പെരുകി വരുമ്പോഴും അധികാരികളുടെ ശ്രദ്ധ അവിടേയ്ക്ക് പതിയുന്നതേയില്ല. എൻഡോസൾഫാൻ ഉത്പാദിപ്പിക്കുന്ന കുത്തക കമ്പനികളെ പ്രീണിപ്പിച്ച് ലാഭവിഹിതം തരപ്പെടുത്തിയ നേതാക്കൾക്ക് നേർക്കാഴ്ചകൾ മറയ്ക്കാൻ വാദങ്ങളുണ്ടായിരുന്നു. വിചിത്രരോഗങ്ങൾക്ക് കാരണം എൻഡോസൾഫാനാണെന്നതിന് എന്താണ് എവിഡെൻസ് ? എന്നവർ ആരാഞ്ഞു.

കുത്തക കമ്പനികളുടെ പിണിയാളുകളായ ശാസ്ത്രീയതാ വാദികൾ അപ്പോഴും ഇപ്പോഴും എപ്പോഴും ഉയർത്തി വെയ്ക്കുന്ന ഒരു ചോദ്യമിതാണ്. സാഹചര്യത്തെളിവുകളും പ്രശ്നത്തിന്റെ ഗൗരവവും വെച്ച് പകൽ വെളിച്ചം പോലെ കാര്യങ്ങൾ വ്യക്തമായിരിക്കേ ശാസ്ത്രീയത വില്ലനാകുന്ന ഘട്ടം. മരുന്ന് കമ്പനികളും ലാബുകളും ആശുപത്രികളും സ്കാനിങ്ങ് സെന്ററുകളുമൊക്കെച്ചേർന്നു നടത്തുന്ന വ്യവസായ ശൃംഖലയും ശാസ്ത്രീയതയുടെ ഇതേ ആയുധം വെച്ചു കൊണ്ടാണ് ഇവിടുത്തെ തനതു വൈദ്യത്തെയും നിഷേധിക്കുന്നതെന്നോർക്കണം.

ഈ വെല്ലുവിളി നേരിടാൻ ശാസ്ത്രീയതയുടെ അതേ നാണയത്തിൽ തിരിച്ചടിക്കാൻ ശ്രമിക്കുന്നുണ്ട് എൻമകജെയിലെ സന്നദ്ധ പ്രവർത്തകർ. കേന്ദ്രസർക്കാറിന്റെ കീഴിലുള്ള അന്വേഷണ ഏജൻസികൾ നടത്തിയ പരിശോധനയിൽ ആ നാട്ടിലെ വെള്ളത്തിലും മണ്ണിലും ഇലയിലും കായിലും മനുഷ്യ രക്തത്തിലും മുലപ്പാലിലും വരെ അനിയന്ത്രിമായ അളവിൽ വിഷമുണ്ടെന്ന് തെളിയുന്നുണ്ട്. എന്നിട്ടും അതിനു മേലെ വ്യാജ പരിശോധനാ റിപ്പോർട്ടുകൾ വെച്ച്, അങ്ങനെയൊന്നില്ല എന്ന് തെളിയിക്കാനായിരുന്നു അധികാരികൾക്ക് തിടുക്കം. സന്നദ്ധ പ്രവർത്തകരെ ഓരോരുത്തരെയായി സ്വാധീനിച്ചും ഭീഷണിപ്പെടുത്തിയും ഉപദ്രവിച്ചും പിന്തിരിപ്പിക്കാൻ ശ്രമിച്ചു. ഇതൊന്നും നോവലിലെ ഭാവനയല്ല, എൻമകജെയിലെ യാഥാർത്ഥ്യങ്ങളാണ്. രണ്ടായിരത്തിന് മുമ്പ് കാസർഗോഡ് ജില്ലയിലെ പ്ലാൻറ്റേഷൻ കോർപ്പറേഷന് കീഴിൽ കശുമാവിൻ തോട്ടങ്ങളുള്ള മിക്കവാറും എല്ലാ പ്രദേശങ്ങളിലും ഈ പ്രശ്നങ്ങളുണ്ടായിരുന്നു.

പിന്നീട് ഏറെക്കാലത്തിനു ശേഷമാണ് കീടനാശിനി വിരുദ്ധ സമരം ഏതാണ്ട് വിജയിച്ചതും എൻഡോസൾഫാൻ നിരോധിച്ചതും. പക്ഷേ ഇന്നും അതിന്റെ തിക്തഫലമനുഭവിക്കുന്നവരുടെ തീരാദുരിതങ്ങളുടെ നിലവിളികൾ നിലച്ചിട്ടില്ല. കുറച്ചു പേരുടെ മാത്രം ആരോഗ്യ പ്രശ്നമെന്നതിലുപരി വലിയൊരു സാമൂഹ്യ ദുരന്തമായിത്തന്നെ പരിഗണിക്കപ്പെടേണ്ട ഇത്തരം വിഷയങ്ങൾ കേവലം ആരോഗ്യരംഗത്തോ പ്രാദേശിക ചർച്ചകളിലോ മാത്രം ഒതുക്കാതെ ലോക ശ്രദ്ധയിലേക്കെത്തിക്കുവാൻ വൈദ്യ സമൂഹവും കൈകോർക്കേണ്ടതുണ്ട്. വിഷയത്തിന്റെ ഗൗരവം സസൂക്ഷ്മം നിരീക്ഷിച്ച്, ഒരേ സമയം സാമൂഹ്യ പ്രവർത്തകനായും ഗവേഷകനായും മാനവിക മൂല്യത്തോടെ ഇടപെടുന്ന വൈദ്യനു മാത്രമാണ് ഇതിൽ ഭാഗഭാക്കാകാൻ കഴിയുന്നത്. മെഡിക്കൽ കോളേജിൽ പഠിച്ചു എന്നതുകൊണ്ടു മാത്രം ആരും നല്ല ഡോക്ടർമാരാകുന്നില്ല. ദുരിതമനുഭവിക്കുന്നവരെ ചൂഷണം ചെയ്യാനുള്ള മാനസികാവസ്ഥയാണ് ഡോക്ടർക്കുള്ളതെങ്കിൽ സമൂഹത്തിന് അവർ വലിയൊരു ഭാരമായി മാറുകയാണ് ചെയ്യുക. സാമൂഹ്യാരോഗ്യ പ്രശ്നങ്ങളെക്കുറിച്ചും സഹജീവികളുടെ ദുരിതങ്ങളെക്കുറിച്ചുമെല്ലാം ഉരുകുന്ന ഹൃദയമുള്ളവർക്കേ വൈദ്യത്തിന്റെ ഉദാത്ത ദർശനങ്ങൾ ജനങ്ങളിലെത്തിക്കാനാവൂ. പഠനകാലത്തു തന്നെ വൈദ്യ വിദ്യാർത്ഥികളിൽ ഇത്തരം സാമൂഹ്യ സാഹചര്യങ്ങളോട് ആഭിമുഖ്യമുണർത്താനാണ് അതിനു സഹായകരമായ പുസ്തകങ്ങൾ ചർച്ച ചെയ്യപ്പെടണം എന്ന് പറയുന്നത്. നേരനുഭവങ്ങൾക്കപ്പുറം, പ്രശ്നത്തിന്റെ ആഴവും പരപ്പും വ്യത്യസ്ത വശങ്ങളും തുറന്നു കാട്ടുന്ന സാഹിത്യ ചർച്ചകൾ വൈദ്യ മനസ്സുകളെ പരുവപ്പെടുത്തിയെടുക്കുന്നതിൽ നിർണ്ണായക പങ്കു വഹിച്ചേക്കാം. ഒറ്റപ്പെട്ട ഇടപെടലെന്നതിലുപരി, വൈദ്യ സമൂഹമൊന്നടങ്കം ജനകീയാരോഗ്യപ്രശ്നങ്ങളിൽ ഭാഗമാകുന്നതിന് ഈയൊരു പഠന സംസ്കാരം സഹായിക്കും.

●

www.ingramcontent.com/pod-product-compliance
Lightning Source LLC
LaVergne TN
LVHW092052051026
849517LV00013B/2210
* 9 7 8 9 3 9 4 4 7 2 3 8 9 *